ഇന്ദ്രജാലത്തിന്റെ കാലം

ബെൻ ഓക്രി

നോവൽ

ഇന്ദ്രജാലത്തിന്റെ കാലം

ബെൻ ഓക്രി

വിവർത്തനം
സുരേഷ് എം.ജി.

സംശോധനം
കൃഷ്ണദാസ്

ഗ്രീൻ ബുക്സ്

green books private limited
gb building, civil lane road, ayyanthole,
thrissur- 680 003, kerala, ph: +91 487-2381066, 2381039
website: www.greenbooksindia.com
e-mail: info@greenbooksindia.com

original english title
the age of magic

malayalam
indrajalathinte kaalam
novel
by
ben okri

translated
by
suresh m.g.

first published july 2017

cover design: rajesh chalode

branches:
thrissur 0487-2422515
palakkad 0491-2546162
kannur 0497-2763038
thiruvananthapuram 8589095301

isbn: 978-93-86440-58-7

GBPL/929/2017

മുഖക്കുറിപ്പ്

ബുക്കർ സമ്മാനജേതാവായ ബെൻ ഓക്രി നൈജീരിയയിൽ ജനിച്ച് ലണ്ടനിൽ കഴിയുന്ന പ്രവാസ സാഹിത്യകാരനാണ്. ഗദ്യവും കവിതയും തത്ത്വചിന്തയും ഒത്തുചേരുന്ന ഉള്ളടക്കം. റിയലിസത്തിന്റെയും മാജിക്കൽ റിയലിസത്തിന്റെയും ആഖ്യാനകലയിലൂടെ അവതരിപ്പിക്കുന്ന "ഇന്ദ്രജാലത്തിന്റെ കാലം." ഒരു പോസ്റ്റ് മോഡേൺ രചനയാണ്.

അർക്കേഡിയ ഒരു അയഥാർത്ഥ ലോകമാണ്. ഗ്രീസിന്റെ പുരാതന രേഖകളിൽ പരാമർശിക്കപ്പെടുന്ന ഒരു പ്രദേശം. അവിടെ ശാശ്വതമായ ശാന്തിയും സമാധാനവും നില നിൽക്കുന്നു എന്ന് സങ്കല്പം. അങ്ങനെയൊരു ഉട്ട്യോപിയ യെക്കുറിച്ച് സിനിമ നിർമ്മിക്കാൻ പാരീസിൽനിന്നും പുറപ്പെട്ട് സ്വിറ്റ്സർലാന്റ് ലക്ഷ്യമാക്കി യാത്ര ചെയ്യുന്ന ഒരു സംഘമാണ് ഈ നോവലിന്റെ പ്രധാന കഥാതന്തു. സ്വിറ്റ്സർലാന്റിലെ ബാസിലിൽ എത്തുന്ന ഈ സംഘം അവിടെയുള്ള ഒരു ചെറുപട്ടണത്തിൽ ഏതാനും ദിവസം തങ്ങുന്നു. പ്രസ്തുത യാത്രയിലെ സംഘാംഗങ്ങളുടെ മാനസിക വ്യാപാരങ്ങളാണ് ഈ നോവലിന്റെ അവിഭാജ്യ ഘടകം. ചുരുക്കത്തിൽ ജീവിതത്തിന്റെ കാലുഷ്യങ്ങളും പൊരുത്തക്കേടുകളും ഒരു അർക്കേഡിയൻ സങ്കല്പത്തിൽ വിചാരണ ചെയ്യുന്ന നോവൽ.

പർവതങ്ങളും താഴ്‌വാരങ്ങളും വെള്ളച്ചാട്ടവും തടാകവും മേഘമാലകളും നിറയുന്ന അഭൗമമായ ഒരു പ്രകൃതി അവിടെ നിറഞ്ഞുനിൽക്കുന്നു. ഈ പശ്ചാത്തലത്തിൽ സംഘാംഗങ്ങളുടെ വ്യത്യസ്തമായ ജീവിതരേഖകൾ വ്യാഖ്യാനം ചെയ്യുന്നു. ജീവിതത്തിന്റെ നിലനില്പ് എന്ന യുക്തിയെ ഇതിലെ ഓരോ ഭാഗവും വിചാരണ ചെയ്യുന്നു. കവിയും സംഘാടകനുമായ ലാവോയും അദ്ദേഹത്തിന്റെ പ്രണയിനിയും ചിത്രകാരിയുമായ മിസ്റ്റ്ലെറ്റോയുമാണ് ഈ പുസ്തകത്തിന്റെ കേന്ദ്രീകൃത കഥാപാത്രങ്ങൾ.

ചർച്ചകളും സംവാദങ്ങളും

ചർച്ചകളും സംവാദങ്ങളും യാത്രാസംഘത്തിലെ വ്യക്തികൾ അനുഭവിക്കുന്ന സംത്രാസങ്ങളും നിറഞ്ഞ ഈ പുസ്തകത്തിൽ യാത്രയുടെ ഭൗതികതലം വളരെ കുറച്ചു മാത്രമേ പ്രത്യക്ഷപ്പെടുന്നുള്ളൂ.

"യൗവനയുക്തരായിരിക്കുമ്പോൾ നാം സ്വപ്നങ്ങളുമായി യാത്ര തിരിക്കുന്നു. യാത്രാമദ്ധ്യത്തിലെത്തുമ്പോൾ ജീവിതത്തിന്റെ വഴി നഷ്ടപ്പെട്ടുവെന്ന് തിരിച്ചറിയുന്നു. അപ്പോൾ നാം തുടക്കത്തിനെ കണ്ടുമുട്ടുന്നു. വീണ്ടും ഒരു തുടക്കമിടുന്നു."

ഫിലോസഫിക്കൽ തലത്തിലേക്ക് ഇങ്ങനെയാണ് ഒരു സംവാദം ഇറങ്ങിവരുന്നത്.

"യാത്രയിലാണോ അതോ അതിന്റെ ലക്ഷ്യത്തിലാണോ പ്രാധാന്യം കുടിയിരിക്കുന്നത്" എന്നത് മറ്റൊരു ചർച്ചാതലം.

"നമ്മുടെ ഉദാത്തമായ സ്വപ്നങ്ങൾ നമുക്ക് എങ്ങനെയാണ് നഷ്ടമാവുന്നത്."

ഇതുപോലുള്ള തത്ത്വചിന്താമാനങ്ങളുള്ള വിഷയങ്ങളാണ് നോവലിലുടനീളം മാറി മാറി വരുന്നത്.

എത്തിച്ചേരേണ്ട സ്ഥലത്തെക്കുറിച്ചുള്ള റെയിൽവേ പ്ലാറ്റ്ഫോമിലെ ഒരു ഡിജിറ്റൽ ബോർഡ് വായന തെന്നിമാറുന്നത് "Et in Arcadia ego" എന്ന (അർക്കേഡിയയിലെ ആട്ടിടയന്മാർ) എന്ന വിഖ്യാത പെയിന്റിംഗിലേക്കാണ്. അവിടെ ആട്ടിടയന്മാർ ജാഗ്രതയോടെ ഒരു ശവകുടീരത്തിലെ ശിലാലിഖിതം വായിക്കുകയാണ്.

മാജിക്കൽ റിയലിസം

ഒരു തീവണ്ടി
ഇരുണ്ട പ്രകാശത്തിലേക്ക്
തെന്നിമറയുന്നു
പുൽമേട്ടിൽ നിറയുന്നത് കാളക്കൂട്ടങ്ങൾ.
വയലേലകൾ പാടുന്നുണ്ട്.
അതൊരു നഷ്ടസ്വപ്നത്തെകുറിച്ചാണ്.

യഥാർത്ഥവും അയഥാർത്ഥവുമായ വ്യത്യസ്ത തലങ്ങളിലൂടെയാണ് ഈ നോവൽ രചന രൂപപ്പെടുത്തിയിട്ടുള്ളത്. അതിനായി യാഥാർത്ഥ്യവും സ്വപ്നവും ഇടകലർന്നു കിടക്കുന്ന ആഖ്യാനമാണ് ഗ്രന്ഥകർത്താവ് സ്വീകരിച്ചിട്ടുള്ളതും. തനിക്കു സ്വായത്തമായ ആഫ്രിക്കൻ മിത്തുകളിൽനിന്ന്

രൂപപ്പെടുത്തിയ കിൽഫും (കുട്ടിപ്പിശാച്) മലാസ്സോയും ഇട യ്ക്കിടെ പ്രത്യക്ഷപ്പെടുന്നു. അവർ ലാവോയോട് നിരന്തര മായ ആശയവിനിമയം നടത്തുന്നുണ്ട്. അയാൾക്കു മാത്രം കാണാൻ പറ്റുന്ന സ്വന്തം ആത്മീയതയുടെ പ്രതിനിധി കളാണ് അവർ. വൃത്തികെട്ട ചിന്തകളുടെ ചുവപ്പൻകണ്ണു കളുള്ള ജീവികൾ ഭയത്തിന്റെ സങ്കരവർഗ്ഗങ്ങൾ, കാമത്തിന്റെ പിളർന്ന കൊമ്പുകൾ, അസൂയയുടെ സത്വങ്ങൾ എന്നിങ്ങനെ താനും തനിക്കു ചുറ്റും ഇരിക്കുന്നവരും ചുമന്നുകൊണ്ടിരി ക്കുന്ന പ്രശ്നങ്ങളും ഭീതികളും ദുഃസ്വപ്നങ്ങളും കുറ്റബോ ധവുമാണവർ.

പാലത്തിനടിയിൽ വെച്ച് ലാവോവിനെ വേർപെട്ട് മിസ്റ്റ്ലെറ്റോ ഒരു അയഥാർത്ഥ സ്വപ്നത്തിലേക്ക് ചെന്നെത്തുന്നു. നീല നിറമുള്ള ഒരു വയലും വെളുത്ത കുതിരയും അവിടെ കാണാ നാകുന്നു. ലാവോയാകട്ടെ അവളെയും പ്രതീക്ഷിച്ച് അന്ധകാരത്തിൽ നിലകൊള്ളുകയാണ്. മറ്റൊരിടത്ത് ഒരു പുരാതന പള്ളിമേട പല നിറങ്ങളിൽ മാറി മാറി വരുന്നതും മാജിക്കൽ ആഖ്യാനത്തിന്റെ തലങ്ങളാണ്. നീല നിറ മണിഞ്ഞ ഭൂമിയുടെ നിഗൂഢതയിലാണ് ഈ നോവൽ അവസാനിക്കുന്നതും.

ഗൊയ്ഥെയും കാമുവും

ഇതിലെ സംഘാംഗങ്ങളായ ജിം വായിക്കുന്നത് കാമുവിന്റെ തെരഞ്ഞെടുത്ത പ്രബന്ധങ്ങളാണ് എങ്കിൽ ലാവോ എപ്പോഴും ചെന്നെത്തുന്നത് ചരിത്രവും വേദാന്തവും മനഃ ശാസ്ത്രവും നിറഞ്ഞുനിൽക്കുന്ന ജർമ്മൻ ഇതിഹാസ കൃതിയായ ഗൊയ്ഥെയുടെ 'ഫൗസ്റ്റി'ലാണ്. അർക്കേഡിയൻ യാത്ര എന്നതു തന്നെയാണ് ഈ ഗ്രന്ഥങ്ങളിലെ തത്ത്വാ ധിഷ്ഠിത ലോകത്തിന്റെ ഉള്ളടക്കം.

തന്റെ പുസ്തകം ധൃതിയില്ലാതെ സാവകാശം വായിക്കൂ എന്നാണ് നോവലിസ്റ്റായ ബെൻ ഓക്രിയും വായനക്കാരോട് ആവശ്യപ്പെടുന്നത്. പോസ്റ്റ് മോഡേൺ നോവലായ ബെൻ ഓക്രിയുടെ 'ഇന്ദ്രജാലത്തിന്റെ കാലം' വ്യത്യസ്തമാകു ന്നത് നോവൽ സങ്കല്പത്തിന്റെ പുതുഘടനയും ഭൗതിക- അതിഭൗതിക തലങ്ങളുടെ സംയോജനത്തിലൂടെയുമാണ്.

കൃഷ്ണദാസ്
മാനേജിങ് എഡിറ്റർ

ഒന്നാം പുസ്തകം

ഒരു കുടുംബയാത്ര

ഒന്ന്

ചില കാര്യങ്ങൾ വളരെക്കഴിഞ്ഞേ സുവ്യക്തമാകൂ.

രണ്ട്

ധവളാഭമായ മലനിരകൾ. തീവണ്ടിയുടെ താരാട്ടുപാട്ട്. അയാൾ ഉറക്കത്തിലേക്ക് വഴുതിപ്പോകുകയായിരുന്നു. പാരീസിൽ നിന്നും സ്വിറ്റ്സർലണ്ടിലേക്കുള്ള ഒരു തീവണ്ടിയിലായിരുന്നു അവർ. കുട്ടിപ്പിശാചുമായി താൻ സംഭാഷണത്തിലാണ് എന്ന് അയാൾ പെട്ടെന്ന് ഓർമ്മിച്ചു.

"നീയെന്തിനെയാണ് ഭയക്കുന്നത്?" അത് ചോദിച്ചു.

"ഞാൻ ഒന്നിനേയും ഭയക്കുന്നില്ലല്ലോ!" ലാവോ മറുപടി പറഞ്ഞു.

"നീ മലാസ്സോയെ ഭയക്കുന്നുണ്ട്?"

"എന്തിനവനെ ഭയപ്പെടണം?"

"എല്ലാവർക്കും അവനെ ഭയമാണ്."

"സത്യത്തിൽ എനിക്കവനെ അറിയില്ല."

"അറിയാത്തതിനെയാണ് ആളുകൾ ഭയക്കുക."

"ഞാൻ ഒരിക്കലും അവനെ കണ്ടിട്ടേയില്ല. പിന്നെയെന്തിനവനെ ഭയപ്പെടണം?"

"നിങ്ങൾ തന്നെ പറയൂ."

ലാവോ വിഷമാവസ്ഥയിലായി.

കൺകോണുകളിലൂടെ പ്രത്യക്ഷപ്പെടുന്നതെല്ലാം തിളങ്ങുന്ന പോലെ. വ്യവസായികളും സഞ്ചാരികളും യുവപ്രണയികളും തിങ്ങിനിറഞ്ഞ ആ കമ്പാർട്ടുമെന്റിൽ കുട്ടിപ്പിശാച് അത്യന്തം സ്വസ്ഥനായിരുന്നു.

സംഭാഷണം തുടർന്നു:

"അങ്ങനെയെങ്കിൽ ജീവിതത്തെയാണ് നിങ്ങൾ ഭയപ്പെടുന്നത്." കുട്ടിപ്പിശാച് പറഞ്ഞു.

വളരെ കാലത്തിനുശേഷം ഓർമ്മിക്കപ്പെടുന്ന വിചിത്ര ങ്ങളായ ചില സംഭാഷണങ്ങളുണ്ട് - പക്ഷേ ആ സമയത്ത് അവ വേണ്ടവിധം ശ്രദ്ധിക്കപ്പെടുന്നില്ല.

കുട്ടിപ്പിശാച് ലാവോക്കെതിരെയുള്ള ഇരിപ്പിടം സ്വന്ത മാക്കി. തന്റെ ഭാഗ്യം. ലാവോ കരുതി. അയാൾ കളി തമാശയുടെ മട്ടിൽ പറഞ്ഞു.

"ഏറ്റം ഭാഗ്യകരമായത് എന്തെന്ന് നിങ്ങൾക്കറിയാമോ?"

"ഇല്ല."

"എവിടെയാകുമ്പോഴും വീട്ടിലെന്നപോലെയായിരി ക്കുക."

ജനാലകൾക്കപ്പുറത്ത് ധവളിമയിൽ നിന്നും ഹരിതാഭ യിലേക്ക് മലകൾ മാറിമറയുന്നു.

"നിങ്ങളെന്നെ വീണ്ടും കണ്ടുമുട്ടിയേക്കാം." കുട്ടിപ്പിശാച് പുഞ്ചിരിച്ചു. "എന്നാൽ എന്നെ തേടാതിരിക്കുക."

"വരട്ടെ. നിൽക്കൂ. നിങ്ങളോട് എനിക്കൊന്നു ചോദി ക്കാനുണ്ട്."

"അപ്പോൾ ഇതുവരെ നിങ്ങൾക്ക് ലഭിച്ച അവസരം?" പൊടുന്നനെ ദ്രോഹബുദ്ധിയും പരിഹാസവും കലർന്ന ഒരു ഭാവത്തോടെ കുട്ടിപ്പിശാച് പറഞ്ഞു. "അടുത്ത തവണ കൂടുതൽ ജാഗ്രതയോടെയിരിക്കൂ."

മൂന്ന്

ലാവോ തിളങ്ങുന്ന ഒരു ഗോളത്തിൽക്കിടന്നുറങ്ങി. പിന്നെ മടിയിലൊരു പുസ്തകവുമായി അയാൾ തന്റെ മേശയ്ക്കരികെ ഉണർന്നു. അപ്പോൾ ലോകം വ്യത്യസ്തമായിരുന്നു. കുന്നും കുഴിയുമുള്ള മലമ്പ്രദേശങ്ങൾ അതിവേഗത്തിൽ നീങ്ങിക്കൊണ്ടിരുന്നു. ഇനിയും അവസാനിക്കാത്ത ഒരു മന്ദഹാസത്തോടെ മിസ്റ്റലെറ്റോ ഉറക്കത്തിലായിരുന്നു. ആ നിമിഷം ജിം അയാളുടെ മുന്നിലെത്തി. അവർ നിർമ്മിച്ചുകൊണ്ടിരുന്ന ഡോക്യുമെന്ററിയുടെ സംവിധായകനായിരുന്നു ജിം.

"സഹസഞ്ചാരികളുമായി അഭിമുഖം നടത്തുന്നത് നമുക്ക് ചിത്രീകരിക്കേണ്ടിയിരിക്കുന്നു."

ജിമ്മിന്റെ മുഖം കരുണാമയമാണ്. ഉന്തിനിൽക്കുന്നൊരു താടിയെല്ല് വേറിട്ടുനിൽക്കുന്നു. ലാവോ ആ മുഖത്തേക്ക് നോക്കി, തീർത്തും വികാരരഹിതനായി... അപ്പോഴും അയാൾ കുട്ടിപ്പിശാചുമായുണ്ടായ നിഗൂഢ വർത്തമാനം വേർതിരിച്ചെടുക്കാൻ ശ്രമിക്കുകയായിരുന്നു. അതുകൊണ്ട് ജിം പറഞ്ഞത് ശ്രദ്ധിക്കാനായില്ല.

"നിങ്ങൾക്കെന്തുപറ്റി?" ജിം ചോദിച്ചു.

"ഏയ്! കുഴപ്പമൊന്നുമില്ല. എപ്പോഴാണെന്നെ ആവശ്യം?"

"നിങ്ങൾ തയ്യാറാകുമ്പോൾ."

"ഞാനിപ്പോഴേ തയ്യാർ."

ജിമ്മിനത് അപ്രതീക്ഷിതമായിരുന്നു. അയാൾ കരുതിയത് ലാവോവിന് തയ്യാറാകുവാൻ മുപ്പതു മിനിറ്റെങ്കിലും വേണ്ടിവരുമെന്നാണ്. ആ സമയംകൊണ്ട് തീവണ്ടിയുടെ മറുതലയ്ക്കൽ ആവശ്യമുള്ള രംഗങ്ങൾ

ചിത്രീകരിക്കുവാൻ ആകുമെന്നും അയാൾ കണക്കു കൂട്ടിയിരുന്നു. ലാവോ തയ്യാറായതു കണ്ടപ്പോൾ ജിം ഉത്സാഹഭരിതനായി. ആളുകൾ തമ്മിൽ മൊത്തത്തിൽ മാറ്റം വരുത്തേണ്ടതില്ല എന്നാണ് ലാവോ ചിന്തിച്ചത്. അങ്ങനെയാകുമ്പോഴാണ് എല്ലാവർക്കും മാറേണ്ടി വരുന്നത്.

പരിശ്രമങ്ങൾ ആരും ഇഷ്ടപ്പെടുന്നില്ല. ആളുകൾ ദീർഘദർശനങ്ങൾക്ക് വിധേയരായിക്കൊള്ളണ മെന്നതാണ് എല്ലാവരുടെയും ചിന്ത. ഇനി എന്താണ് ചെയ്യേണ്ടതെന്നറിയാതെ ജിം അവിടെത്തന്നെ നിന്നു. ലാവോ ഒന്നുകൂടി ചാരിയമർന്നിരുന്നപ്പോൾ മിസ്റ്റ്ലെറ്റോ ഉണർന്നു.

"നീ തയ്യാറായി വരുമ്പോൾ എന്നെ വിളിക്കൂ." ലാവോ പറഞ്ഞു.

"ഞാൻ റെഡിയാണല്ലോ." മിസ്റ്റ്ലെറ്റോ പറഞ്ഞു.

"ശരി, ശരി." എന്തോ ആലോചിച്ചുകൊണ്ട് ജിം പറഞ്ഞു.

മിസ്റ്റ്ലെറ്റോയുടെ കരതലം അമർത്തിപ്പിടിച്ചുകൊണ്ട് ലാവോ പറഞ്ഞു. "ഇനി തയ്യാറാവേണ്ടത്, നീയല്ല ഞാനാണ്."

നാല്

ഗ്രീസിലുള്ള അർക്കാഡിയയിലേക്ക് യാത്ര പോകുന്നതിനെക്കുറിച്ച് ഒരു ടി.വി. ഡോക്യുമെന്ററി നിർമിക്കുവാനുള്ള തയ്യാറെടുപ്പിലായിരുന്നു അവർ. അത്തരം ഒരു യാത്രയുടെ ഡോക്യുമെന്ററി നിർമ്മിക്കുവാൻ അക്കാലങ്ങളിൽ ഏഴുപേരെങ്കിലും വേണമായിരുന്നു. അതിനുവേണ്ടി ലണ്ടനിൽ തുടക്കമിടുകയും പാരീസിൽ ചിത്രീകരിക്കുകയും ഇപ്പോൾ സ്വിറ്റ്സർലണ്ടിലെ ബേസെലിലേക്ക് പോവുകയുമാണ്. പോകുന്നവഴിക്ക് അവർ യാത്രക്കാരെ ചിത്രീകരിച്ചു. അർക്കാഡിയയെക്കുറിച്ച് അവർക്കുള്ള അഭിപ്രായങ്ങളും അതിനിടയിൽ പരമാനന്ദത്തെക്കുറിച്ചുള്ള ആശയങ്ങളും വ്യാഖ്യാനങ്ങളും അടയാളപ്പെടുത്തി. ഒരേ സ്ഥലത്തേക്കുള്ള യാത്രയിലായിരുന്നു അവർ. സത്യത്തിൽ ഒരു ആശയാവിഷ്ക്കാരത്തിലേക്കായിരുന്നു ആ യാത്ര. അവർ എട്ടു പേരുണ്ടായിരുന്നു. ഏഴുപേർ ചിത്രീകരണത്തിൽ മുഴുകി. ഏഴുപേരും ലാവോയുടെ അനുഗാമിയായി മിസ്റ്റ്ലെറ്റോയും. ഒരു ഡോക്യുമെന്ററി പോലെ ആരംഭിച്ച യാത്ര പിന്നീട് അവരുടെ ആഗ്രഹങ്ങൾക്കെതിരായി മാറി. ഒരു മാറ്റത്തിന് അവർ വിധേയരാവുകയായിരുന്നു.

അഞ്ച്

അഭിമുഖത്തിന് കാത്തിരുന്നപ്പോൾ മറ്റുള്ളവർക്കു മുന്നിൽ തന്റെ വ്യക്തിത്വം എങ്ങനെയായിരിക്കണം എന്ന് ലാവോ ചിന്തിച്ചുകൊണ്ടിരുന്നു. ജീവിതത്തെ ഒരു മത്സര ക്കളിപോലെയാണ് അയാൾ കണ്ടത്. അവിടെ നിരവധി കഥാപാത്രഭാഗങ്ങൾ അവതരിപ്പിക്കേണ്ടിവരുന്നു. അനേകം വ്യക്തിത്വ പ്രകടനങ്ങൾക്ക് സാധ്യതയുണ്ടാകുന്നു. ഒരേ മാതിരിയുള്ള വേഷങ്ങളിൽ തൂങ്ങിപ്പിടിച്ചു കഴിയുന്നത് ശരിയല്ല. മരിച്ചവർ മാത്രമാണ് അചഞ്ചലരായിരി ക്കുന്നത്.

ഒരു ആൾമാറാട്ടത്തിന്റെ കുസൃതി അയാളെ വന്നുമൂടി. ഒരുവന്റെ പ്രതിബിംബവുമായി പ്രണയത്തിലാകുവാൻ ക്യാമറ അവനെ സഹായിക്കുന്നതെങ്ങനെയെന്നും ഒരു വ്യാജയാഥാർത്ഥ്യത്തെ എങ്ങനെ ശാശ്വതീകരി ക്കാനാകുമെന്നും അയാൾ ചിന്തിച്ചു. നിശിതമായ ആവർത്തനത്താൽ അഭിനയിച്ചുകൊണ്ടിരുന്ന ഒരു കഥാപാത്രമായി നാം മാറിപ്പോയാലോ? ആത്മാവിന് ആധികാരികതയില്ല എന്നതാവില്ലേ അതിനർത്ഥം? അടുക്കിവെക്കപ്പെട്ട ശിലാഖണ്ഡങ്ങൾ പോലെ കാലം ഞെരുക്കിയെടുത്ത പതിവു ശീലങ്ങളാണോ നമ്മുടെ സ്വത്വം?

സഹസഞ്ചാരികളുമായി അഭിമുഖം നടത്തുവാൻ തയ്യാ റായിക്കൊണ്ടിരിക്കെ ഈ വക ചിന്തകൾ അയാളുടെ മനസ്സിൽ നിറഞ്ഞു. മനസ്സ് കലങ്ങിമറിഞ്ഞു.

ആറ്

ചിത്രീകരണത്തിനാവശ്യമായ വിഭവങ്ങളും സേവനങ്ങളും സമാഹരിക്കുവാൻ ഉത്തരവാദപ്പെട്ടിരുന്ന ഹസ്ക്, ലാവോയെ കൂട്ടിക്കൊണ്ടുപോകുവാനെത്തി. മെലിഞ്ഞവളും കാര്യപ്രാപ്തയും പൂക്കുപ്പായമണിഞ്ഞ് സിരാവിഭ്രമമുണർത്തുംവിധം സുന്ദരിയുമായിരുന്നു അവൾ. യാത്രക്കാരിൽ ആരൊക്കെയാണ് തങ്ങൾക്കുതകുക എന്ന് അതിനകം അവൾ സൂക്ഷ്മപരിശോധന നടത്തി. തിരഞ്ഞെടുത്ത നാലുപേർ അമേരിക്കക്കാരും വെളുത്തവരും മധ്യവർത്തികളുമായിരുന്നു. അവർ ഒരുമിച്ചാണ് സഞ്ചാരം.

അക്കൂട്ടത്തിലെ ഒരു സ്ത്രീയാണ് ഗ്രൂപ്പിനെ പ്രതിനിധീകരിച്ചു സംസാരിക്കുവാൻ ഏറ്റവും സമർത്ഥയെന്നും അവൾ മനസ്സിലാക്കി. ആ സ്ത്രീക്ക് ആത്മവിശ്വാസമുണ്ടായിരുന്നു. ഗ്രൂപ്പിൽ ഏറ്റവും താത്പര്യമുണർത്തുന്നത് അവരാണെന്നും ഹസ്ക് തിരിച്ചറിഞ്ഞു. കംപാർട്ട്മെന്റുകൾക്കിടയിൽ നിൽക്കവേ അവൾ ലാവോയോട് ഇക്കാര്യങ്ങൾ വിശദീകരിച്ചു. വണ്ടിച്ചക്രങ്ങളുടെ ആരവങ്ങൾക്കിടയിൽ അവൾക്ക് ശബ്ദമുയർത്തി സംസാരിക്കേണ്ടിയിരുന്നു.

"അവർ അത്യാകർഷകരായ ഒരു ഗ്രൂപ്പാണ്. അവരോട് ഞാൻ സംസാരിച്ചു. ശാന്തനായിരിക്കൂ. നിങ്ങൾ എല്ലാംകൊണ്ടും സ്വസ്ഥനല്ലേ? നിങ്ങളുടെ മനസ്സ് ഇവിടെയെങ്ങുമല്ലെന്ന് തോന്നുന്നല്ലോ. ബാർബ്ബര എന്നു പേരായ ആ സ്ത്രീ തന്നെയാണ് നേതാവ്. അവരുടെ വ്യക്തിത്വം മഹത്തരമാണ് എന്ന് വഴിയേ അറിയും. നിങ്ങൾക്കു കുഴപ്പമൊന്നുമില്ലെന്ന് ഉറപ്പാക്കൂ."

ചിത്രത്തിന്റെ അവതാരകനെന്ന നിലയ്ക്ക് ലാവോ മതിയാകുമോ എന്ന് തുടക്കം തൊട്ടേ ഹസ്കിനു സംശയമുണ്ടായിരുന്നു. ആവശ്യമുള്ള യോഗ്യതകൾ ലാവോയ്ക്കുണ്ടോ, വിഷയത്തിൽ ഗ്രാഹ്യമുണ്ടോ എന്നൊക്കെ അവൾക്ക് ആശങ്കയുണ്ടായിരുന്നു. അയാളുടെ സ്വഭാവത്തെതന്നെയും അവൾ സംശയിച്ചു. ലാവോയ്ക്ക് ഇതറിയാമായിരുന്നു. തനിക്ക് ഇത്രമേൽ ലോകപ്രീതി നിലനിൽക്കേ ഈ സംശയം എങ്ങനെ ഒരുവൾക്കുണ്ടായി എന്നത് ലാവോയെ വിസ്മയപ്പെടുത്തി.

“ഏയ്, എനിക്കു കുഴപ്പമൊന്നുമില്ലെന്നു തോന്നുന്നു.” അയാൾ പ്രതികരിച്ചു.

“എങ്കിൽ ആ വ്യക്തിത്വസവിശേഷതയുള്ള സ്ത്രീയെ വെറുതെ ഒന്നു ശ്രദ്ധിച്ചേക്കൂ.” അവൾ പറഞ്ഞു.

ഏഴ്

സാം ക്യാമറ ക്രമപ്പെടുത്തുകയാണ്. അതിനുവേണ്ടിയുള്ള കാത്തിരിപ്പിനിടയിൽ ഒരുവന്റെ വ്യക്തിവൈശിഷ്ട്യത്തെപ്പറ്റിയാണ് ലാവോ ചിന്തിച്ചുകൊണ്ടിരുന്നത്. സംഭവഗതികളുടെ പ്രത്യക്ഷീകരണത്തിൽ വ്യക്തിത്വഭാഗധേയത്തിന്റെ സവിശേഷതമൂലം സംഭവിക്കാവുന്ന വിജയവും പരാജയവും അത് ഉളവാക്കിയേക്കാവുന്ന സാധ്യതകളെക്കുറിച്ചും അയാൾ ചിന്തിച്ചു. ശരി. അപ്പോൾ എന്താണീ വ്യക്തിത്വ സവിശേഷത? അയാൾ സ്വയം ചോദിച്ചു.

അത് ജീവത്തായതും രചനാത്മകവും ജീവിതത്തേക്കാൾ വികസിതവുമാണെന്നാണ് പൊതുവെ പറയപ്പെടുന്നത്. ആന്തരികമായ ഒരു സാഫല്യത്തിന്റെ പുറമേക്കുള്ള സാന്നിധ്യമാണ് വ്യക്തിവൈശിഷ്ട്യം. ആ സ്വാധീനം അദൃശ്യമായി പ്രയോഗിക്കുന്നു. വേലിയേറ്റത്തിലെ ചന്ദ്രനെന്നപോലെ അത് ഇളകുന്നു. എന്താണ് താൻ ചെയ്യുന്നതെന്നറിയാതെ! ബുദ്ധിവൈഭവവുമായി അതിന് രക്തബന്ധമോ സ്വഭാവസാമ്യമോ ഉണ്ട്. നൈസർഗ്ഗികമായ ഒരു വാസനപോലെയാണത്. അലക്സാണ്ടറുടെ തന്ത്രങ്ങൾ അയാളുടെ വ്യക്തിവൈശിഷ്ട്യത്തിന്റെ അലങ്കാരമാണ് ഒരുപക്ഷേ അയാളുടെ വിചാരങ്ങളേക്കാൾ. കാലത്തിലും ഓർമ്മയിലും അഭിനയിക്കുന്ന വ്യക്തിവൈശിഷ്ട്യത്തിന്റെ കഥയാണോ ചരിത്രം? ആയിരിക്കാം. നമ്മൾ അസ്തിത്വത്തിന്റെ ധിഷണകളിലേക്ക് മുഴുകുമ്പോൾ വ്യക്തിവൈശിഷ്ട്യത്തിന്

വിധിയെപ്പോലും മറികടക്കുവാൻ കഴിഞ്ഞേക്കാം - ലാവോ ചിന്തിച്ചു.

മെലിഞ്ഞ് സുന്ദരിയായ എന്നാൽ ആൺകുട്ടിയെ പ്പോലെ തോന്നിപ്പിക്കുന്ന തന്റെ സഹായി റിലി വഴി ക്യാമറകൾ സജ്ജമായിരിക്കുന്നുവെന്നും ചിത്രീകരണം വേഗം ആരംഭിക്കണമെന്നും സാം അറിയിച്ചു.

എന്നാൽ പിന്നീട് സംഭവിച്ചത്, വ്യക്തിവൈശിഷ്ട്യം എന്നതിൽനിന്നും അർത്ഥപൂർണ്ണമായ ഒരു പാഠമാണ് ലാവോ പഠിച്ചത്. മൗനത്തിന്റെ ശക്തി അയാൾ എന്തെന്ന് തിരിച്ചറിയുകയാണ്. ലാവോയ്ക്ക് അത് ചിന്തയുടെ നിർണ്ണായകമായ വഴിത്തിരിവായി.

എട്ട്

ഫിലിം നിർമ്മാണവുമായി ബന്ധപ്പെട്ട ജോലിക്കാർ തയ്യാറായി. ഏഴുപേരും കമ്പാർട്ടുമെന്റിലുണ്ടായിരുന്നു. ക്യാമറ അതിന്റെ മയക്കുമരുന്ന് പിഴിഞ്ഞ് ലാവോയുടെ ശരീരസംഹിതയിലേക്ക് വീഴ്ത്തി. കണ്ണുകളെ വഴി തെറ്റിക്കുന്ന ഒരുവനാകുവാൻ ലാവോ ശ്രമിച്ചു. "എന്നിലേക്ക് സ്നേഹവുമായി വരൂ... നുണ പറയൂ." നാല് അമേരിക്കക്കാരുമായി സംവാദം നടത്തുന്നതിനേക്കാൾ മുമ്പ് അയാൾ ക്യാമറയോട് സംവദിച്ചുകൊണ്ടിരുന്നു.

അവരെല്ലാം ഒരു മേശയ്ക്കു ചുറ്റുമായി ഇരിപ്പുറപ്പിച്ചു. എമിലി, ബാർബര എന്നീ സ്ത്രീകൾക്ക് ജനാലയ്ക്കരികിൽ ഇരിപ്പിടം കിട്ടി. മുഖക്ഷൗരം ചെയ്ത ആജാനുബാഹുക്കളായിരുന്നു ബോബ്, സ്കോട്ട് എന്നീ പുരുഷന്മാർ. എമിലിയുടെ ഭർത്താവായ സ്കോട്ട് ചിത്രീകരണം നിരീക്ഷിക്കുകയായിരുന്നു. ബോബും. ആ നാൽവർ സംഘം അമ്പതുകളുടെ അവസാനത്തോടടുത്തവരായിരുന്നുവെങ്കിലും തികച്ചും ആരോഗ്യവാന്മാരും ഐശ്വര്യവാന്മാരും താന്താങ്ങളുടെ ജീവിതത്തിൽ സ്വയം സമാധാനം കണ്ടെത്തിയവരുമായിരുന്നു. പ്രതീക്ഷാനിർഭരമായ കണ്ണുകളാൽ അവർ ലാവോയെ നോക്കി. മൃദുവായ ഒരു വിഭ്രാന്തിയിൽ അയാൾ സ്വയം ചോദിച്ചു – "ഞാനാരെ സംബോധന ചെയ്യും? ഒറ്റയൊരാളാണെന്ന മട്ടിൽ എനിക്കവരോട് സംസാരിക്കാമോ?" ഒടുവിലയാൾ അവരെ വെവ്വേറെ അഭിമുഖീകരിക്കുവാൻ തീരുമാനിച്ചു.

അതുവരെയുള്ള യാത്രയെക്കുറിച്ച് അവരോട് അയാൾ സംസാരിച്ചു. മറ്റു യാത്രക്കാരെക്കുറിച്ച് എന്തെങ്കിലും

പറയുവാൻ അവരെ പ്രേരിപ്പിക്കുകയും ചെയ്തു. ലളിതമായ മാർഗത്തിലൂടെ ഗഹനതയിലേക്കു പ്രവേശിക്കുകയായിരുന്നു അയാളുടെ ലക്ഷ്യം. അവർക്ക് ഒരു നേതാവിനെ തിരഞ്ഞെടുക്കുവാനുള്ള സ്വാതന്ത്ര്യം അയാൾ നല്കി. കൂടുതൽ പറയുവാനും പറഞ്ഞത് നന്നായി പറയാൻ കഴിയുകയും ചെയ്യുന്ന ഒരാളെ. അവർ വളരെ സൗഹൃദത്തിലായിരുന്നു. തുറന്ന മനസ്സോടെ അവർ ലാവോയെ ഉറ്റുനോക്കി. കൂടുതൽ വിശാലത പ്രകടിപ്പിച്ചത് ബോബ് ആയിരുന്നു.

ലാവോ ചോദിച്ചു - “അർക്കാഡിയയെപ്പറ്റി നിങ്ങൾ കേട്ടിട്ടുണ്ടോ?”

ആ വാക്യത്തിന് ഒരു ദഹനപ്രക്രിയയുടെ ശക്തിയുണ്ടായിരുന്നു. അപ്പോൾ കൗതുകകരമായ ഒരു മൂകത അവിടെ വ്യാപിച്ചു.

ഒമ്പത്

അർക്കാഡിയ - ലാവോ ആദ്യമായി ആ വാക്കിന്റെ വാസ്തുവിദ്യ ശ്രദ്ധിച്ചു. അത് ആരംഭിക്കുന്നതും അവസാനിക്കുന്നതും അക്ഷരമാലയിലെ ആദ്യാക്ഷരത്തിലാണ്. ആ ഒരു പദം കൊണ്ട് തുടക്കം. അന്ത്യവും തുടക്കം കൊണ്ടുതന്നെ. ആ വാക്കിന്റെ മധ്യബിന്ദുവിലും ഒരു തുടക്കപദമുണ്ട്. അക്ഷരങ്ങൾ പ്രതീകാത്മകങ്ങളാവാമെന്ന ചിന്തയിലായി ലാവോ. ഒരുപക്ഷേ ആന്തരാർത്ഥങ്ങൾ അവയിലുണ്ടാകാം. ആ വാക്കിന്റെ പശ്ചാത്തലം അയാൾ ഒരിക്കൽകൂടി നിരീക്ഷിച്ചു.

തുടക്കത്തിൽ തുടങ്ങുന്നു. മധ്യബിന്ദുവിൽ വീണ്ടും ഒരു തുടക്കം. അവസാനത്തിലോ ആരംഭത്തിലേക്ക് തിരിച്ചുവരുന്നു. എന്നാൽ ജീവിതത്തിന്റെ ആദ്യാക്ഷരത്തിൽ നിന്നും ഒരിക്കലും അകലുന്നുമില്ല.

ആന്തരപ്രഭവകേന്ദ്രത്തെ ആദ്യാക്ഷരത്തോടൊപ്പം നവീകരിക്കുകയാണ് ഈ വാക്ക്.

നാം "അ" എന്ന അക്ഷരത്തിൽനിന്ന് ആരംഭിക്കുന്നു. അതിലേക്ക് തന്നെ തിരിച്ചെത്തുന്നു. ഒരു പഴമൊഴിയുണ്ട് - ഏദനിലെ ഉദ്യാനത്തിലേക്ക് നാല് നദികളൊഴുകുന്നു. അവയിലൊന്ന് ഭൂമിയിലെ സ്വർണം കൊള്ളാം എന്നാണ്. എന്നാൽ അഞ്ചാമത്തെ നദി അർക്കാഡിയായിലേക്കൊഴുകുന്നു എന്നായാലോ?

യൗവ്വനയുക്തരായിരിക്കുമ്പോൾ നാം സ്വപ്നങ്ങളുമായി യാത്രയാരംഭിക്കുന്നു. യാത്രാമധ്യത്തിലെത്തുമ്പോൾ ജീവിതത്തിൽ വഴി നഷ്ടപ്പെട്ടിരിക്കുന്നുവെന്ന് തിരിച്ചറിയുന്നു. അവസാനം തുടക്കത്തെ കണ്ടുമുട്ടുന്നു. വീണ്ടും ഒരു തുടക്കമിടുന്നു.

അർക്കാഡിയായെ നിരീക്ഷിക്കുമ്പോൾ കണ്ടെത്തുന്ന ഉത്തരം പോലെ.

പത്ത്

ലാവോ ഒന്നു ഇളകി. എന്നിട്ട് ചോദിച്ചു.

"നിങ്ങൾ അർക്കാഡിയയെപ്പറ്റി കേട്ടിട്ടുണ്ടോ?"

ബോബാണ് ആദ്യം മറുപടി പറഞ്ഞത്. അയാളുടെ മുഖം മോഹനമായിരുന്നെങ്കിലും കണ്ണുകൾ വില്പനക്കാരെ അവിശ്വസിക്കുന്നതായിരുന്നു.

"ഉവ്വ്. നാം പുറപ്പെട്ടത് അർക്കാഡിയയിൽ നിന്നാണ്. നിങ്ങൾ സഞ്ചരിക്കുന്നതും അവിടേക്കാണെന്ന് ഞാൻ കേട്ടു."

ഹസ്ക് അവരോട് കാര്യങ്ങൾ ചുരുക്കിപ്പറഞ്ഞു കൊടുത്തിരിക്കുന്നുവെന്ന് ലാവോ ഒരു ചെറുകിടിലത്തോടെ മനസ്സിലാക്കി.

"അർക്കാഡിയ എന്നതിന് നിങ്ങൾ നൽകുന്ന അർത്ഥം?"

"എനിക്കറിയില്ല." ബോബ് പറഞ്ഞു.

ആ സംഭാഷണം കേട്ടുകൊണ്ടിരുന്ന ജിം എണീറ്റു വന്ന് ലാവോയുടെ ഇടതുചെവിയിൽ സാവധാനം എന്തോ മന്ത്രിച്ചു. സർപ്പരൂപത്തിലുള്ള ഒരു മോഹനിദ്രാപദ്ധതി നടപ്പിലാക്കുന്നതുപോലെയായിരുന്നു ജിമ്മിന്റെ രീതി. അത് ലാവോയെ അസ്വസ്ഥനാക്കി. ക്യാമറയ്ക്കുവേണ്ടി തന്റെ ആശയം ഒന്നുകൂടി അവതരിപ്പിക്കുവാൻ അയാൾ പറഞ്ഞു. കോപാകുലനായിരുന്ന ലാവോ ആ ഗ്രൂപ്പിനോട് ചോദിച്ചു.

"ഏതാണ് ഉന്നതമായത്? സഞ്ചാരമോ എത്തിച്ചേരലോ?"

"എത്തിച്ചേരൽ." ബോബ് ഉത്തരം പറഞ്ഞു.

"സഞ്ചാരമാണെന്നേ ഞാൻ പറയൂ." ബാർബര ഇടപെട്ടു.

"സഞ്ചാരത്തിൽ ഓരോ ദിവസവും പുതുതായെന്തെങ്കിലുമുണ്ടാവും. മുമ്പെങ്ങും നിങ്ങൾ കാണാനിടവരാത്ത വസ്തുതകളെക്കുറിച്ചുള്ള ഒരു മുന്നറിവ്. ഒരു അവബോധം."

"രണ്ടും ഒരുമിച്ച് എന്നേ ഞാൻ പറയൂ." യു.എസ്. നേവിയിൽ ഉദ്യോഗസ്ഥനായിരുന്ന സ്കോട്ട് പറഞ്ഞു. "അന്യസംസ്കാരങ്ങൾ കാണുക, അതെത്ര രസകരമാണ്! മറ്റുള്ള രാജ്യങ്ങളിലെ ജനത എങ്ങനെ ജീവിക്കുന്നുവെന്നതും."

ജനാലയ്ക്കരികിലുള്ള സ്ത്രീ അതുവരെയും സംസാരിച്ചിട്ടില്ല. അവൾക്ക് നൽകാനുള്ളത് ചിന്താനിർഭരമായ ഒരു പുഞ്ചിരി മാത്രം. ആ നിശ്ശബ്ദതയ്ക്ക് പ്രകാശത്തിന്റെ ഒരു ഊന്നൽ കൊടുത്ത പോലെ.

പതിനൊന്ന്

ലാവോ ആ സ്ത്രീക്കുനേരെ തന്റെ അടുത്ത ചോദ്യം തൊടുത്തുവിട്ടു. അവർ മൃദുലമായി പുഞ്ചിരിച്ചതേയുള്ളൂ. ഒന്നും മൊഴിഞ്ഞില്ല. പകരം ഉത്തരം പറഞ്ഞത് ബാർബറയായിരുന്നു. "കേൾക്കാനാഗ്രഹിക്കുന്നവരുണ്ട്. നിശ്ശബ്ദരായവരുമുണ്ട്. പ്രാമാണ്യമുണ്ടെന്ന് ഒരിക്കൽ കരുതപ്പെട്ട പലതും മാസങ്ങൾക്കുശേഷം വിസ്മൃതമാകുമ്പോൾ അവരുടെ മുഖങ്ങളിലുണ്ടായിരുന്ന നിഗൂഢമായ പ്രകാശം മങ്ങിത്തുടങ്ങും."

ലാവോ മറ്റൊരു ചോദ്യം തൊടുത്തു.

"സഞ്ചാരം ഒരു പലായനമാണെന്ന് നിങ്ങൾ കരുതുന്നുണ്ടോ?"

"ഉവ്വ്." ബോബാണ് പ്രതികരിച്ചത്.

"എവിടേക്കുള്ള പലായനം?"

"ഒരുപക്ഷേ ഭൂതകാലത്തിലേക്കാവാം." ബാർബര പറഞ്ഞു.

"ഭൂതകാലത്തിലേക്കു പലായനം ചെയ്യുന്നതിന്റെ പ്രസക്തി?"

"ഇന്നെന്താണ് സംഭവിക്കുന്നതെന്ന് അതു പറഞ്ഞുതരും, ഭാവിയിൽ നാമെങ്ങോട്ടാണ് പോകുന്നതെന്നും."

ലാവോ ആ നാൽവർ സംഘത്തെ ആകമാനം നോക്കി.

"അർക്കാഡിയയ്ക്കു പിന്നിലുള്ള ആശയം, നമുക്കെന്തോ നഷ്ടമായി എന്ന സംശയമാണ്. ഏറ്റവും ഉന്നതമായ നമ്മുടെ സ്വപ്നങ്ങൾ നഷ്ടമാകാൻ തുടങ്ങുന്നു എന്നതാണ്. അറ്റ്ലാന്റിസിനെ എടുക്കുക." അയാൾ പറഞ്ഞു.

“അതേ.” പൊടുന്നനെയുളവായ അത്യുത്സാഹത്തോടെ സ്കോട്ട് പറഞ്ഞു. “ഉന്നതമായ ആ സ്വപ്നങ്ങൾ മിക്കപ്പോഴും നഷ്ടപ്പെടുന്നതായി കാണുന്നു. എന്തോ ഉള്ളിലേക്ക് നുഴഞ്ഞുകയറുകയും അവ സ്വയം നശിപ്പിക്കുകയും ചെയ്യുന്നു. റോം ആയിരുന്നു നഷ്ടപ്പെട്ടതിൽ അവസാനത്തെ നറുക്ക്.”

“സമ്പന്ന യുഗങ്ങളുടേതായി എന്തെങ്കിലും നമുക്കു വീണ്ടെടുക്കുവാൻ കഴിയുമോ?”

സമകാലീന യുദ്ധങ്ങളുടെ സംഘർഷങ്ങൾക്ക് വിരുദ്ധമായി അഗസ്റ്റസ് ചക്രവർത്തിക്കുകീഴിൽ സമാധാനത്തിന്റെ സുവർണയുഗമുണ്ടായിരുന്നു. അങ്ങനെയൊരു ധ്യാനാത്മകത ബോബിന്റെ മനസ്സിലുണ്ടായി.

“മുമ്പുള്ള യുഗോസ്ലാവിയ ഞങ്ങൾ ശരിക്കുമാസ്വദിച്ചു. ക്രൊയേഷ്യ, സ്ലോവേനിയ, ബോസ്നിയ.. എല്ലാം മനോഹരങ്ങളായ രാജ്യങ്ങൾ. പ്രിയമുളവാക്കുന്ന മോസ്റ്റാർ എന്ന നഗരത്തിൽ പന്ത്രണ്ടാം നൂറ്റാണ്ടിൽ പണി തീർത്ത ചുവന്ന ചായമടിച്ച ഒരു പാലമുണ്ട്. ലോകത്തിൽ ഏറ്റവുമധികം ചായം തേക്കപ്പെട്ട പാലം. ഇപ്പോഴത് യുദ്ധം മൂലം നശിച്ചിരിക്കുന്നു. ഇന്നലെ ഞങ്ങൾ സെന്റ് ചാപ്പലിലായിരുന്നു. ഒരിക്കലല്ലെങ്കിൽ മറ്റൊരിക്കൽ അത് നശിപ്പിക്കപ്പെട്ടിരുന്നുവെന്നും അവർ നഷ്ടശിഷ്ടങ്ങളിൽനിന്നു ഓരോ വട്ടവും അതിനെ പടുത്തുയർത്തുകയായിരുന്നുവെന്നും മനസ്സിലാക്കി. ആളുകൾ അവരുടെ ഭൂതകാലവുമായി തൊട്ടുനില്ക്കുവാൻ മോഹിക്കുന്നുവെങ്കിലും ചരിത്രത്തിൽ കാര്യങ്ങൾ സംഭവിച്ചുകൊണ്ടേയിരിക്കുന്നു. അതിനാൽ നാശവും പുനർനിർമിതിയും നിരന്തരം സംഭവിക്കുന്നു.”

“എന്തുകൊണ്ടാണ് നമുക്ക് നമ്മുടെ ഏറ്റവും ഉദാത്തങ്ങളായ സ്വപ്നങ്ങൾ നഷ്ടപ്പെടുന്നത്?”

“ആർത്തികൊണ്ടാണ് മിക്കവാറും.” സ്കോട്ടാണ് പറഞ്ഞത്.

"അധികാരവും അഴിമതിയും. അഴിമതിയോടെ അധോമുഖം വെളിവാകുന്നു. പിന്നീടത് അടർന്നു വീഴുന്നു. പിന്നീട് വീണ്ടും നാം എല്ലാം പുതുതായാരംഭിക്കാൻ നോക്കുന്നു. എന്നാൽ നാം ഒരിക്കലും പഠിക്കുന്നില്ല."

ശബ്ദലേഖനയന്ത്രത്തിന്റെ ബാറ്ററി തീർന്നിരിക്കുന്നുവെന്ന്, വിപരീതബുദ്ധിയും താന്തോന്നിയുമായ ശബ്ദലേഖകൻ പ്രോപ്പർ അപ്പോൾ വിളിച്ചുപറഞ്ഞു. ലാവോയോടും അമേരിക്കക്കാരോടും കുറെക്കൂടി ഉച്ചത്തിലും വ്യക്തമായും സംസാരിക്കണമെന്ന് അയാൾ പറഞ്ഞു. വളരെ പൊടുന്നനെ, ആ കമ്പാർട്ടുമെന്റിൽ ആവശ്യത്തിലേറെ കോലാഹലം ഉണ്ടാകുന്നതായി അയാൾക്കനുഭവപ്പെട്ടു. മറ്റാരും ശ്രദ്ധിക്കാത്ത ഇടപെടലുകൾ സൂക്ഷ്മലോലമായ അയാളുടെ ചെവി പിടിച്ചെടുത്തുകൊണ്ടിരുന്നു. നീണ്ടുമെലിഞ്ഞു വിലക്ഷണഭാവമുള്ള ഉടലും കോമാളി മീശയുമുള്ള അയാൾ ബാറ്ററിക്കുവേണ്ടി ശബ്ദമുണ്ടാക്കികൊണ്ടിരുന്നു. യാത്രക്കാർ സഹനത്തോടെ എല്ലാം നോക്കി കാണുകയാണ്.

പ്രശ്നം പരിഹരിക്കപ്പെട്ടുകഴിഞ്ഞപ്പോൾ ലാവോയുടെ ഇടതുചെവിയിൽ പരമപ്രധാനമായ ചോദ്യത്തിലേക്കു അതിവേഗം കടക്കണമെന്ന് ജിം മന്ത്രിച്ചു.

ചിത്രീകരണം പുനരാരംഭിച്ചപ്പോൾ ദൗത്യസംഘത്തിന്റെ മേൽ ശ്രേഷ്ഠമായ ഒരു നിശ്ചലത പടർന്നു.

സംഭാഷണത്തിന്റെ രീതി മാറാൻ തുടങ്ങുകയായിരുന്നു.

പന്ത്രണ്ട്

അർക്കാഡിയയെപ്പറ്റിയുള്ള വ്യക്തിഗതമായ നിങ്ങളുടെ അഭിപ്രായം ഞാൻ ചോദിക്കുവാനാഗ്രഹിക്കുന്നു. "സ്വകാര്യമായ ഒരു സ്വർഗത്തെക്കുറിച്ചുള്ള നിങ്ങളുടെ അഭിപ്രായമെന്താണ്? പുസ്തകമോ, സ്ഥലമോ വ്യക്തിയോ, ഒരു ചിന്ത് സംഗീതമോ ചിത്രമോ, ഏതു രൂപത്തിലായാലും?"

"എനിക്കു തോന്നുന്നത് നാം കുടുംബമൊത്തിരിക്കുമ്പോഴാണ് സ്വകാര്യ സ്വർഗം ഉണ്ടാകുന്നത് എന്നാണ്." സ്കോട്ട് പറഞ്ഞു. ഇടയ്ക്ക് മറ്റൊരു ശബ്ദം കയറിവന്നത് ബോബ് പറയാൻ തുടങ്ങുമ്പോഴായിരുന്നു. ഒരേ ഇടത്ത് രണ്ട് സ്വരങ്ങൾ. എന്നാൽ ആ മാന്യനായ വ്യക്തി ശ്രദ്ധിക്കാതിരുന്നു. പുതുമയുടെ കാമുകനായ ക്യാമറയാകട്ടെ പുതിയ സ്വരത്തിന്റെ ദിശയിലേക്ക് തിരിഞ്ഞു.

അവിടെയുണ്ടായ സംഭാഷണത്തിന്റെ കളഞ്ഞുപോയ സാധ്യതകളെല്ലാം അവളുടെ മൂകത സ്വീകരിക്കുകയുണ്ടായി. വിശേഷിച്ചൊന്നിലും ഊന്നാതെ അവൾ സംസാരിച്ചു. കാര്യങ്ങൾ അതിന്റെ പരിധിയിലെത്തിയിരിക്കുന്നു. ഒരു പുതിയ ഘട്ടത്തിലേക്ക് ഇനി പോകേണ്ടതുണ്ട്. ആയതിനാൽ അവളുടെ സംസാരം കേൾക്കണമെന്നുണ്ടായിരുന്നില്ല.

നിശ്ശബ്ദതയാണ് ഏറ്റവും അഭികാമ്യം എന്നു വരുമ്പോൾ ഉപയോഗിക്കുന്ന വാക്കുകൾ അതിതീക്ഷ്ണമായിരിക്കണം. മൂകതയുടെ ജ്ഞാനം ക്യാമറയ്ക്കാകട്ടെ പകർത്തിയെടുക്കാനുമാകുന്നില്ല. ഭഗവദ്ഗീത പറയുന്നു: *സമാധാനം പകരുന്ന ഒരു വാക്ക് ആയിരം വാക്കുകളേക്കാൾ അനുഗൃഹീതമാണെന്ന്.* അതിന് ക്യാമറ ഇങ്ങനെ മറുപടി പറഞ്ഞേക്കാം. "ജനകോടികളുടെ മനസ്സുകളിലും ഹൃദയങ്ങളിലും സ്പർശിക്കണമെന്നുണ്ടോ നിങ്ങൾക്ക്? എങ്കിൽ അതിനെ ദൃഷ്ടിഗോചരമാക്കൂ. എന്നിട്ട് അവയെ വാക്കുകളിലൂടെ വ്യക്തമാക്കൂ. സംവദിക്കൂ. അപ്പോൾ ഉദാത്തമായതിനെ പരിചരിക്കുവാൻ തിന്മയുടെ ശക്തികൊണ്ടുപോലും നിങ്ങൾക്ക് സാധിക്കുന്നു."

പതിമ്മൂന്ന്

നിരന്തരം ബഹളമയമായ ന്യൂയോർക്ക് നഗരത്തിൽ നിന്നും വന്നെത്തിയ എമിലി, അത്രനേരം മൗനിയായിരുന്നു. എമിലി ഇങ്ങനെ സംസാരിച്ചു.

“ഒരു ചുറ്റുവട്ടത്തിൽ ഞങ്ങൾ സഞ്ചരിച്ചുകൊണ്ടിരിക്കെ, അത് ഒരു നല്ല സ്ഥലമായിരിക്കുമെന്നും ജീവിക്കുവാൻ ഏറ്റവും വിശിഷ്ടമായിരിക്കുമെന്നുമായിരുന്നു എന്റെ ചിന്ത. എന്നാൽ എല്ലാം കണ്ടതിനുശേഷം സ്വന്തം വീട് തന്നെയാണ് ശാന്തിക്ക് ഏറ്റവും ഉപകരിക്കുക എന്നിടത്താണ് ഞാനെത്തിയത്. എനിക്ക് എന്നിൽ സ്വസ്തി കണ്ടെത്താൻ കഴിയുന്നുവെങ്കിൽ അതാവും ഏറ്റവും അഭികാമ്യം. യാത്ര ഒരുവനെ അക്കാര്യം അഭ്യസിപ്പിക്കുന്നുവെന്നെനിക്കു തോന്നുന്നു. അപ്പുറത്തെ പുൽമേടുകൾക്ക് പച്ചപ്പ് തോന്നിപ്പിക്കുമെങ്കിലും സ്വന്തം പാർപ്പിടത്തിൽ സൗഖ്യം കണ്ടെത്തുമ്പോഴാണ് നമുക്കേറ്റവും സന്തോഷമനുഭവപ്പെടുക.”

എല്ലാ ഉദ്യമങ്ങളിലും ഒരു നിമിഷമുണ്ട്. അനവധി പരിശ്രമങ്ങൾക്കുശേഷം ഒരുവൻ ആ നിമിഷത്തിലെത്തിച്ചേരുന്നു. യാത്രാരംഭത്തിൽ താനെന്താണ് ആഗ്രഹിക്കുന്നതെന്ന് അവൻ സങ്കല്പിച്ചിട്ടുണ്ടാകാം. ഒരു കൊട്ടാരമോ പർവ്വതമോ അഥവാ ഒരു കുമ്പിൾ പ്രശസ്തിയോ ആകാം. എന്നാൽ കൂടുതൽ ലളിതവും സത്യസന്ധവുമായ ഒന്നിൽ അവനെത്തിച്ചേരുന്നു. ഒരുപക്ഷേ, അവൻ സങ്കല്പിച്ചതിനേക്കാൾ നിസ്സാരമാകും അത്. എന്നാൽ ഏറ്റവും യുക്തമായതും ധാർമികവുമായിരിക്കും. അതു തന്നെയാവും ഹൃദയം ആഗ്രഹിക്കുന്നത്.

ക്യാമറ എന്താണോ അന്വേഷിച്ചത് അത് ലഭിച്ചുവെന്ന് ചിത്രീകരണസംഘത്തിന് ബോദ്ധ്യമായി.

പതിന്നാല്

ചെറുപട്ടണങ്ങൾക്കരികിലുള്ള വീടുകൾ. അവ പിന്നിട്ട് തീവണ്ടി കടന്നുപോയ്ക്കൊണ്ടിരുന്നു. അഭിമുഖം അവ സാനിച്ചിരുന്നു. കംപാർട്ട്മെന്റുകളിലൂടെ ലാവോ തന്റെ ഇരിപ്പിടത്തിലേക്കെത്തി. വണ്ടിച്ചക്രങ്ങളുടെ താരാട്ട് കേട്ട് കറ വീണ ചില്ലുകൾ കൊണ്ട് പൊതിഞ്ഞ ഒരു ദിവാസ്വപ്നസൃഷ്ടിയിലേക്ക് അയാൾ വീണു പോയി.

ലാവോ ചിന്തിച്ചു - മരണത്തെക്കുറിച്ചുള്ള ഏറ്റവും പ്രധാന വസ്തുത സമ്പൂർണ്ണമായി ജീവിക്കുക എന്നാണ്. സാധ്യതകളെല്ലാം സമ്പന്നമായി വിനിയോഗിക്കുക. ജീവിതത്തെ സംബന്ധിച്ച് ഏറ്റവും നല്ലത് മരണമാകുന്നു. സ്വഗൃഹത്തിലേക്കു മടങ്ങുക. സ്വഗൃഹം ഉത്തമം എന്നാണ് ജീവിതം നമ്മെ പഠിപ്പിക്കുന്നത്. ഗൃഹത്തിൽനിന്ന് നാമൊരിക്കലും വേർപ്പെടുന്നില്ല, വേർപ്പെട്ടുവെന്ന് കരുതുന്നുവെന്നേയുള്ളൂ. ആ സത്യം പൂർണമായും ജീവിച്ചു കഴിഞ്ഞവന് മാത്രമേ വെളിവാകുകയുള്ളൂ. ഒരുവൻ ശരിയായ "സ്വഗൃഹം." എവിടെയാണെന്ന് തിരിച്ചറിയേണ്ടിയിരിക്കുന്നു.

ഒരു തീവണ്ടി
ഇരുണ്ട പ്രകാശത്തിലേക്ക്
തെന്നിമറയുന്നു
പുൽമേട്ടിൽ നിറയുന്നത് കാളക്കൂട്ടങ്ങൾ.
വയലേലകൾ പാടുന്നുണ്ട്.
അതൊരു നഷ്ടസ്വപ്നത്തെകുറിച്ചാണ്.

രണ്ടാം പുസ്തകം

തിന്മയിൽ അല്പം ധ്യാനം

ഒന്ന്

തകർന്ന ഭിത്തികളിലെ ചുമരെഴുത്തുകൾ. പൊടിമൂടിയ സസ്യജാലങ്ങൾ. തീവണ്ടിയിലേക്ക് ഉറ്റുനോക്കുന്ന വീടുകളിലെ വിളറിയ കണ്ണുകൾ. വളരെക്കഴിഞ്ഞാണ് ആ കുടുംബങ്ങളെ ലാവോ ശ്രദ്ധിച്ചത്.

താനിതുവരെ കാണാതിരുന്നതൊക്കെ താഴെ ഇരിക്കുമ്പോൾ മാത്രമാണ് കാണുന്നത്. നീണ്ട വളവുള്ള ഒരു ചുവർമിസ്റ്റിൽറ്റോ വരയ്ക്കുന്നു. ആ ചിത്രമാണ് അയാൾക്ക് തിരിച്ചറിവുണ്ടാക്കിയത്. താൻ ജീവിക്കുന്നത് വിപരീതദിശയിലാണെന്ന് അയാൾക്കു തോന്നി. ഇരുട്ടിൽ മൂടിയ താൻ വർത്തമാനനിമിഷത്തിലല്ല ജീവിക്കുന്നതെന്ന് ആ ഉണർവിൽ അയാൾക്കു മനസ്സിലായി. മണിക്കൂറുകൾക്കോ മിനിറ്റുകൾക്കോ മുമ്പേ താൻ കടന്നുപോന്ന പ്രദേശങ്ങളിൽ എപ്പോഴൊക്കെയോ അയാൾ എത്തിച്ചേരുകയായിരുന്നു.

ഒരുപക്ഷേ, യാത്രയിലായതുകൊണ്ടാകാം അല്ലെങ്കിൽ ഒരു പാടുകാലം സ്വന്തമായുള്ളതിനാലാവാം ഇക്കാലമത്രയും താൻ ചിന്തിക്കാത്ത രീതിയിലുള്ള ഒരു അവസ്ഥയിൽ എത്തിച്ചേർന്നിരിക്കുന്നതെന്ന് അയാൾക്കു തോന്നി.

വർത്തമാനനിമിഷത്തിൽ ജീവിക്കാതിരിക്കുമ്പോഴാണ് ജീവിതം തന്നിൽനിന്നും ഒഴുകിപ്പോകുന്നത് എന്ന് അന്നയാൾ മനസ്സിലാക്കി. അയാൾക്കെങ്ങനെ മറ്റുള്ളവരുടെ ഒപ്പമെത്താൻ കഴിയും? ഇത് ഒരു രോഗത്തിന്റെ ഉപകാരങ്ങളിലൊന്നാണ്. അതിശീഘ്രം പായുന്ന ജീവിതകഥയിൽ താന്താങ്ങളെവിടെ നില്ക്കുന്നുവെന്ന് കണ്ടെത്തുവാൻ, ആളുകൾ സ്വയം സമയമനുവദിക്കുകയാണ് വേണ്ടത്. എന്നാൽ അങ്ങനെയൊരു തകിടംമറിച്ചിൽ പരിഭ്രാന്തിയിലും വിഭ്രാന്തിയിലും ചെന്നെത്തുകയാണെങ്കിൽ എന്തു ചെയ്യാനാവും? നാമെങ്ങനെ നമ്മുടെ കുരുക്കുകളഴിക്കും? വിപരീതദശയിലുള്ള ജീവിതം നാമെങ്ങനെ അവസാനിപ്പിക്കും?

അയാൾ വിസ്മയിച്ചുകൊണ്ടിരുന്നു.

രണ്ട്

“**ജീ**വിക്കുക.” എന്ന വാക്ക് തലകീഴാക്കുമ്പോൾ അതിൽ തിന്മയാണ് നിറയെ എന്ന് ആരോ തന്റെ ചെവിയിൽ മന്ത്രിക്കുന്നു. ഒരു വിസ്മയമായി വളരുംവരെ അക്കാര്യം ഒരിക്കലും അയാൾ ശ്രദ്ധിച്ചിട്ടുണ്ടായിരുന്നില്ല. വാക്കുകൾ കീഴ്മേൽ മറിക്കുമ്പോൾ അതിൽ പതിയിരിക്കുന്ന വെളിപാടുകളുണ്ട്. ഒരു ധ്യാനത്തിന്റെ ഉൾക്കാഴ്ചകളിലേക്ക് അയാൾ കണ്ണുകൾ നട്ടു. ജീവിക്കുക എന്നതിന്റെ വിപരീതം തിന്മയാണെങ്കിൽ, ജീവിതം അവസാനിക്കുക എന്നതും തിന്മയാവും. ജീവിക്കുകയെന്നാൽ സ്നേഹിക്കലും പരിണമിക്കലും സൃഷ്ടിക്കലുമാണ്. ഉല്പത്തികളെ സമ്പൂർണമാക്കുന്നതാണ് ജീവിതം. ജലമയമായ ജീവിതത്തിൽ നിന്ന് തിന്മ നാടുകടത്തപ്പെടുന്നു. ജീവിതം നവീകരിക്കപ്പെടുന്ന ഇടമാണ് അർക്കാഡിയ. തിന്മ പരിഹരിക്കപ്പെടേണ്ട ഒരിടമാണത്, ലാവോ ചിന്തിച്ചു.

മൂന്ന്

ജനാലയ്ക്കു പുറത്തേക്കു നോക്കിയപ്പോൾ ലാവോ വിഷാദചിത്തനായി. വിഷാദം എവിടെ നിന്നാണ് വന്നത്?

കുറേ കാലമായി മ്ലാനതയായിരുന്നു അയാളുടെ സത്ത. അടർത്തിയെടുക്കാനാവാത്ത ഒരു നിഴൽ പോലെ.

വളരെക്കാലം ഉപയോഗിച്ചിട്ടും തേയ്മാനം സംഭവിക്കാത്ത ഒരു ചെരിപ്പുപോലെ ഈ യാത്രയിൽ അയാൾക്ക് വളരെക്കുറച്ചേ മ്ലാനത അനുഭവപ്പെട്ടുള്ളൂ. അതിപ്പോഴും സുഖകരമായിത്തോന്നി.

എങ്കിലും വേറെയേതോ കാരണത്താലാണ് ലാവോ ഏറെ സാന്ത്വനിപ്പിക്കപ്പെട്ടത്.

സംസാരപ്രിയയല്ലാത്ത സ്ത്രീയാൽ ഉണർത്തപ്പെട്ട അർക്കേഡിയൻ വൈകാരികതയിൽ അലഞ്ഞ് താൻ ദൂരെയെവിടേക്കോ എത്തിയിരിക്കുന്നു. ഒരുപക്ഷേ അവളുടെ പ്രകാശമാവാം സ്വന്തം വിഷാദത്തെക്കുറിച്ച് അയാളെ ബോധവാനാക്കിയത്.

മിസ്റ്റ്ലെറ്റോ അപ്പോഴും അയാൾക്കെതിരെയിരുന്ന് ചിത്രംവരച്ചുകൊണ്ടിരുന്നു. ഒരു മന്ദഹാസം അവളുടെ മുഖത്തുണ്ട്.

ജനാലയ്ക്കു പുറത്ത് കുഴഞ്ഞുമറിഞ്ഞ നഗരനഷ്ടാവശിഷ്ടങ്ങൾ അതിവേഗം മറഞ്ഞുകൊണ്ടിരുന്നു. ഒരുപക്ഷേ, അതാവാം അയാളുടെ മ്ലാനതയെ പ്രലോഭിപ്പിച്ചുകൊണ്ടിരുന്നത്. പെട്ടെന്ന് ഒരു നിഴൽ അയാളുടെ കുറുകെ വീണു. ഒരു വാദ്യം കേൾക്കുന്നു:

"നിന്റെ ആത്മാവുമായി നീയുണ്ടാക്കിയ ഉടമ്പടിയനുസരിച്ചാണ് നിന്റെ ജീവിതത്തിന്റെ വഴി തെരഞ്ഞെടുക്കപ്പെട്ടിരിക്കുന്നത്."

ലാവോ കുതിച്ചെണീറ്റ് ചുറ്റും നോക്കി. ആരുമില്ല. സഹയാത്രികർ അവരവരുടെ സീറ്റുകളിലമർന്നിരിക്കുന്നു.

ചിലർ പത്രം വായിച്ചുകൊണ്ടിരിക്കുന്നു. മറ്റു ചിലർ വിദൂരതയിലേക്ക് ഉറ്റുനോക്കിയിരിക്കുന്നു. ലാവോ വീണ്ടും ഇരുന്നു. അപ്പോൾ ഏതോ ഒരു സാന്നിധ്യം അതിലൂടെ കടന്നുപോകുന്നു എന്നറിഞ്ഞു. അത് - "മലാസ്സോ." എന്ന വാക്ക് മന്ത്രിച്ചു. ലാവോ വീണ്ടും അദ്ഭുതത്തോടെ ചുറ്റും നോക്കി. മിസ്റ്റിൽറ്റോ ചിരിക്കുന്നു:

"നിങ്ങൾ ഉറക്കത്തിലായിരുന്നു. പെട്ടെന്ന് ഉണർന്നു ചാടിയെണീറ്റു. എല്ലാം ശരിയാണ്. കുഴപ്പമൊന്നുമില്ല. പഴയ പോലെ തന്നെ."

ലാവോ ഒന്നും മിണ്ടിയില്ല. അയാൾ പുറത്തെ നഗരാവശിഷ്ടങ്ങളിലേക്ക് നോക്കി. അവ അന്തമില്ലാതെ കിടക്കുന്നു. വാടകമുറികളും പഴകി ജീർണിച്ചു പൊളിഞ്ഞ കെട്ടിടങ്ങളും നിറഞ്ഞ അഴുകിയ നഗര വരമ്പുകൾ. അത്യന്തം വഷളായ കാഴ്ചകൾ മാത്രമേ തീവണ്ടികളിൽ നിന്നും കാണാൻ കഴിയുന്നുള്ളൂ എന്നയാൾ വിസ്മയത്തോടെ ഓർത്തു. കടന്നുപോകുന്ന മലിനദൃശ്യങ്ങളിലേക്ക് താൻ ചുഴിഞ്ഞു നോക്കുന്നതായും അയാൾ മനസ്സിലാക്കി. അഥവാ താൻ തിന്മയിലഭിരമിക്കുകയാണെന്നും കുത്സിതത്വത്തിന്റെ ലോകത്തെ പുനഃസൃഷ്ടിക്കുകയാണെന്നും. ആ കാഴ്ച അയാൾക്കിഷ്ടപ്പെട്ടില്ല. മിസ്റ്റ്ലെറ്റോയെ നോക്കാതിരിക്കുവാൻ അയാൾ ശ്രമിച്ചു. തന്റെ ദുഷിച്ച ആ വൈകാരികാവസ്ഥ അവളേയും ബാധിച്ചെങ്കിലോ? അത് അറിഞ്ഞിട്ടെന്ന പോലെയാണോ, ആവോ അവൾ എണീറ്റ് സാവധാനം സ്ഥലം വിട്ടു.

നാല്

റാഗങ്ങളുടെ ദൃശ്യങ്ങൾ സംബന്ധിച്ച തിരക്കുകൾ. ചിത്രീകരണസംഘം തീവണ്ടിക്കുള്ളിലൂടെ നടന്നുവരികയാണ്. ഹാൻഡ്-ക്യാമറയുമായി സാം യാത്രക്കാരുടെ സമീപദൃശ്യങ്ങൾ എടുക്കുന്നുണ്ട്. സാമിന്റെ സഹായിയായ റിലി തൊട്ടുപിറകിലുണ്ട്. എപ്പോൾ വേണമെങ്കിലും ഫിലിം മാറ്റാൻ തയ്യാറായി ചെറുപെട്ടികളുമായാണ് അയാളുടെ നടപ്പ്. ലാവോ ഇഷ്ടമില്ലാത്തതുപോലെ അയാളെ നോക്കി.

മേശപ്പുറങ്ങളിലിരിക്കുന്ന വസ്തുക്കൾ, ആളുകളുടെ മുഖങ്ങൾ, അവർ വായിച്ചുകൊണ്ടിരുന്ന പുസ്തകങ്ങൾ, അവരേർപ്പെട്ടിരുന്ന കളികൾ എന്നിവയിലെല്ലാം ക്യാമറ കേന്ദ്രീകരിക്കുവാനാണ് സാം ശ്രമിക്കുന്നത്. യക്ഷിയുടേതുപോലെ മുഖമുള്ള വൃദ്ധ, ഒരു ഫ്രെഞ്ച് നോവലിൽ മുഴുകിയിരിക്കുന്നു. ക്യാമറക്കണ്ണുകൾ അവ പിടിച്ചെടുത്തപ്പോൾ അയാൾ നിർവൃതി പൂണ്ടു.. മഞ്ഞപ്പൂക്കൾ നിറഞ്ഞ വയലേലകളിലേക്ക് ഉറ്റുനോക്കിക്കൊണ്ടിരുന്ന ദിവാസ്വപ്നക്കാരനായ ഒരു യുവാവിനുവേണ്ടി അയാൾ കുറച്ചുസമയം നീക്കിവെച്ചു.

മിക്കവാറും യാത്രക്കാർ ഉറക്കമായിരുന്നു. അവർ സ്വപ്നങ്ങൾ നെയ്തുകൊണ്ടിരിക്കുമ്പോൾ, സാം അവരുടെ മുഖങ്ങൾ ക്യാമറയിലൂടെ കവർന്നെടുത്തു. ഉറങ്ങുന്ന മുഖങ്ങൾ ക്യാമറയ്ക്ക് ഒരു വരപ്രസാദമായി ഭവിച്ചു. നിദ്രയിൽ ഏങ്കോണീകരിക്കപ്പെട്ട ദേവതയും സുന്ദരനായ പിശാചുമുണ്ട്. ദൂരെ ഒരു മൂലയിൽ വായ മലർക്കെ തുറന്നുവെച്ചുകൊണ്ട് ഒരാൾ ഉറങ്ങുന്നു. കുറുകെ, നാലുപേരുടെ മേശയിൽ ഒരു കൈക്കുഞ്ഞ് തന്റെ അമ്മയുടെ കൈത്തണ്ടയിൽ തലചായ്ച്ചു കിടന്നുറങ്ങുന്നു. ഉറങ്ങുന്ന കാമുകന്റെ തോളിൽ മഞ്ഞ ബ്ലൗസും ജീൻസും

ധരിച്ച ഒരു യുവതി തലചായ്ച്ചുകിടക്കുന്നു. നിദ്രയിൽ അവൾ മനോഹരിയായിരിക്കുന്നു. കാമുകനാകട്ടെ ഉൽക്കണ്ഠയും. അയാൾ കുഞ്ഞിന് സംരക്ഷണം നല്കിയിരിക്കുന്നു. ജനലിന്നരികിലിരുന്നുറങ്ങുന്ന മുത്തച്ഛനാകട്ടെ അവലക്ഷണം പിടിച്ചതും കാരുണ്യം പൊഴിയുന്നതുമായ ഒരു മിശ്രിത മുഖഭാവമാണ്.

സാം മുഖങ്ങൾ ചിത്രീകരിക്കവേ ഉറങ്ങുന്ന മുഖങ്ങളുടെ സ്വഭാവവ്യാഖ്യാനത്തെക്കുറിച്ച് ഒരു ഉപന്യാസമെഴുതണമെന്ന് ലാവോയ്ക്ക് തോന്നി. കുറ്റവാളികൾ മയങ്ങുമ്പോൾ ആക്രമണോത്സുകത അവർ മുഖത്ത് പ്രകാശിപ്പിക്കുമോ? കൊലപാതകികൾ പൈശാചികത പ്രദർശിപ്പിക്കുമോ? നാം ഉറങ്ങിക്കിടക്കുമ്പോൾ നമ്മുടെ മുഖങ്ങൾ നമ്മെപ്പറ്റി എന്താവും പറയുന്നത്? മാനസികഘടനയുടെ നിർമ്മിതി നമുക്ക് മറയ്ക്കാനാകില്ലല്ലോ. എന്തായിരിക്കും അതിലൂടെ പുറത്തുവരുന്നത്?

കംപാർട്ടുമെന്റിലെ മുഖങ്ങൾ സാം എടുത്തു കഴിഞ്ഞു. അയാൾ അടുത്തതിലേക്കു കടന്നു. ലാവോ അപ്പോഴും ദുഷിപ്പുചിന്തകൾ തുടരുകയാണ്. അയാൾ ഉറങ്ങുന്ന മുഖങ്ങളിലുറ്റുനോക്കി. ചുളിവുകൾ കണ്ടെത്തി. അവയിലുള്ള വ്യത്തികേടിൽ അതിശയിച്ചു. അയാൾ ഡാവിഞ്ചിയുടെ വിചിത്ര വിലക്ഷണചിത്രങ്ങളെപ്പറ്റി ചിന്തിച്ചു. നിദ്രയുടെ വികൃതവിനോദത്തിൽ കുറെ വെളിപാടുകൾ തീർത്തു.

അഞ്ച്

തീവണ്ടി നീലപുഷ്പങ്ങൾ നിറഞ്ഞ ഒരു പ്രകൃതിദൃശ്യം കടന്നുപോയി. കാവിമണ്ണുകൊണ്ടുള്ള പള്ളിയും കാളകളും ട്രാക്ടറുകളും കൃഷിയിടങ്ങളും നിറഞ്ഞ ഒരു നാട്ടിൻപുറമായിരുന്നു അത്.

ലാവോ ദുഷിപ്പിന്റെ നിർമിതിയിൽ മുഴുകിയിരിക്കുക തന്നെയാണ്. അയാളിൽ തിന്മയുടെ ഭാവം വസിക്കുന്നു; ഒരു പിശാചിനെപ്പോലെ അതിളക്കി മാറ്റുവാൻ കഴിയുമെന്ന് തോന്നുന്നില്ല.

ഇരിപ്പിടങ്ങളിലെ ചുവന്ന ചിത്രവേലകളിലേക്കും ചുവപ്പ് ചായംപിടിപ്പിച്ച മുഖങ്ങളിലേക്കും ഉറ്റുനോക്കുമ്പോൾ അയാളുടെ മനസ്സിലേക്ക് കൗതുകകരമായ സങ്കല്പങ്ങൾ ഉണർന്നു. യാത്ര ഒരു രക്ഷപ്പെടലാണെങ്കിൽ അവയേയും ചുമന്നുകൊണ്ടല്ലേ നാം സഞ്ചരിക്കേണ്ടത്?

ആ നിമിഷം തീവണ്ടി ഒരു ഗുഹയിൽ പ്രവേശിച്ചു. ക്ഷണികമായുണ്ടായ ആ അന്ധകാരത്തിൽ ലാവോ ജനലരികിലെ രൂപത്തെ ഝടുതിയിൽ കണ്ടു. ഒരു ദുർമ്മന്ത്രവാദിയുടെ വേഷഭൂഷകൾ. വീണ്ടും "മലാസ്സോ" എന്ന പേര് അയാളുടെ മനസ്സിലെത്തി. ഒന്നു വണങ്ങിക്കൊണ്ട് ആ രൂപം ലാവോയ്ക്കു പിന്നിൽ എന്തിലേക്കോ വിരൽചൂണ്ടി. പിന്നെ അപ്രത്യക്ഷമായി.

ലാവോ ചുറ്റും നോക്കിയപ്പോൾ ഒരു ക്ഷണദീപ്തിയിൽ ഭീകരമായ ദൃശ്യം കണ്ടു. പശ്ചാത്താപത്തിന്റെ കുട്ടിപിശാചുക്കൾ, വിഷാദത്തിന്റെ വേതാളം, വൃത്തികെട്ട ചിന്തകളുടെ ചുവപ്പൻ കണ്ണുകളുള്ള ജീവികൾ, പ്രവർത്തിദോഷങ്ങളുടെ ഭീകരസത്വങ്ങൾ, ഭയത്തിന്റെ സങ്കരവർഗ്ഗങ്ങൾ, കാമത്തിന്റെ പിളർന്ന കുളമ്പുകൾ, അസൂയയുടെ സത്വങ്ങൾ എന്നിവ ആ ഭാഗങ്ങളിലുണ്ടായിരുന്നു. തനിക്കു ചുറ്റുമിരിക്കുന്നവർ ചുമന്നുകൊണ്ടിരിക്കുന്ന

പ്രശ്നങ്ങളും ഭീതികളും ദുഃസ്വപ്നങ്ങളും ഖേദങ്ങളും കുറ്റബോധവുമാണവ എന്ന് ലാവോയ്ക്കു വെളിപ്പെട്ടു. ഓരോരുത്തരുടേയും മനഃശല്യങ്ങൾ അവരവരെ പിൻതുടരുന്നതായും ആ കംപാർട്ട്മെന്റിൽ അവ തിക്കി ത്തിരക്കുന്നതായും അയാൾ കണ്ടു.

താൻ തിന്മയെ നിർമ്മിച്ചുകൊണ്ടിരിക്കെയാണ് ലാവോ ഇതെല്ലാം കണ്ടത്. യാത്രാരംഭത്തിൽത്തന്നെ അയാൾ ഈ ദൃശ്യം കണ്ടിരുന്നുവെങ്കിലും വിസ്മൃതി അതിനെ വിഴുങ്ങിയിരുന്നു. ആരംഭത്തിലുണ്ടായിരുന്ന ചില പിശാചുകളെങ്കിലും യാത്രയ്ക്കിടെ മാഞ്ഞ് ഇല്ലാതായി ക്കഴിഞ്ഞിരിക്കുന്നുവെന്നും ലാവോ തിരിച്ചറിഞ്ഞു. മറ്റു ള്ളവ ദേശാന്തരാധിവാസത്തിന് തങ്ങുകയാവാം. സത്യ സന്ധരായ ഭൃത്യർ യജമാനന്മാരുടെ മടങ്ങിവരവിന് കാത്തിരിക്കുന്നു. പക്ഷേ, മിക്കവാറും ജീവികൾ ആ തീവണ്ടിയിൽത്തന്നെയുണ്ടായിരുന്നു.

നമ്മുടെ ഭൂതകാലം ഭാവിയെ അവ്യക്തമാക്കുന്നു - ലാവോ ചിന്തിച്ചു. നാം മുന്നോട്ട് ചരിക്കുന്നു. എങ്കിലോ പിന്നോട്ട് ജീവിക്കുകയാണ് ചെയ്യുന്നത്. സഞ്ചാരം ഒരു പലായനമല്ല. വിശാലപ്രകൃതിദൃശ്യങ്ങൾ മാത്രമേ മാറി ക്കൊണ്ടിരിക്കുന്നുള്ളൂ. നാം നമ്മിൽ തറഞ്ഞിരിക്കുന്നു. രക്ഷപ്പെടാൻ മാർഗമേതുമില്ല. ഒരുപക്ഷേ, ഒരു ദിശാ വ്യതിയാനം സംഭവിച്ചേക്കാം. ശരിയായ യാത്ര എന്നത് ശരീരത്തെ വഹിച്ചുകൊണ്ടുപോകുകയെന്നതല്ല - മന സ്സിനെ നവീകരിച്ചുകൊണ്ടുള്ള അവബോധത്തിന്റെ മാറ്റമാണ്.

ആറ്

ചിന്തകൾക്കിടെ ലാവോ ഒന്നു മയങ്ങി. കണ്ണു തുറന്നപ്പോൾ മിസ്റ്റ്ലെറ്റോ തിരിച്ചെത്തിയിരിക്കുന്നു. അവളുടെ ചിത്രപ്പുസ്തകം ഒരു വശത്തു കിടപ്പുണ്ട്. നിഷ്കളങ്കമായ ഒരു മന്ദഹാസത്തോടെ അവൾ ഉറങ്ങുകയാണ്. ജീവിതം ചില അസന്തുഷ്ടി കൊണ്ടുവരുംമുമ്പ് സന്തോഷവതിയായ പൈതലായിരുന്നു അവളെന്ന് ലാവോ സങ്കല്പിച്ചു. യാത്ര, അവളിൽ ആ പഴയ കുട്ടിയെ ഒരളവുവരെ തിരിച്ചെത്തിച്ചിരിക്കുന്നു.

ഒരേ ഇടത്തുതന്നെ നില്ക്കുകയെന്നത് രാക്ഷസവിഗ്രഹങ്ങളെ കൂടുതൽ കൂടുതൽ അകറ്റുകയാണ് എന്ന് ലാവോ ചിന്തിച്ചു. യാത്രയിലാണ് അവർക്കെന്തെങ്കിലും ചെയ്യുവാൻ കഴിയുക. യാത്ര ചെയ്യുമ്പോൾ നമ്മിലുള്ള പ്രശ്നങ്ങൾക്കും നാം സവാരി അനുവദിക്കുന്നു.

ഒരുപക്ഷേ, നമ്മുടെ രാക്ഷസന്മാർ അവരവരുടെ "അർക്കാഡിയ"കൾ ആഗ്രഹിക്കുന്നുണ്ടാവാം. എവിടെയെങ്കിലും അവർക്ക് സ്വസ്ഥത ലഭിച്ചെന്നിരിക്കാം - തന്നോടുതന്നെ ചിരിച്ചുകൊണ്ട് ലാവോ ചിന്തിച്ചു.

മിസ്റ്റ്ലെറ്റോ ഉണർന്നു. ജനാലയിലൂടെ പുറംലോകത്തെ നിരീക്ഷിച്ചുകൊണ്ട് പറഞ്ഞു.

"നമ്മൾ സ്വിറ്റ്സർലണ്ടിനടുത്തെത്തിയല്ലോ."

"ആ രൂപങ്ങൾ." ലാവോ പറഞ്ഞു.

"രൂപങ്ങളോ? നിങ്ങളെന്താണുദ്ദേശിക്കുന്നത്?"

അയാൾ ചുമൽ മേലോട്ട് ചലിപ്പിച്ചു. "എപ്പോഴാണോ നാം എന്തെങ്കിലും തിരിച്ചറിയുവാനാരംഭിക്കുന്നത് അപ്പോൾത്തന്നെ നാം മിക്കവാറും ലക്ഷ്യത്തിൽ എത്തിച്ചേരുന്നു."

"എനിക്കറിയാം." മിസ്റ്റലെറ്റോ പറഞ്ഞു. "യാത്രകൾ വഴി പിഴച്ചവയാണ്. നാം നമ്മുടെ വെളിപാടുകളിലെത്തിച്ചേരും മുന്നേതന്നെ നമ്മുടെ ലക്ഷ്യസ്ഥാനങ്ങളിലെത്തുന്നു."

"നീയത് മനസ്സിലാക്കിയോ?"

"അറിയില്ല. എങ്ങനെയോ മനസ്സിലെത്തി."

"ഒരുപക്ഷേ അതാവും യാത്രയുടെ ചൈതന്യം."

ലാവോ പറഞ്ഞു.

ഏഴ്

യാത്ര തങ്ങളെ എങ്ങനെ രൂപാന്തരപ്പെടുത്തുന്നുവെന്ന് അവർ ശ്രദ്ധിച്ചതേയില്ല. അവർ ഏതേതൊക്കെ സ്ഥലങ്ങളിൽ എത്തിച്ചേർന്നോ, എവിടെയൊക്കെ തങ്ങിയോ, എവിടങ്ങളിലൂടെയൊക്കെ കടന്നുപോയോ ആ സ്ഥലങ്ങളെല്ലാം അവരെ സൂക്ഷ്മമായി പരിണാമവിധേയരായിക്കൊണ്ടിരുന്നു.

തീവണ്ടിയിൽ നിന്നും പുറത്തിറങ്ങവേ അവർ അന്തരീക്ഷത്തിന്റെ ശുദ്ധി ശ്രദ്ധിച്ചില്ല. പോക്കുവെയിലിനെയോ നീലിച്ച ആകാശത്തെയോ അവർ ശ്രദ്ധിച്ചില്ല. സാധനങ്ങൾ ഇറക്കിവെക്കുന്നതിന്റെ തർക്കത്തിലും ആയാസത്തിലുമായിരുന്നു അവർ. സംഘത്തെ ജിം ഒരുമിപ്പിച്ചുനിർത്തി. ഓരോരുത്തരും അവരവരുടെ സ്യൂട്ട്കെയ്സിനോടൊപ്പം മാത്രമല്ല ഫിലിം നിർമാണ സാമഗ്രികളുടെ കനത്ത പെട്ടികൾ ചുമന്ന് ഇറക്കുന്നതിനും ഉത്തരവാദികളായിരുന്നു.

ബേസലിലെ സ്റ്റേഷനിൽ സാധനങ്ങളെല്ലാം ഇറക്കിവെച്ചുകഴിഞ്ഞപ്പോൾ ഒരുതരം സൈനികാവേഗം അവരെ പൊതിഞ്ഞു. എല്ലാംകൂടി ഇരുപത്തിരണ്ടിനങ്ങളാണ് അവർ ഇറക്കിവെച്ചത്. യാത്രാഭാണ്ഡങ്ങൾക്ക് കനവും മുഴുപ്പും വർധിച്ചതുപോലെ കാണപ്പെട്ടു. അവ ചുമക്കുവാനുള്ള സംഘത്തിന്റെ കഴിവും വർധിച്ചു. ആ യാത്രാഭാണ്ഡങ്ങൾ അവരെ ശക്തരാക്കിയതുപോലെ.

മെലിഞ്ഞ ഒരു വനിതാഹെർക്കുലീസെന്നപോലെ മിലി അവളുടെ ഭാരിച്ച ക്യാമറാകേസുകൾ ചുമന്നു. തൊഴിൽപരമായ സമചിത്തതയോടെ സാം മിലിയെ സഹായിച്ചു. ഓരോരുത്തരും വരിയായി നിന്നു. ശബ്ദലേഖകനായ പ്രോപ്പർ, വാശിക്കാരനായ മാനേജർ ജൂട്ട്, വികാര

ക്ഷോഭമുണർത്തുന്ന സൗന്ദര്യവുമായി ഹസ്ക്, മന്ദഹാസവുമായി മിസ്റ്റ്ലെറ്റോ, അവതാരകനും കവിയുമായ ലാവോ... എല്ലാവരും കുത്തനെ നിലയുറപ്പിച്ചു.

അലങ്കോലപ്പെട്ട മാറാപ്പുകളുമായി ആയാസത്തോടെ ഞെരുങ്ങുമ്പോഴും യാത്രയുടെ വിഷയവുമായി അവർ പ്രവർത്തനക്ഷമരായിരുന്നു.

എട്ട്

തീവണ്ടികളിൽ നിന്നിറങ്ങി കഴിച്ചുകൂട്ടുന്ന സവിശേഷ മായ ആ അനുഭവത്തിന് എന്തെങ്കിലും പേരുണ്ടോ? തപസ്വികൾ പറയുന്നു സ്വർഗത്തിലുള്ളവയുടെ ജഡിക മായ പ്രതിരൂപങ്ങളാണ് ഭൂമിയിലെ വസ്തുക്കൾ എന്ന്. പ്ലേറ്റോയുടെ ആദർശപരമായ രൂപങ്ങളും ഇതേ ആശയം പ്രകടിപ്പിക്കുന്നു. തീവണ്ടിയിലിരിക്കുന്നയാൾ ഒരു പ്രകൃതിദൃശ്യവും മുറിച്ചുകടക്കുന്നില്ല. വാഹനമാണ് മുറിച്ചുകടക്കുന്നത്. എന്നാൽ ചലനം - അത് എന്തൊരു മായാദർശനമാണ്! തീവണ്ടി രണ്ടു യാഥാർത്ഥ്യങ്ങൾക്കിട യിലുള്ള ഒരു പാലമാണ്. സ്വപ്നം കാണുവാനും ധ്യാനി ക്കുവാനും സ്വഭാവനിരീക്ഷണം നടത്തുവാനും മനു ഷ്യർക്ക് ലഭിക്കുന്ന ഒരിടം. അത് സ്വാതന്ത്ര്യത്തിന്റെ ഒരു മനോഭാവം തരുന്നു. അതിനാലാവാം ആളുകൾ തീവണ്ടി യാത്ര ഇഷ്ടപ്പെടുന്നത്.

ദീർഘമായ ഒരു തീവണ്ടിയാത്രയ്ക്കുശേഷം വികാസ ത്തിന്റെ ഒരു ഘട്ടം അവസാനിക്കുന്നു. അതിനിടയിലുള്ള ഇടങ്ങൾക്ക് ചലനാത്മകത നഷ്ടപ്പെടുന്നു. പുതിയ ഒരു യാഥാർത്ഥ്യം മാടിവിളിച്ചുതുടങ്ങുന്നു.

എത്തിച്ചേരുക എന്നതിനർത്ഥം നിർവചിക്കപ്പെടുക എന്നുതന്നെ ആയിരിക്കുവാൻ... പ്രവർത്തിക്കുവാൻ... നിർവഹിക്കപ്പെട്ടു കഴിയുവാൻ...

സമയം ഒട്ടും തിട്ടപ്പെടുത്തുവാനില്ലെന്നിരിക്കെത്തന്നെ ഗൗരവാവഹങ്ങളായ കാര്യങ്ങൾ നിർവഹിക്കുവാനുണ്ട് എന്നുകൂടി ഇതിനർത്ഥമുണ്ട്.

ഒമ്പത്

യാത്രാഭാണ്ഡങ്ങളുമായുള്ള അസുഖകരമായ യുദ്ധം ഒരു ഹാസ്യചിത്രം കൂടിയാണ്. പെട്ടികളും കെയ്സുകളും ഭാരിച്ചതും തടസ്സമുണ്ടാക്കുന്നവയുമായിരുന്നു. എടുത്തുയർത്തിയപ്പോൾ താഴെവീണ് അവയുടെ കോണുകൾ തെറ്റി. ചുമക്കുവാൻ ബാധ്യതപ്പെട്ടവർക്കിടയിൽ എല്ലാ തരത്തിലുമുള്ള മനഃസംഘർഷങ്ങളുമുണ്ടായിരുന്നു. വഴിപിഴച്ച ഒരു ചേതനയിൽ പിറവിയെടുത്തപോലെ ഈ ചുമടുകൾക്ക് അതിന്റേതായ ഒരു ജീവിതമുണ്ടായിരുന്നു. അത് അമൂർത്തവും കഠിനവുമായി മാറി. ദീർഘചതുരങ്ങളായ രൂപങ്ങൾ. അവ കഷ്ടപ്പെട്ട് വലിച്ചിഴയ്ക്കുന്ന മനുഷ്യർ. മുഖമില്ലാത്ത കൂമ്പാരങ്ങൾ യാത്രികരെ പാപികളെപ്പോലെയാക്കി - നരകങ്ങളിലെ അവരുടെ പാപവിചാരണയോടെന്നപോലെ.

കണിശമായി മുറുക്കിയും ബന്ധിക്കപ്പെട്ടവയുമായ ആ വസ്തുക്കൾ അചേതനമായിരുന്നു. ഉപയോഗശൂന്യമായ ആവശ്യങ്ങളായിരുന്നു. യാത്രക്കാർക്ക് അവ എല്ലാമെല്ലാമായിരുന്നെങ്കിലും ഒന്നുമല്ലായിരുന്നു. ആ യാത്രാഭാണ്ഡങ്ങൾ നഷ്ടപ്പെടുകയെന്നത് ഒരിക്കലും വിധിനിർണയമാവുകയില്ല. പക്ഷേ ഭയവേഗം നിറഞ്ഞ മനഃശ്ചാഞ്ചല്യമുണ്ടാക്കുമെന്നുറപ്പ്. താന്താങ്ങളുടെ യാത്രാഭാണ്ഡങ്ങൾ ഒരു രഹസ്യംപോലെ, കുറ്റകൃത്യംപോലെ അവർ വലിച്ചിഴച്ചു നടന്നു.

പത്ത്

തന്റെ ബദ്ധപ്പാടും ചുമന്ന് നീങ്ങവേ ലാവോ ഒന്നു നിന്നു. വീണ്ടും ഏതോ ഒരു സാന്നിധ്യം അയാളുടെ കൺമുന്നിലൂടെ പാഞ്ഞുപോയി. പിശാചുക്കളും ആ തീവണ്ടിയിൽ നിന്നിറങ്ങിയതായി അയാൾ അറിഞ്ഞു. പിന്നിൽ ഉപേക്ഷിക്കപ്പെട്ടിട്ടില്ല അവർ. ആ യാത്രയിൽ കൂടുതൽ അദൃശ്യരായി അവർ മാറി. ഇതുവരെ അവർ അവിടെ ഇല്ലായിരുന്നു എന്നു തോന്നിക്കുന്നവിധത്തിൽ. ഇരുപത്തിരണ്ടിനം യാത്രാഭാണ്ഡങ്ങൾ പിറകിൽ പതുങ്ങി നീങ്ങുമ്പോൾ അവർ കൊണ്ടുവന്ന പിശാചുക്കളും ഒപ്പമുണ്ടായിരുന്നു. പ്ലാറ്റ്ഫോമിൽ അവർ പരസ്പരം പരിചയപ്പെടുകയാണ്.

ജിമ്മിന്റേയും ജ്യൂട്ടിന്റേയും സാമിന്റേയും റിലിയുടേയും ദുർദേവതകളും പാതാളഭൂതങ്ങളും പരസ്പരം സംസാരിക്കുകയും നർമ്മസല്ലാപം നടത്തുകയും ചെയ്യുന്നു. അവർ പരസ്പരം ഒരു രഹസ്യവും സൂക്ഷിക്കുന്നില്ല. അവർ താന്താങ്ങളുടെ യജമാനന്മാരെപ്പറ്റി സംസാരിക്കുകയും ചിരിക്കുകയും ചെയ്യുന്നു. തങ്ങൾക്കറിയാവുന്ന യജമാനന്മാരുടെ തിന്മകൾ അവർക്ക് അധികമധികം തമാശകൾ നൽകുന്നു.

പതിനൊന്ന്

ലാവോ ഇതെല്ലാം കണ്ടുവെങ്കിലും കാര്യമാക്കിയില്ല. ഒരു സമയബോധത്തിൽ അയാൾ അത് മനസ്സിലാക്കിയതുമില്ല.

"നിങ്ങൾ എന്താണന്വേഷിക്കുന്നത്?" യാത്രാഭാണ്ഡങ്ങളിലുറ്റു നോക്കിനില്ക്കുന്ന ലാവോയോട് ജിം ചോദിച്ചു.

"ഒന്നുമില്ല." തല കുലുക്കിക്കൊണ്ട് ലാവോ പ്രതികരിച്ചു. "അതെ, അതുതന്നെ... ഒരൊറ്റ നിമിഷം മാത്രം... അത് കാണപ്പെട്ടത് എങ്ങനെയെന്നാൽ..."

"നിങ്ങൾ വസ്തുക്കളെ കാണുന്നുണ്ടോ?"

"എനിക്കങ്ങനെ തോന്നുന്നു. എന്നാൽ ഉറപ്പില്ല."

ജിം ലാവോയുടെ പുറത്ത് തട്ടി.

"ക്ലബ്ബിൽ കാണാം." ഫിലിം നിർമാണോപകരണം നീക്കുന്നതിന് മേൽനോട്ടം വഹിക്കുന്നതിനായി അയാൾ നീങ്ങി. ട്രെയിനിൽ നിന്നിറക്കിയ ഭാണ്ഡങ്ങൾ അല്പ ദൂരം ചുമന്നശേഷം യന്ത്രവൽക്കൃതമായ ഒരു ട്രോളിയിലേക്ക് മാറ്റപ്പെട്ടു. അവ പുറത്തെ കവാടത്തിലേക്കെത്തി. അവിടെ കാത്തുകിടന്നിരുന്ന ഒരു യാത്രാവണ്ടിയിലേക്ക് നീക്കം ചെയ്യപ്പെടുകയും ചെയ്തു.

ഒരു പ്രമേയം സംബന്ധിച്ച കുറിപ്പുകളും അതിന്റെ വ്യതിയാനങ്ങളും വിപരീതങ്ങളും തന്നിൽ അലയടിക്കുന്നുണ്ട് എന്നോർത്തുകൊണ്ട് ലാവോ പ്ലാറ്റ്ഫോമിൽ നിന്നു. തങ്ങളുടെ അധ്വാനസാഹസങ്ങൾക്കുശേഷം എല്ലാവരും പുറംകവാടത്തിലേക്ക് നീങ്ങി. അപ്പോൾ അനുഭവങ്ങൾ രണ്ടുതരത്തിലുണ്ടെന്ന് ലാവോയ്ക്ക് തോന്നി. ജൈവത്തായി സംഭവിക്കുന്ന അനുഭവവും പിന്നീട് സമഗ്രമായി

ഓർമ്മിക്കുമ്പോൾ ഉണ്ടാകുന്നതും - സൂക്ഷ്മാനുഭവവും ബൃഹത്തായ അനുഭവവും.

ആ ഇരുപത്തിരണ്ടിനം ഭാണ്ഡങ്ങളും നീക്കപ്പെട്ടതായി അയാൾ കണ്ടു. ജൂതഅക്ഷരമാലയുടെ എണ്ണം ഇരുപത്തിരണ്ട്. തത്ത കൊത്തിയെടുക്കേണ്ട കാർഡുകൾ ഇരുപത്തിരണ്ട്... ജീവിതത്തിന്റെ വൃക്ഷത്തിൽ ഇരുപത്തിരണ്ട് പാതകൾ. വളരെ കഴിഞ്ഞാണ് ഈ സ്വരൈക്യം അയാൾ കണ്ടെത്തിയത്.

ജീവിതഗ്രന്ഥത്തിന്റെ ചെറിയ അക്ഷരങ്ങളിലേക്കാണ് ഇനി ശ്രദ്ധ അയാൾക്ക് പതിപ്പിക്കേണ്ടത്.

പന്ത്രണ്ട്

ബസ്സിലേക്ക് യാത്രാഭാണ്ഡങ്ങൾ കയറ്റുവാനായി കാത്തുനില്ക്കെ സ്റ്റേഷനിൽ ലാവോ വെറുതെ അലഞ്ഞു നടന്നു. നിലത്ത് ഒരു വലിയ വസ്തു കിടക്കുന്നത് അയാൾ കണ്ടു. അതിലാകെ ചക്രങ്ങളും കപ്പികളും കയറുകളുമാണ്. അത് വട്ടം കറങ്ങുന്ന വലിയ ഒരു യാന്ത്രിക ഷഡ്പദമാണെന്ന് തോന്നിച്ചു. ഫാക്ടറികളിൽ നിന്നെന്നപോലെ അതിൽനിന്നും കറകറ ശബ്ദമുയർന്നുകൊണ്ടേയിരുന്നു. പരിചിതമായ എന്തിനേയോ അപരിചിതമായി കാണുന്നതുപോലെ ആ യന്ത്രം അയാളെ അലോസരപ്പെടുത്തി. അതെന്താണാവോ?

യന്ത്രശില്പവുമായുള്ള ആ ഇടപെടൽ അസാധാരണമായ ഒരു സന്തുഷ്ടവികാരം അയാളിൽ ഉളവാക്കി. തനിക്കു മനസ്സിലാകാത്ത ഒരു ഭാഷയുടെ നടുവിൽപ്പെട്ട പോലെ. അനധികൃതമായി ആളുകൾ പരിശോധിക്കുന്നതു തടയുന്നതിനായി ഒരു പ്രത്യേക കോഡിലേക്ക് വിവരം നല്കുന്നതിന്റെ മട്ടിലാണതിന്റെ നിർമ്മിതി. വിഷയങ്ങൾ ഒരു പുതിയ വെളിച്ചത്തിൽ പ്രത്യക്ഷപ്പെടുന്നു. എന്നാൽ അയാൾക്ക് ഒന്നും മനസ്സിലായില്ല.

ചുവരുകളിലും വാതിലുകളിലുമുള്ള അടയാളചിഹ്നങ്ങൾ വായിച്ചുകൊണ്ട് ലാവോ നടന്നു. തനിക്കറിയാവുന്ന നാമധേയങ്ങളിൽ നിന്നും വസ്തുക്കൾ വേർപ്പെടുത്തപ്പെട്ട് കാണുന്നുവെന്നത് അയാളിൽ ജിജ്ഞാസയും കൗതുകവുമുണർത്തി. അവ പ്രതിഷ്ഠിക്കപ്പെട്ടതായില്ല, എന്നാൽ ആശയങ്ങളായി.

പഴയ കടകളും കിയോസ്ക്കുകളും കടന്നുപോകെ തിരക്കിട്ടു പോകുന്ന ജനം ആരും അയാളെ ശ്രദ്ധിക്കുന്നില്ല.

ഒരു വിഷമാവസ്ഥയിലാണെന്ന് താൻ എന്ന് അയാൾക്കും തോന്നി. തന്റെ പേരിൽനിന്നും പ്രവൃത്തിയിൽ നിന്നും എന്തോ ഒന്ന് മുറിച്ചുമാറ്റപ്പെടുന്നുവോ? ഈ വികാരം ആദ്യം അസ്വസ്ഥതയാണുളവാക്കിയത്. ഏതോ ഇല്ലായ്മയിലേക്ക് ലയിക്കുന്നതുപോലെ. തനിക്ക് ആരു മായിത്തീരാം അല്ലെങ്കിൽ ആരുമേ ആകാനുമാവില്ല എന്നും അയാൾ അറിഞ്ഞു.

വിവിധതരം വേഷഭൂഷകളണിഞ്ഞ അപരിചിതരായ മനുഷ്യർ. അവരെ വകഞ്ഞുമാറ്റി അയാൾ നടക്കുക യാണ്. അവരുടെ കൈവശം ഹാൻഡ്ബാഗുകൾ, ബ്രീഫ്കേയ്സുകൾ എന്നിവയുണ്ട്. ജോലി സ്ഥലത്തു നിന്നും വീടണയുവാൻ തിരക്കിട്ട് പോകുന്നവരാകാം. അഥവാ മീറ്റിംഗുകൾക്കു പോകുന്നവരോ പതിവു യാത്ര ക്കാരോ ആകാം. അവർക്കിടയിലൂടെ നടക്കുമ്പോൾ താൻ ക്ഷണികമായി ധ്യാനിച്ചുകൊണ്ടിരുന്ന നിയമത്തിൽ നിന്നും സ്വതന്ത്രനായതുപോലെ. നിങ്ങൾ ചിന്തിക്കുന്നതെ ന്താണോ അതാണ് നിങ്ങൾ എന്നതായിരുന്നു ആ നിയമം. എന്നാൽ വിനാശകരമായ മറ്റൊരു നിയമത്തിൽ നിന്നുകൂടി രക്ഷപ്പെട്ടപോലെ. ലോകം നിങ്ങളെപ്പറ്റി എന്തു ചിന്തി ക്കുന്നുവോ അതാണ് നിങ്ങൾ എന്നതാണ് ആ നിയമം.

ഒരു നിമിഷം - താൻ സ്വന്തമായി നിർമ്മിച്ച ആത്മാ വിന്റെ കാരാഗൃഹത്തിൽ സ്വതന്ത്രനായി എന്ന് ലാവോയ്ക്ക് തോന്നി. വസ്തുക്കളോടുള്ള ഒട്ടിച്ചേരലിന്റെ നിഷ്ഠുരതയിൽ നിന്നുള്ള സ്വാതന്ത്ര്യം.

മുഖങ്ങളെയും ചുവർപരസ്യങ്ങളെയും ഓടിച്ചുനോക്കിയും മേൽക്കൂര എത്രയോ മുകളിലാണെന്ന് അതിശയിച്ചും പ്രകാശത്തിന്റെ വെളിച്ചം അനുഭവിച്ചും ആളുകളുടെ വസ്ത്രവിശേഷങ്ങൾ ശ്രദ്ധിച്ചും പത്രങ്ങളിലെ സ്പഷ്ട മല്ലാത്ത തലക്കെട്ടുകൾ വായിച്ചും അയാൾ അലയു കയാണ്.

പരിചിതമായ വസ്തുതകൾ ഒരു പുതിയ വെളിച്ചത്തിൽ കാൺകെ ഉണ്ടാകുന്ന അപ്രതീക്ഷിതമായ ഉണർവിൽ

അയാൾ ഊർജ്ജസ്വലനായി. രോഗാനന്തരം ആരോഗ്യം വീണ്ടെടുത്തവനെപ്പോലെ തന്നിൽ രൂക്ഷത കുറയുന്നതു പോലെ. അതിനപ്പുറം പൂങ്കാവനത്തിൽ ആദ്യമായി പ്രവേശിച്ചതിന്റെ അനുഭൂതി തന്നിലേക്ക് ഒളിച്ചുകടക്കുന്നതായും തോന്നി. ഒരു ജീവനകലയുടെ ഗുരുവായിത്തീരണം തനിക്ക് എന്നയാൾ ആഗ്രഹിച്ചു. പൊടുന്നനെ പിന്നിലെവിടെയോ പൈശാചികമായൊരു ചിരി ഉയർന്നു. പിൻതിരിഞ്ഞു നോക്കിയെങ്കിലും ചിരിയുടെ ഉറവിടം കണ്ടെത്താൻ അയാൾക്കു കഴിഞ്ഞില്ല. വീണ്ടും "മലാസ്സോ." എന്ന പദം മനസ്സിലേക്കു വഴുതി വീണു.

സാഹിത്യകലയോ, ചിത്രകലയോ സ്വരവിന്യാസം ചെയ്യലോ എത്രയോ പ്രയാസകരമാണെന്നു നോക്കൂ. അപ്പോൾ ജീവനകല എങ്ങനെ എളുപ്പമാകും? അയാൾ സ്വയം ചോദിച്ചു

തുടർന്നും അയാൾ സ്റ്റേഷനിലൂടെ നടന്നു. വൃത്തിയുള്ള വലിയ ജനാലകളും തെളിഞ്ഞ പ്രകാശവുമുള്ള കടകളും അയാളെ പിടിച്ചുനിർത്തി. അവിടെ പുസ്തകങ്ങളും പല ഹാരങ്ങളും വില്പനയ്ക്കെത്തിയിരുന്നു.

ആദ്യത്തെ സ്വാതന്ത്ര്യം മനസ്സിന്റെ സ്വാതന്ത്ര്യമാണ്. ഒരു പക്ഷേ, മനസ്സിൽ നിന്നു തന്നെയുള്ള സ്വാതന്ത്ര്യമാകാം. അയാൾ കരുതി.

അന്നേരം അവിടെ വെച്ച് അയാൾക്ക് അതു മനസ്സിലായില്ല. പക്ഷേ മറ്റെവിടെയെന്നതിനേക്കാളും ആ സ്റ്റേഷനിൽ വെച്ചാണ് ഒരു ഏദൻതോട്ടത്തിന്റെ ആസ്വാദനം അയാളിലുണർന്നത്.

മൂന്നാം പുസ്തകം

കുട്ടിപ്പിശാചുമൊത്ത് ഒരു നിമിഷം

ഒന്ന്

പിന്നെ അയാൾക്ക് ആ നിമിഷം നഷ്ടമായി. ഒരു പക്ഷേ തിരിഞ്ഞ് നോക്കിയതുകൊണ്ടാകാം.

സ്റ്റേഷന്റെ മദ്ധ്യത്തിലെ ഹാളിലായിരുന്നു അയാളപ്പോൾ. അവിടെ ആൾക്കൂട്ടമുണ്ടായിരുന്നു. തീവണ്ടികൾ എവിടേക്ക് പോകുന്നു എന്നും ഏത് സമയത്ത് പോകുന്നു എന്നും ഏത് പ്ലാറ്റ്ഫോമിൽ അവ എവിടെ നിൽക്കുമെന്നുമെല്ലാം വലിയ സ്ക്രീനുകളിൽ കാണിക്കുന്നുണ്ടായിരുന്നു. അക്ഷരങ്ങൾ സ്ക്രീനിൽ മിന്നിമറഞ്ഞ് പോകുന്നു. യാത്രികർ സർവ്വത്മനാ ആ സ്ക്രീനിലേക്ക് നോക്കി നിൽക്കുന്നു. ആ കാഴ്ച അയാളുടെ മനം കവർന്നു. താന്താങ്ങളുടെ വണ്ടി കണ്ടെത്തുവാൻ ശ്രമിക്കുകയാണ് അവർ. ഏതാനും ദിവസം മുമ്പ്, അവർ പാരീസ് വിടുന്നതിനു മുമ്പ്, ഇതുപോലെ ഗാരെ ദ ലെസ്റ്റ് എന്ന സ്റ്റേഷനിൽ നിന്നിരുന്ന നിമിഷം അയാളോർത്തു.

യാത്രികർ തീവണ്ടിസമയം നോക്കി നിൽക്കുന്ന ഒരു തീക്ഷ്ണമുഹൂർത്തം - അയാൾക്ക് “Et in Arcadia ego” എന്ന പൗസ്സിന്റെ വിഖ്യാത പെയ്ന്റിങ്ങ് ഓർമ്മവന്നു. കൂടെയുള്ളവരെയെല്ലാം വൈകാരികത കൊണ്ട് സ്തംഭിപ്പിച്ച ഒരു പെയ്ന്റിങ്ങ്. നാല് ആട്ടിടയന്മാരെയാണ് ഈ പെയ്ന്റിങ്ങിൽ ചിത്രീകരിച്ചിരിക്കുന്നത്. അവർ ഒരു ശവകുടീരത്തിനു മുന്നിലാണ്. ആ ശവകുടീരത്തിന്മേൽ പ്രഖ്യാതമായ ചില വാക്കുകൾ കൊത്തിവച്ചിരിക്കുന്നു. പെയ്ന്റിങ്ങിന് അതിന്റെ പേരു ലഭിച്ചത് തന്നെ ആ വാക്കുകളാണ്. സ്റ്റേഷനിലെ യാത്രക്കാർ ഇപ്പോൾ ചെയ്യുന്നതുപോലെ തന്നെയാണ് ആ ചിത്രത്തിൽ ശിലാഫലകത്തിലേക്ക് ആട്ടിടയന്മാർ നോക്കിനിൽക്കുന്നത്. ഈ താരതമ്യം ഒരുപക്ഷേ ദുർബ്ബലമായിരിക്കാമെങ്കിലും അത് ലാവോയിൽ കൗതുകമുണർത്തി.

അയാൾ പൗസ്സിന്റെ ചിത്രത്തെക്കുറിച്ച് പുതിയ ഒരു മാർഗ്ഗത്തിൽ ചിന്തിക്കുവാൻ തുടങ്ങി. ആ ശവകുടീരത്തിലെത്തുന്നതിനു മുമ്പ് ആട്ടിടയർ സന്തോഷവാന്മാരായിരുന്നോ? അപരിചിതമായ ഈ ശിലാലിഖിതം കണ്ടതിനു ശേഷമാണോ അവർക്ക് അവരുടെ സന്തോഷം നഷ്ടപ്പെട്ടത്? ഈ പെയ്ന്റിങ്ങിലെ ആട്ടിടയന്മാരെ പോലെയാണോ നമ്മളെല്ലാം? പ്രഹേളികകളിലെ ഗൂഢാർത്ഥങ്ങൾ വിവരിക്കുവാൻ ശ്രമിക്കുന്നവരോ നാം?

പെയ്ന്റിങ്ങും തീവണ്ടി വിവരങ്ങൾ ശ്രദ്ധിക്കുന്ന യാത്രികരും തമ്മിലുള്ള പൊരുത്തങ്ങളെക്കുറിച്ച് തന്നെയാണ് ലാവോ ചിന്തിക്കുന്നത്. ആട്ടിടയരെ പോലെ നമ്മളും സ്വപ്നതുല്യമായ ജീവിതദൃശ്യങ്ങളിലൂടെ അലയുന്നവർ. ആ അലച്ചിൽ ദിവസങ്ങളിലൂടെ തുടർന്നുപോകുന്നു. അവസാനം ഒഴിവാക്കാനാകാത്ത മരണത്തിലെത്തുന്നു. ഈ പ്രക്രിയയിൽ ആട്ടിടയന്മാരെപ്പോലെ നമ്മളും എല്ലാ നശ്വര ജീവജാലങ്ങളിലുമെഴുതി ചേർക്കപ്പെട്ടിട്ടുള്ള, ഗൂഢമായ ശിലാലിഖിതങ്ങൾ വായിക്കുവാൻ ശ്രമിക്കുകയാണ്.

ഈ ശിലാലിഖിതം എല്ലാ കൽതൂണുകളിലും എഴുതിയിട്ടുണ്ട്. എത്തിച്ചേരേണ്ട സ്ഥലങ്ങളുടെ പേരതാണ്. എന്നാൽ അത് നമ്മുടെ വിധിയുടെ പേരല്ല. എല്ലാ മുഖങ്ങളിലും അതെഴുതിയിട്ടുണ്ട്. മഹത്തായ മുഖങ്ങളാകട്ടെ, പ്രാധാന്യമില്ലാത്തവയാകട്ടെ. എല്ലാ വിജയങ്ങളിലും പരാജയങ്ങളിലും അവ മന്ത്രിക്കപ്പെടുന്നുണ്ട്.

ശവകുടീരത്തിലെ ശിലാലിഖിതം വായിക്കുവാൻ ശ്രമിക്കുകയല്ലേ നമ്മളെല്ലാം? ജീവിതമെന്ന പ്രബന്ധത്തിന് അടിക്കുറിപ്പായി ചേർത്തിരിക്കുന്ന ചെറിയ അക്ഷരങ്ങളിൽ അർത്ഥം കണ്ടെത്താൻ ശ്രമിക്കുന്ന ആട്ടിടയന്മാർ നമ്മൾ.

രണ്ട്

ലാവോ ഒരു പരീക്ഷണത്തിലായിരുന്നു. ചിന്തിക്കുക എന്ന പരീക്ഷണം. പെയ്ന്റിങ്ങിലെ ആട്ടിടയന്മാർ - അവർ സത്യമായും ജീവനുള്ളവരാണെന്ന് കരുതുക. അയാൾക്ക് നേരിൽ പരിചയമുള്ളവർ. ആടുകളെ മേച്ച് അലയുകയാണവർ. അർക്കാഡിയ മലനിരകളിലെ ഒരു വേനൽദിനത്തിൽ ആട്ടിടയന്മാർ ഗൂഢമായ ശിലാലിഖിതമുള്ള ആ കുഴിമാടത്തിൽ എത്തുന്നു.

ഈ വാക്കുകൾ വായിക്കുവാൻ അവർക്ക് എത്ര സമയം വേണം? അവരെത്ര സമയമെടുത്തിട്ടുണ്ടാകും? അവർ ലാറ്റിനിലാണോ വായിച്ചത്? ഓരോ വാക്കും ഒരു നിഗൂഢതയുടെ മറ നീക്കുന്നതാണ്.

Et in Arcadia ego. ഞാനും അർക്കാഡിയയിൽ ജീവിച്ചിട്ടുണ്ട്. അവർ പരസ്പരം നോക്കി. അവർ വാക്കുകൾ വായിച്ചിരിക്കുന്നു. എന്നാൽ വാക്കുകളുടെ അർത്ഥമെന്താണ്? അവർ വീണ്ടും വായിച്ചു. ആദ്യവായന കഴിയുമ്പോഴാണ് യഥാർത്ഥ വായന തുടങ്ങുന്നത്. ഒരു സംഭ്രമത്തോടെയാണ് അത് തുടങ്ങുന്നത്.

അതേ സമയം നമ്മുടെ ഈ നാല് ആട്ടിടയന്മാർക്ക് എന്ത് സംഭവിച്ചു? അപ്പോൾ ആരായിരുന്നോ അവരല്ല ഇപ്പോൾ. ആ ശിലാലിഖിതം അവരെ തങ്ങളിലേക്കു തന്നെ പിന്തിരിപ്പിച്ചിരിക്കുന്നു. അസ്വസ്ഥരാണവരിപ്പോൾ, കാരണം അതവർക്ക് മനസ്സിലാകുന്നില്ല എന്നതുകൊണ്ടു തന്നെ.

പെട്ടെന്ന് എല്ലാതിനും മുകളിൽ ഒരു ചോദ്യചിഹ്നം വിറ പൂണ്ട് നിന്നു. സുന്ദരമായ പ്രകൃതി ഇപ്പോൾ അതുപോലെ കാണപ്പെടുന്നില്ല. കൃത്യതയാർന്ന, ആ സുന്ദരവേനൽ ദിനം ഇപ്പോൾ കപടമായ എന്തിനേയോ സൂചിപ്പിക്കുന്നുണ്ട്.

നിലവിലുള്ള സുകുമാരാവസ്ഥയെ ഇല്ലാതാക്കുന്ന ഒരു നിമിഷത്തിലാണ് വായന ജനിക്കുന്നത്.

മൂന്ന്

ചിത്രത്തിലെ ആട്ടിടയന്മാർ അനന്തമായി വായനയിലേർപ്പെട്ടിരിക്കുകയാണെന്ന്, ലാവോ ഒരു ഞെട്ടലോടെ തിരിച്ചറിയുന്നു. അവർ ഇനി ആകെ ചെയ്യുവാൻ പോകുന്നത് ആ ശിലാലിഖിതത്തിന്റെ വായന തുടരുകയും അതിന്റെ അർത്ഥം ഗ്രഹിക്കുവാൻ ശ്രമിച്ചുകൊണ്ടിരിക്കുകയുമാണ്. അവർ ചിരപ്രതിഷ്ഠ നേടിയ വായനക്കാരാണ്. അവസാനമില്ലാതെ അവരങ്ങനെ ചികഞ്ഞ് വ്യാഖാനിച്ചുകൊണ്ടേയിരിക്കുമ്പോൾ എന്തോ ഒരു ഉണർവ് കൈവരുന്നു.

നമ്മളും വാക്കുകളുടെ രഹസ്യസ്വാധീനത്തിലാണ്. ലാവോ ചിന്തിക്കുന്നു. നമുക്ക് അവയെ തിരിച്ചറിയുവാനാകുന്നതിനാലാണിത് സംഭവിക്കുന്നത്. ആദ്യത്തിലും അവസാനത്തിലും നമ്മൾ ആ ശിലാശാസനം തന്നെ ഉരുവിടുന്നു. ജനിച്ചുവീണപ്പോൾ ആ കരച്ചിലിൽ അതുണ്ടായിരുന്നു. കുഴിമാടത്തിന്റെ പൊരുൾ എന്ന നിലയിൽ മരണത്തിലും അത് നമ്മോടൊപ്പമുണ്ടാകും. ഒരു സ്മാരകോപഹാരമായി അതേ വാക്കുകൾ നമ്മൾ എഴുതുന്നു - ഞാനും അർക്കാഡിയയിൽ ജീവിച്ചിട്ടുണ്ട്. നമ്മൾ ആരാണെന്ന്, നമ്മൾ എവിടെയായിരുന്നു എന്ന്, നമ്മളിപ്പോൾ എവിടെയാണെന്ന്, നമ്മൾ എവിടേക്ക് പോകുന്നു എന്ന് നമ്മെ ഓർമ്മിപ്പിക്കാൻ.

വണ്ടികളുടെ യാത്രാസമയങ്ങളും വിവരങ്ങളും എഴുതിക്കാണിച്ചിരുന്ന ബോർഡിലേക്ക് നോക്കി നിൽക്കുന്ന യാത്രികരേയും കുഴിമാടത്തിലെ വാക്കുകൾ വായിക്കുന്ന അർക്കാഡിയയിലെ ആട്ടിടയന്മാരേയും പരസ്പരം ബന്ധിപ്പിച്ചപ്പോൾ ലാവോയ്ക്ക് ബേസൽ സ്റ്റേഷനിൽ വച്ച് നഷ്ടമായത് ആ ഒരു സുവർണ്ണ നിമിഷമായിരുന്നു.

നാല്

"**അ**വർക്കൊരു ഒഴിയാബാധയാകുന്നത്" മലാസ്സൊ തുടർന്നു. ആദ്യം അതാരും ശ്രദ്ധിച്ചിരുന്നില്ല. ശ്രദ്ധിക്കേണ്ടുന്നത്ര തീവ്രത അതിനില്ലായിരുന്നു...

ഭാണ്ഡങ്ങൾ ബസ്സിൽ കയറ്റിയതിനുശേഷം ലാവോ സ്റ്റേഷനിൽ ഇറങ്ങുന്ന ദൃശ്യം സാം ചിത്രീകരിച്ചു. ആദ്യം ചിത്രീകരിച്ചതിന്റെ തുടർച്ചയായിരുന്നു ഇത്. ഇതിനു ശേഷം ബി എന്ന പട്ടണത്തിലെ ഹോട്ടലിലേക്ക് വണ്ടി നീങ്ങി. അപ്പോൾ ഇരുട്ട് പരക്കുന്നുണ്ടായിരുന്നു.

ബ്രൂണോ എന്ന് പേരുള്ള ഒരു യുവാവായിരുന്നു ഡ്രൈവർ. നല്ല ഉയരമുള്ള ഒരുവൻ. അയാളുടെ മുഖത്തെപ്പോഴും നവോന്മേഷവും എന്തിനോടുമേതിനോടുമൊരു ഉത്സുകതയുമുണ്ട്. ഈ യാത്രയ്ക്കിടയിൽ അവർ പരിചയപ്പെടുന്ന രണ്ടാമത്തെ ബ്രൂണോ. ആദ്യത്തെയാൾ ഫ്രാൻസിൽ അവരോടൊപ്പമുണ്ടായിരുന്ന ഡ്രൈവറായിരുന്നു. ഇത് ബ്രൂണോ രണ്ടാമൻ, പുതിയ ഡ്രൈവറെക്കുറിച്ച് ലാവോ തന്റെ മനസ്സിൽ എന്തോ കുറിച്ചു.

ബസ്സിനകത്തായപ്പോഴേക്കും എല്ലാവരും ഉല്ലാസമില്ലാത്തവരും ക്ഷീണിതരുമായെന്ന് തോന്നി. യാത്ര അവരുടെ ഊർജ്ജം കവർന്നിരിക്കുന്നു. ഊർജ്ജസ്വലതയുള്ളത് ബ്രൂണോയ്ക്ക് മാത്രമായിരുന്നു. നിഷ്കളങ്കമായ ആവേശത്തോടെ അയാൾ ചോദ്യങ്ങൾ ചോദിച്ചുകൊണ്ടേയിരുന്നു. അവരെവിടേക്ക് പോകുന്നു, ചിത്രീകരിച്ചുകൊണ്ടിരിക്കുന്നത് ഒരു ഫീച്ചർ ഫിലിം ആണോ, സ്വിറ്റ്സർലണ്ടിലെ സിനിമാശാലകളിൽ അത് പ്രദർശിപ്പിക്കപ്പെടുമോ എന്നൊക്കെ. അർക്കാഡിയ എന്നാൽ എന്താണെന്നും തന്നെയും ചിത്രീകരിച്ച് പ്രശസ്തനാക്കാമോ എന്നും അയാൾ ചോദിച്ചു. അയാളാകട്ടെ ഇംഗ്ലീഷ് ഭാഷ പറഞ്ഞ് പരിചയിക്കുകയായിരുന്നു. എന്നാൽ അയാൾക്ക് ലഭിച്ച ഉത്തരങ്ങൾ എപ്പോഴും ഒറ്റവാക്കുകളിലൊതുങ്ങി.

ബാസലിൽ നിന്നും അവർ വടക്ക് പടിഞ്ഞാറ് ദിശയിലേക്ക് യാത്ര ചെയ്ത് *മ്യൂൺസ്റ്റെർപ്ലാറ്റ്സ്സി*ലെത്തി. അവിടെ നിന്ന് *റിറ്റെർഗാസി*ലേക്കും പിന്നെ *വെറ്റ്സ്റ്റീൻബ്രൂക്കി*ലേക്കു മെത്തി. വണ്ടി മുന്നോട്ട് നീങ്ങിക്കൊണ്ടിരുന്നപ്പോൾ ഈ പേരുകളെല്ലാം ലാവോ വായിച്ചെടുത്തു. സ്വിസ് ജീവിത ത്തിലെ കൊച്ചുകൊച്ചക്ഷരങ്ങൾ വായിക്കുവാൻ ക്ഷീണ ത്താൽ അയാൾക്ക് കഴിഞ്ഞില്ല. അതിനാൽ വലിയ അക്ഷര ങ്ങളിൽ ശ്രദ്ധ ചെലുത്തി.വണ്ടി *ഗ്രെൻസചെർസ്ട്രസി*ലേക്ക് തിരിഞ്ഞു. ചുങ്കം നൽകി പോകേണ്ട ഒരു വഴിയിലെത്തി. *ലൂസേൺ, ഗോഥാർഡ്, റോത്രിസ്റ്റ്* എന്നിവിടങ്ങളിലേക്ക് പോകാനുള്ള മാർഗ്ഗങ്ങൾ അടയാളപ്പെടുത്തിവച്ചിരിക്കുന്ന ഫലകം അയാൾ കണ്ടു. ഈ സ്ഥലനാമങ്ങൾ അയാളെ വശീകരിച്ചു. നന്നേ ക്ഷീണിതനായിരുന്നതിനാൽ രണ്ട് ദിവ സത്തെ വിശ്രമത്തിനായി കാത്തിരിക്കുകയായിരുന്നു അയാൾ. വിശ്രമിക്കുന്ന ദിവസങ്ങളിൽ കൂടുതൽ ശ്രദ്ധ വേണം. അപ്പോഴാണ് ഒളിഞ്ഞ് കിടക്കുന്ന പലതും മന സ്സിൽ പ്രഹരമേല്പിക്കുക. കൊച്ചുകൊച്ചക്ഷരങ്ങളിലെഴു തിയത് കടിച്ചുകൊല്ലുവാനെത്തുക.

ആ വണ്ടി മണിക്കൂറുകളോളം ഓടി. വൃത്തിയുള്ള പട്ടണ ങ്ങളും ഋജുരേഖയിലുള്ള വീടുകളും. വായുവിൽ പ്രേതാ ത്മാവിനെപ്പോലെ നിന്ന വെളുത്ത മേഘരൂപങ്ങളും അതു വരെ കാണാത്ത മലനിരകളും കടന്നുപോയി.

ഹസ്കും റിലിയും ഒന്നിച്ചാണിരുന്നിരുന്നത്. അവർ സൗഹൃദം പങ്കിടുന്നു. ഇടയ്ക്കിടെ ഉച്ചത്തിൽ അവർ മന്ത്രിക്കുന്നുണ്ട്. ആ മന്ത്രണത്തിന്നകമ്പടിയായി ഒരു ഇക്കിളിച്ചിരിയും കേൾക്കാം. ഹസ്ക് തീർത്തും ഔപചാ രികതയോടെയിരിക്കുന്നു. റിലിയാകട്ടെ ഒരു യക്ഷിയെ പ്പോലെയും. എന്നാൽ യാത്ര അവരിരുവരിലും പൊതു വായുള്ളതെന്തെന്ന് പ്രകടമാക്കിയിരിക്കുന്നു. ജൂട്ട് ഒറ്റയ്ക്കാ ണിരിക്കുന്നത്. പതിവുപോലെ ശോകമൂകമായി. ആ ഇരിപ്പ് കണ്ടാൽ പതിറ്റാണ്ടുകളായി അവളൊന്ന് ചിരിച്ചിട്ട് എന്ന് തോന്നും. പ്രോപറും ഒറ്റയ്ക്കാണിരിക്കുന്നത്. വണ്ടിയുടെ മുൻഭാഗത്ത്. മുഖത്തെ ഭാവം മറച്ച് പിടിക്കുവാൻ മീശ അയാളെ സഹായിക്കുന്നു. ഒന്നും ചെയ്യാനില്ലാത്തപ്പോൾ അയാളെപ്പോഴും വിഷാദഭാവത്തിലാകും.

ക്യാമറ കൈകാര്യം ചെയ്യുന്ന സാമും മുൻവശത്ത് തന്നെയാണിരിക്കുന്നത്. ഒരു സീറ്റിൽ, അയാളൊറ്റയ്ക്ക്. കുതിരവാൽ പോലെ കെട്ടിവച്ചിരിക്കുന്ന തന്റെ മുടിയിൽ തിരുപ്പിടിച്ച് പുറത്തേക്ക് നോക്കിയിരിക്കുകയാണയാൾ. ഏതോ അഗാധമായ ചിന്തയിലാണെന്നും തോന്നും. അയാൾക്ക് അന്നൊരു നല്ല ദിവസമായിരുന്നു. നല്ല രീതിയിൽ സുന്ദരമായ പല രംഗങ്ങളും ചിത്രീകരണം നടന്ന ദിവസം. മലനിരകൾ, പല മുഖഭാവങ്ങളിലിരിക്കുന്ന യാത്രികർ അങ്ങനെ പലതും ചിത്രീകരിച്ചു. വളരെ ബുദ്ധിമുട്ടി ചില രംഗങ്ങൾ ചിത്രീകരിച്ചിരുന്നത് വലിയ സംതൃപ്തി നൽകി. അന്നത്തെ ദിവസം മൂല്യവത്തായി എന്ന ധാരണയിൽ അയാൾ പുറംകാഴ്ചകൾ നോക്കിയിരുന്നു.

വണ്ടിയിപ്പോൾ സുന്ദരമായ പട്ടണങ്ങളും വെളിച്ചമുള്ള വീടുകളും കടന്ന് പോകുന്നു. മദ്ധ്യവർഗ്ഗക്കാർ താമസിക്കുന്ന ഇടങ്ങളാണിതെന്ന് വ്യക്തം. വാസ്തവത്തിൽ അയാളുടെ മനസ്സ് ശൂന്യമായിരുന്നു. ഒന്നും ചിന്തിക്കുന്നുണ്ടായിരുന്നില്ല. പെട്ടെന്ന് അയാളുടെ മനസ്സിൽ ഒരു ചിന്ത കടന്ന് വന്നു. നഗരപ്രാന്തങ്ങളിലെ വീടുകൾ നോക്കിയിരുന്നപ്പോൾ ഒരു പ്രാദേശിക അർക്കാഡിയ ഉണ്ടായിരുന്നെങ്കിൽ എന്നൊരു ആഗ്രഹം തോന്നി. ക്യാമറ കൈകാര്യം ചെയ്യുന്ന വ്യക്തി എന്ന നിലയിൽ അയാൾ എന്നും ജോലിത്തിരക്കിലായിരുന്നു. അതുകൊണ്ട് തന്നെ ഇങ്ങനെ ഒരു മോഹം വരുന്നതിൽ അസാധാരണത്വമൊന്നുമില്ല. അതിനെക്കുറിച്ച് അയാൾ ബോധവാനല്ലെങ്കിലും അങ്ങനെ ഒരു ആഗ്രഹം, ചിന്ത, മനസ്സിലെത്താം. ആ അഭിലാഷത്തെക്കുറിച്ച് ഇപ്പോൾ അയാൾ ബോധവാനായി എന്ന് തോന്നുന്നു. അതുകൊണ്ടായിരിക്കണം വായിക്കുവാനായി തലയ്ക്ക് മുകളിലെ വിളക്ക് അയാൾ തെളിയിച്ചത്. കാമുവിന്റെ "തിരഞ്ഞെടുത്ത പ്രബന്ധങ്ങൾ" കൈയിലെടുത്തത്. താൻ ഒരു അസ്തിത്വവാദിയാണെന്ന് സാം കരുതി.

സംവിധായകൻ ജിം വണ്ടിയുടെ പുറകിലാണ് ഇരുന്നിരുന്നത്. അയാൾ ഉണർന്നിരിക്കുകയാണ്. തന്റെ നോട്ട്ബുക്കിൽ എന്തൊക്കെയോ പട്ടികകളുണ്ടാക്കുന്നു, ചില കണക്കുകൂട്ടലുകൾ നടത്തുന്നു. വണ്ടിക്ക് പുറത്തുള്ള ലോകത്തിലേക്കും സുന്ദരമായ വീടുകളിലേക്കും നിരയൊപ്പിച്ച് നിൽക്കുന്ന മരങ്ങളിലേക്കും അധികം ശ്രദ്ധയൊന്നും

കൊടുക്കുന്നില്ല. വണ്ടി പെട്ടെന്ന് വളവ് തിരിയുമ്പോൾ അയാൾ ഒന്ന് കുലുങ്ങും. അപ്പോൾ അയാൾ ചെയ്തു കൊണ്ടിരിക്കുന്ന ജോലിയിൽ നിന്നും തലയൊന്നുയർത്തി നോക്കും. വെറുതെ മുന്നിലേക്കൊന്ന് കണ്ണോടിക്കും. പിന്നെ വീണ്ടും തന്റെ പുസ്തകത്തിലെ പട്ടികകളിലേക്കും ചിത്ര ങ്ങളിലേക്കും കണക്കുകളിലേക്കും മടങ്ങും.

ജിമ്മിന്റെ തുറന്ന പുസ്തകത്തിലെ വാക്കുകൾ അടുത്തി രുന്ന ലാവോയുടെ കണ്ണിൽ പെട്ടു. വായിക്കുവാനുപയോ ഗിക്കുന്ന വിളക്കിൽ നിന്നും വരുന്ന വെളിച്ചവും ആ താളി ലെഴുതിയിരുന്ന വാക്കുകളും അതനിവാര്യമാക്കി. അത് ലാവോയെ ഭയചകിതനാക്കി. തന്റെ സംവിധായകന്റെ മനസ്സ് താനറിഞ്ഞതുപോലെ. ഭീതിയോടെ, അദ്ഭുതത്തോടെ, ആ താളിൽ വലിയ അക്ഷരത്തിൽ എഴുതിയിരിക്കുന്നത് അയാൾ വായിച്ചു. “മലാസ്സൊയെ കൊല്ലുക.”

ആ താളിൽ വയലറ്റ് നിറത്തിൽ അനേകം ചിത്രങ്ങളുണ്ട്. കത്തി, തോക്ക്, തലയോട്ടി. തലയോട്ടിക്ക് വിലങ്ങനെ വച്ചി രിക്കുന്ന എല്ലുകൾ, ഒരു സ്വസ്തിക, കണ്ണില്ലാത്ത ചിരി ക്കുന്ന ഒരു മുഖം. പിന്നെ ഇരുട്ടിലെ ആ യാത്രയ്ക്കിട യിൽ ജിം മുദ്രാലങ്കാരങ്ങളുള്ള ഒരു കവിത രചിക്കുന്നത് ലാവോ കണ്ടു.

രാജാക്കന്മാർ രാവിൽ സ്വപ്നം കാണാറില്ല
കടലോരത്തെ ഏകാന്തകൊട്ടാരത്തിലും.
പ്രണയം കരുത്തിനോട് പ്രതികരിക്കാറില്ല
സത്യമാണതെങ്കിൽ പ്രണയം സ്വതന്ത്രമാകണം
കൊലയ്ക്ക് ഈ ഒരു ഇടപാടവസാനിപ്പിക്കുവാനാകില്ല
നക്ഷത്രങ്ങളിൽ ചോരയൊഴുക്കുവാനനുവദിക്കുക
ഫിലിമിൽ അസത്യത്തിന്റെ സത്യം നിറയ്ക്കുക
കാണിക്ക് ഉന്മത്തമായ മണിക്കൂറുകൾ നൽകുക.
അവർക്ക് മരണത്തിന്റെ പൂക്കൾ കാണിക്കുക
അല്ലെങ്കിൽ അവരെ കിരാതരെപ്പോലെ പരിഗണിക്കുക.
അർക്കാഡിയക്കാരിൽ ഞാൻ കൊടുങ്കാറ്റ് കണ്ടു

യാത്രയിൽ അധികം സമയവും ജിം ചിലവഴിച്ചത് ഈ കവിത കുത്തിക്കുറിക്കുവാനായിരുന്നു. അതെഴുതിക്കഴി ഞ്ഞപ്പോൾ അയാൾ വിളക്കണച്ചു. എന്നിട്ട് ഇരുട്ടിൽ കിടന്ന് ചിരിച്ചു.

അഞ്ച്

ആ യാത്രയ്ക്കിടയിൽ ജിമ്മിന് മാനസിക വിഭ്രാന്തിയുണ്ടോ എന്ന് ലാവോയ്ക്ക് സംശയം തോന്നി. ജീവിതം അയാളെ ഇത്തരത്തിലാക്കിയിരിക്കുന്നോ എന്നും സന്ദേഹമുണ്ടായി.

പൈശാചികവും അസ്വാഭാവികവുമായിരുന്ന ആ ചിരി ലാവോയുടെ കാതിൽ മുഴങ്ങിക്കൊണ്ടേയിരുന്നു. മറ്റാരും അത് കേട്ടില്ലെന്നും തോന്നി. എന്നാൽ ഉറങ്ങിക്കിടന്നിരുന്ന മിസ്റ്റ്ലെറ്റൊ ഉണർന്ന് ചുറ്റിലും നോക്കി. ഉറക്കത്തിൽ നിന്നും ഉണർത്തപ്പെട്ട ഒരു കിളിക്കുണ്ടാകുന്ന ഭയം പോലെയുണ്ടായിരുന്നു അവളുടെ ആ നോട്ടം. അവൾ ജനലിലൂടെ നീല മഷിയുടെ നിറമുള്ള ആകാശം കണ്ട് ഇരുന്നു.

ജിമ്മിന്റെ ഈ മാനസികാവസ്ഥ ഇതിനുമുമ്പ് എന്തുകൊണ്ട് ശ്രദ്ധയിൽ പെട്ടില്ല എന്ന് ലാവോ അദ്ഭുതപ്പെട്ടു. അയാൾ യാത്രാരംഭം മുതൽക്കുള്ള സംഭവങ്ങൾ ഓർത്തു. ആ ഓർമ്മ സമ്മിശ്രമായിരുന്നു. ആ ചലനങ്ങൾ ചിലപ്പോൾ ഭ്രാന്തെന്ന് തോന്നിപ്പിക്കുന്നതും മറ്റു ചിലപ്പോൾ അനിശ്ചിതമായതും ആയിരുന്നു. ഒന്നും വ്യക്തമായതുമില്ല.

ഇരുട്ടിൽ ജിം തന്റെ പേനകൊണ്ട് നോട്ടുപുസ്തകത്തിൽ ആഞ്ഞുകുത്തുന്നുണ്ടായിരുന്നു. ഒപ്പം അയാൾ അമർത്തിച്ചിരിക്കുന്നുമുണ്ടായിരുന്നു.

വണ്ടിക്കകം അപ്പോൾ നിശ്ശബ്ദമായിരുന്നു. മിക്കവരും ഉറക്കത്തിലേക്ക് വഴുതുന്നു. അതുവരേക്കും വായിച്ചുകൊണ്ടിരുന്ന സാം പോലും.

കാമു തന്റെ ഉപന്യാസങ്ങൾക്കെഴുതിയ ആമുഖം സാം ഒരു പുനർവായനയ്ക്ക് വിധേയമാക്കുകയായിരുന്നു. താഴെക്കൊടുത്തിരിക്കുന്ന വരികളിൽ ആ വായന എത്തിയിരുന്നു: "ഞാൻ ജീവിക്കുവാനും ജോലി ചെയ്യുവാനും ഇഷ്ടപ്പെടുന്ന സ്ഥലം (അതിലും അപൂർവ്വമായ മറ്റൊന്നു കൂടി, ഞാൻ അവിടെക്കിടന്ന് മരിച്ചാലും കുഴപ്പമില്ല) ഒരു

ഹോട്ടലിലെ കിടപ്പ് മുറിയാണ്. കുടുംബജീവിതം എന്ന് അവരൊക്കെ വിളിക്കുന്ന ഒന്നിൽ വിനോദം കണ്ടെത്തുവാൻ എനിക്കായിട്ടില്ല (സ്വം എന്നതിന്റെ വിപരീതമാണ് പലപ്പോഴും ഈ കുടുംബജീവിതമെന്നത്). ബൂർഷ്വാ സന്തോഷങ്ങൾ എന്നിൽ മടുപ്പ് വരുത്തുന്നു.'' ഈ വാക്കുകളിൽ സംഘർഷമുണ്ട്. അതയാളെ അസ്വസ്ഥനാക്കി. അയാൾ വായന നിർത്തി പുറത്തെ ഗ്രാമഭംഗിയിലേക്ക് കണ്ണ് നട്ടു. ചിന്തകളെ കടിഞ്ഞാണിടുവാനാകുന്നില്ല. അയാൾ വീണ്ടും പുസ്തകത്താളുകൾ മറിക്കുവാൻ തുടങ്ങി. “മരുഭൂമി” എന്ന ഉപന്യാസമെത്തുന്നതുവരേക്കും അയാൾ മറിച്ചുകൊണ്ടിരുന്നു. ഫ്ളോറൻസിനെക്കുറിച്ചുള്ള ഒരു ലേഖനമായിരുന്നു അത്. അതിൽ നിന്നും അയാൾ ഏതാനും വരികൾ വായിച്ചു. പിന്നെ ദിവാസ്വപ്നം കണ്ടു. ജീവിക്കുക എന്നത് തീർച്ചയായും പ്രദർശിപ്പിക്കുക എന്നതിന്റെ വിപരീതം തന്നെയാണ്. ഇത് അയാളെ ചിന്തിപ്പിച്ചു. കവിതയല്ല കാര്യം, സത്യമാണ്. ഇത് സ്വന്തം കലയെ ചോദ്യം ചെയ്യാൻ അയാളെ പ്രേരിപ്പിച്ചു. പക്ഷേ ഈ രാജ്യത്ത് ദുഃഖം എന്നത് സൗന്ദര്യത്തിന്മേലുള്ള ഒരു വ്യാഖ്യാനമല്ലാതെ മറ്റൊന്നുമല്ല. ആ സായാഹ്നത്തിൽ തീവണ്ടിയങ്ങനെ മുന്നോട്ട് പൊയ്ക്കൊണ്ടിരുന്നപ്പോൾ തന്റെ മനസ്സിലെ പിരിമുറുക്കത്തിനിത്തിരി അയവ് വരുന്നത് അയാളറിഞ്ഞു. സ്വപ്നങ്ങൾ നമുക്ക് കടം തരുമ്പോൾ സ്വപ്നങ്ങൾക്കെങ്ങനെ നമുക്ക് കടം നൽകുവാനാകും എന്ന് പഠിക്കേണ്ടതുണ്ട്.

പിന്നെ വായന വിരസമായി അയാൾ ഉറക്കം തൂങ്ങുവാൻ തുടങ്ങി. അധികം താമസിയാതെ കാമുവിന്റെ ഉപന്യാസങ്ങൾ താളുകൾ തുറക്കപ്പെട്ട നിലയിൽ തന്നെ അയാളുടെ മടിയിൽ കിടന്നു. രാത്രിയിൽ വായിച്ചത് അസ്തിത്വവാദമായിരുന്നു.

വളഞ്ഞുപുളഞ്ഞ വീഥികളിലൂടെ ബസ്സ് തിരിഞ്ഞെത്തി. മുന്നോട്ട് പ്രയാണം ചെയ്കെ ഒരു ലോകം പുറകോട്ടോടുന്നത് ലാവോ അറിഞ്ഞു. ബ്രൂണോയുടെ മുഖഭാവത്തിൽ ഒരു മാറ്റവുമില്ല. അയാൾ വണ്ടിയോടിക്കുകയാണ് - തങ്ങളെല്ലാം ഒരു കല്പിത സിനിമയിലെ കഥാപാത്രങ്ങളാണെന്ന് തോന്നിപ്പിച്ചുകൊണ്ട്.

ആറ്

ലാവോ ജിമ്മിനെക്കുറിച്ച് തന്നെയാണ് ആലോചിക്കുന്നത്. ആരെങ്കിലും സ്വന്തം സ്വഭാവരീതികളിൽ മാറ്റം വരുത്താൻ ശ്രമിക്കുകയാണെങ്കിൽ അവരുടെ ഉള്ളിന്റെയുള്ളിലുള്ള പിശാചുക്കൾ ഒന്നടങ്കം ഉണരുമെന്നും പ്രതിഷേധിക്കുകയും ചെയ്യുമത്രെ. നിലവിലെ ഉല്പാദന വിതരണ സമ്പ്രദായങ്ങളും ഉണരുകയും എതിർക്കുകയും ചെയ്യും. അപ്പോൾ അയാൾക്ക് ഭ്രാന്താകുകയാണോ എന്ന സംശയമുണ്ടാകും. ഇതിൽ അദ്ഭുതപ്പെടാനൊന്നുമില്ലെന്നാണ് മനഃശാസ്ത്രജ്ഞരുടെ അഭിപ്രായം. നിലവിലുള്ള രീതികളിൽ മാറ്റം വരുത്തുവാൻ ഒരാൾ ശ്രമിക്കുകയല്ലേ? അതായത് പഴയ രാജാവിനെ സ്ഥാനഭ്രഷ്ടനാക്കുവാൻ? ഉള്ളിന്റെയുള്ളിലെ ശക്തികൾ ഇതിനനുവദിക്കുകയില്ല. ഘോരഘോരം യുദ്ധം ചെയ്യാതെ അവർ അനുവാദം നൽകുകയില്ല. ഈ പ്രക്രിയയിൽ അയാൾ ഭ്രാന്തനായിരിക്കുന്നു എന്ന നിലയിലേക്കെത്തിയേക്കാം, അങ്ങനെ തോന്നിയേക്കാം.

മാറ്റത്തിനോടൊപ്പം ഭയപ്പെടുത്തുന്ന എന്തോ ഒന്ന് എപ്പോഴുമുണ്ടാകുന്നു എന്ന് ലാവോയ്ക്ക് തോന്നി. ലഹരികളിൽ നിന്നും വിമുക്തരാകുവാൻ ശ്രമിക്കുന്നവർ പലപ്പോഴും തലവേദനകൊണ്ട് പുളയാറുണ്ടെന്ന് പറഞ്ഞു കേട്ടിട്ടുണ്ട്. അവർക്ക് ചിലപ്പോൾ മായാദൃശ്യങ്ങളുണ്ടാകുന്നു, രാത്രിയിൽ ഉറക്കം വരാതിരിക്കുന്നു, വിയർക്കുന്നു, ദുഃസ്വപ്നങ്ങൾ കാണുന്നു, ഭീതിയുണ്ടാകുന്നു, പെട്ടെന്ന് കോപം വരുന്നു, മാനസികാവസ്ഥ അതിവേഗം മാറിക്കൊണ്ടിരിക്കുന്നു, ആത്മാവിൽ ഒരു ആഭ്യന്തരയുദ്ധം തന്നെയാണ് നടക്കുന്നത്.

ഇതവരുടെ പുരാതന ജീവിതങ്ങളിൽ നിന്നും വരുന്ന സൂചനകളാണ്. ആ പഴയ ജീവിതം തന്നെയാണ്

അഭികാമ്യം എന്നവ പറയുന്നു. മാറ്റത്തിനെതിരെ പ്രവർത്തിക്കുന്ന ശക്തമായ അടിയൊഴുക്കുകൾ.

അതാണ് പതിവ് ശീലങ്ങളുടെ കരുത്ത്. പിശാചുക്കളുടെ കരുത്താണത്. പഴയ കാവൽഭടന്മാർ ഉയർത്തിവിടുന്ന പ്രതിലോമപരമായ പ്രകമ്പനങ്ങളാൽ ഭയചകിതരായി മാറ്റത്തിനുള്ള പരിശ്രമം മിക്കവാറുംപേർ ഉപേക്ഷിക്കുന്നു. കൈവരാനുള്ള മൂല്യത്തിനേക്കാൾ ഉപദ്രവം താൻ സഹിക്കേണ്ടിവരുമോ എന്ന സന്ദേഹം പ്രബലമാണ്. മാറിയ അവസ്ഥയാകും നല്ലതെന്ന് ആർക്ക് പറയുവാനാകും? ഒരുപക്ഷേ അത് ഇതിലും മോശമാകാം. മുഷിപ്പനാകാം. പഴയ വിതരണ സമ്പ്രദായം അങ്ങനെ ഒഴിവാക്കാനാകാത്തതായി തുടരും.

ഈ എതിർപ്പുകൾ എത്രകണ്ട് കരുത്തുള്ളതാകുന്നുവോ അത്രയും നമ്മൾ വിജയത്തിനോടടുത്തെത്തുന്നു. ഈ പിശാചുക്കൾ ഉപയോഗിക്കുക അവരുടെ ഏറ്റവും നല്ല ആയുധങ്ങളാണ്. ഒരുവന്റെ ഭൂതകാലമാണ് അവരുടെ പക്കലുള്ളത്. എന്നാൽ മാലാഖമാരുടെ പക്കലുള്ളത് ആ വ്യക്തിയുടെ ഭാവിമാത്രം. ആ ഭാവി ഉറപ്പുള്ളതല്ല, ഒരു സാധ്യത മാത്രമാണ്. ഭാവിയേക്കാൾ വാസ്തവമായിട്ടുള്ളത്, സത്യമായിട്ടുള്ളത് ഭൂതമാണ്. സാധ്യതയുള്ള ഭാവിയിലെക്കെത്തിപ്പെടുവാൻ അവിടെ മരണം സംഭവിക്കേണ്ടതുണ്ട്. പഴയ ആ സ്വം മരിച്ചുപോകണം. "വിത്ത് വളരണമെങ്കിൽ ആദ്യം വിത്ത് മരിക്കേണ്ടിയിരിക്കുന്നു." എന്ന ആഫ്രിക്കൻ പഴഞ്ചൊല്ല് അപ്പോൾ ലാവോ ഓർത്തു. ജീവിതത്തിൽ വലിയ മാറ്റങ്ങൾക്കനുസൃതമായി നിൽക്കുന്നവർ പലപ്പോഴും മുങ്ങിച്ചാകുകയാണെന്ന്, അല്ലെങ്കിൽ ഒരു കാറപകടത്തിൽ മരിക്കുകയാണെന്ന് സ്വപ്നം കാണാറുണ്ടെന്ന് കേട്ടിട്ടുണ്ട്. ഈ സ്വപ്നങ്ങളിലെ കൗതുകകരമായ വസ്തുത സ്വന്തം മരണത്തിനു സാക്ഷിയാകുന്ന ഈ സ്വപ്നവിഹാരികൾ ഒരിക്കലും മരിക്കുന്നില്ല എന്നതാണ്.

ഏഴ്

ക്രമം എന്തെന്ന് കണ്ടെത്തണമെങ്കിൽ, അതിലേക്കെത്തണമെങ്കിൽ, ആദ്യം എല്ലാം കുഴഞ്ഞ് മറിഞ്ഞിരിക്കണം എന്നാണ് പറയപ്പെടുന്നത്. വിജയം എന്തെന്നറിയണമെങ്കിൽ പരാജയത്തിന്റെ മിനുമിനുത്ത പടിവാതിൽ കടന്ന് പോയിരിക്കണമത്രെ. അതുപോലെ അർക്കാഡിയയിലെത്തുവാനും ഭ്രാന്തിലൂടെ നടന്നെത്തുക എന്നൊരു ഉദ്യമത്തിനൊരുങ്ങേണ്ടി വരുമോ? ലാവോ ചിന്തിക്കുന്നു.

അർക്കാഡിയ എന്ന ആശയം രൂപപ്പെടുത്തിയതിൽ പ്രധാന പങ്കുവഹിക്കുന്നത് വർജിലിന്റെ *എക്ലോഗ്യുസാണ്*. അതിൽ കപടമായ ഒരു സഹജാവബോധമുണ്ട്. അർക്കാഡിയയുടെ ഭൂപ്രദേശങ്ങളിലുള്ള എന്തോ ഒന്ന് ഒരു ആന്തരിക അലങ്കോലത്തിനു കാരണമാക്കുന്നു. അർക്കാഡിയയിലെ ചില താമസക്കാരിലെങ്കിലും അതിശക്തമായ അഭിനിവേശമോ ഭ്രാന്തോ ഒഴിയാബാധ പോലുള്ളവ കൂടിയിരിക്കുന്നത് കാണാം. ഇത് ലാവോയെ എന്നും വിഷമിപ്പിച്ചിരുന്നു. വർജിലിന്റെ ആട്ടിടയന്മാരിൽ ഭ്രാന്ത് എന്തുകൊണ്ട് പതിയിരുന്നു എന്നയാൾക്ക് മനസ്സിലാക്കുവാനാകുന്നില്ല. ഒന്നുകിൽ ദൈവത്തിന്റെ കരുത്ത് എന്നത് വർജിലിൽ ആന്തരികമായുണ്ടായിരിക്കും അല്ലെങ്കിൽ മലനിരകളിലെ ഏകരായ ആ ആട്ടിടയന്മാർ പലവിധ പീഡകൾക്ക് ഇരയായിട്ടുണ്ടാകും.

അർക്കാഡിയ എന്ന അന്വേഷണം ജിമ്മിനെ ഭ്രാന്ത് പിടിപ്പിക്കുകയാണോ? ജിമ്മിനെപ്പോലെ നിരുപദ്രവകാരിയായ ഒരു മനുഷ്യൻ ഇങ്ങനെ കൊലപാതകവാസനയോടുകൂടിയ വാക്കുകൾ കുത്തിക്കുറിക്കുമ്പോൾ അയാൾ ഉന്മാദാവസ്ഥയിലാണെന്ന് കരുതാവുന്നതാണ്.

അയാൾ എന്തുകൊണ്ട് *മലാസ്സോ*യെ കൊല്ലാൻ ആഗ്ര ഹിക്കുന്നു? ചിത്രീകരണസംഘത്തിലെ ആരും ഇതു വരേക്കും *മലാസ്സോ*യെ കണ്ടിട്ടില്ല. അയാൾ എങ്ങനെ യിരിക്കുന്നു എന്നും ആർക്കുമറിയില്ല. അങ്ങനെയൊ ന്നുണ്ടോ എന്നും ആർക്കുമറിയില്ല. അതുകൊണ്ട് അയാളെ കൊല്ലണം എന്നൊരാഗ്രഹമുണ്ടാകുകയെന്നാൽ ചിന്തിക്കുവാനുള്ള ശേഷി ദുഷിച്ചിരിക്കുന്നു എന്നതിന്റെ സൂചനയാണ്.

എട്ട്

ഉറക്കത്തിൽ ജിം ദീർഘശ്വാസം വലിക്കുന്നത് ലാവോ ശ്രദ്ധിച്ചു. ഉറക്കത്തിനിടയിൽ ലാവോയെ അമ്പരപ്പിച്ചു കൊണ്ട്, അയാൾ തന്റെ വാരിയെല്ലുകളിൽ കൈമുട്ടു കൊണ്ട് കുത്തി. ലാവോ തിരിഞ്ഞ് അയാളെ അടുത്ത് കാണുവാനൊരു ശ്രമം നടത്തി. എന്നാൽ മുഖത്തിന്റെ ഒരു രേഖാരൂപം മാത്രമേ ഇരുട്ടിൽ കാണുവാനായുള്ളൂ.

"ഞാനിപ്പോൾ ഒരു പിശാചുമായി സംസാരിക്കുന്നത് സ്വപ്നം കണ്ടു." ജിം പറഞ്ഞു.

"സത്യമായും?"

"എന്ത് ചെയ്യണമെന്നും അയാൾ എന്നോട് പറഞ്ഞു."

"എന്തിനെക്കുറിച്ച്, എന്ത് ചെയ്യണമെന്ന്?"

"ഈ പിശാച് അടുത്ത ഭാഗം എന്താണെന്ന് മാത്രമേ പറയുകയുള്ളൂ. ഒരു തവണ അപ്പോൾ ചെയ്യേണ്ടത് എന്തെന്ന് മാത്രം."

"കാരണം?"

ജിം തോളൊന്നു കുലുക്കി. ലാവോ അതറിഞ്ഞു. കാണുന്നതിനേക്കാൾ കൂടുതലായി അറിഞ്ഞു. അയാളുടെ മുഖത്തിന്റെ ബാഹ്യരൂപം ചുളിവുകളും നിഴലുകളും കാണിക്കുന്നുണ്ടായിരുന്നു.

"നമ്മുടെ ലക്ഷ്യസ്ഥാനവും നമ്മുടെ വിധിയും രണ്ടാണ്." സ്വതസിദ്ധമായ ആ പഴയ ചിരിയോടെ ജിം പറഞ്ഞു.

"പക്ഷേ.... പിശാച് എന്താണ് പറഞ്ഞത്?"

"എന്നുവച്ചാൽ?"

"അടുത്ത പടി എന്ത് ചെയ്യണമെന്ന് നിശ്ചയിക്കുന്നത് പിശാചാണെന്ന് നിങ്ങൾ പറഞ്ഞുവല്ലോ."

"ഉവ്വ്."

"എന്തിനെക്കുറിച്ചായിരുന്നു അത്?"

രാത്രിയിൽ ബസ്സ് അനസ്യൂതം മുന്നോട്ട് നീങ്ങിക്കൊണ്ടിരിക്കുന്നു. അതിന്റെ എഞ്ചിന്റെ ശബ്ദം പോലും എത്രയോ വിദൂരത്താണ് എന്നതുപോലെ. വളഞ്ഞ് പുളഞ്ഞ വഴിയിലൂടെ തന്നെയാണത് മുന്നോട്ട് നീങ്ങുന്നത്. ബസ്സിനകത്ത് ഇപ്പോഴും ഇരുട്ടാണ്. ജിം വീണ്ടും ഉറങ്ങിയിരിക്കുന്നു എന്നാണ് ലാവോ കരുതിയത്. എന്നാൽ ആ സ്വരം വീണ്ടും വന്നു. പുതിയ സ്വരം, വ്യക്തമായ സ്വരം, സത്യമല്ലാത്ത സ്വരം.

"വട്ടനെയുള്ളതിനെ സമചതുരത്തിലാക്കുവാൻ, ഘടകങ്ങളെയെല്ലാം നിയന്ത്രണത്തിലാക്കുവാൻ, കുഴഞ്ഞ് മറിഞ്ഞതിനെയെല്ലാം തന്റെ അധീനത്തിലാക്കുവാൻ, എന്റെ ആഗ്രഹങ്ങൾ പൂർത്തീകരിക്കുവാൻ."

ഒന്ന് നിർത്തി അയാൾ തുടരുന്നു. ഉച്ചത്തിൽ ചിന്തിക്കുകയാണെന്നതുപോലെ:

"ഒരു ദിവസം പെട്ടെന്ന് ഞാൻ എന്റെ കലയിൽ ഏറ്റവും നിപുണനാകും. അതുകണ്ട് എല്ലാവരും അദ്ഭുതപ്പെടും."

ജിം പറഞ്ഞതിലെ അവാസ്തവികത കുറച്ച് നേരം അന്തരീക്ഷത്തിൽ തങ്ങി നിന്നു. അയാൾ ഇരുട്ടിൽ മുഖം വക്രിച്ച് കാണിച്ചു. പറഞ്ഞ വരികൾ ഒന്ന് മാറ്റിയടുക്കി വയ്ക്കുന്നതുപോലെ. അതിനെ അതിന്റെ വിപരീതാർത്ഥമാക്കുന്നതുപോലെ.

"ജിം"

"എന്താ?"

"താങ്കൾ മദ്യപിക്കുകയായിരുന്നോ?"

"തീർച്ചയായും അല്ല. വാർത്ത വായിക്കാനിരിക്കുന്നവനെ പോലെ സമചിത്തനാണു ഞാൻ."

മദ്യപനായ വാർത്താവതാരകൻ എന്നൊരു ചിന്ത ലാവോയിൽ ചിരിയുണർത്തി.

"താങ്കൾ *ഗൊയ്ഥേ*യുടെ ഫോസ്റ്റ് വായിക്കുകയായിരുന്നോ?"

"ഗോയ്ഥേയിലേക്കുള്ള നമ്മുടെ സന്ദർശനത്തിനാവശ്യമായ ഗവേഷണമാണോ താങ്കൾ ഉദ്ദേശിക്കുന്നത്?"

"അല്ല. താങ്കൾ വളരെയധികം തവണ ഫോസ്റ്റ് വായിച്ചിട്ടുണ്ടോ എന്നാണ്."

"ആവശ്യത്തിൽ കൂടുതൽ തവണ വായിച്ചിട്ടില്ല. ചോദിക്കാൻ കാരണം?"

"നിങ്ങൾ പറഞ്ഞ പിശാചിന്റെ കാര്യവും പിന്നെ സ്വപ്നത്തിൽ വന്നയാൾ എന്താണ് ചെയ്യേണ്ടതെന്ന് പറഞ്ഞതുമെല്ലാം കേട്ടപ്പോൾ ചോദിച്ചതാണ്."

ജിം വീണ്ടും ചിരിച്ചു. ആ ചിരിയും സത്യമായിരുന്നില്ല. ഒരു മനുഷ്യന് ഇത്രപെട്ടെന്ന് ഇങ്ങനെ മാറുവാനാകുമോ എന്ന് ലാവോ അദ്ഭുതപ്പെട്ടു. ഒരുപക്ഷേ ഇപ്പോൾ അയാൾക്ക് കുറച്ചുകൂടി നന്നായി ശ്വസിക്കാനാകുന്നുണ്ടാകാം. അതിനാലാകാം, അയാളുടെ ചിരി ഇത്തിരി ഭ്രാന്തും ഇത്തിരി സ്വബോധവും കലർന്നതുപോലെയായിരുന്നു.

ഒരു ചെറിയ ഇടവേളയ്ക്ക് ശേഷം, കുറച്ചുകൂടി വ്യക്തവും ദൃഢവുമായ സ്വരത്തിൽ ജിം പറഞ്ഞ് തുടങ്ങി. ആ ഇടവേളയിലാണയാളുടെ സ്വരം ഇങ്ങനെ മാറിയത്.

"വർഷങ്ങൾക്ക് മുമ്പ്, ഈ ലോകത്തിൽ എല്ലാതിലും വലുത് വിജയമാണ് എന്ന് ആഗ്രഹിച്ച് നടന്നിരുന്നു. അങ്ങനെയെങ്കിൽ ഞാൻ എന്റെ ആത്മാവിനെ നൽകാമെന്ന് പിശാചിനോടു പറഞ്ഞു."

"സത്യം?"

"അതെ."

വീണ്ടും കുറെ നേരത്തേക്ക് മൗനം.

"എന്നാൽ അപ്പോൾ അയാൾ എന്നെ സ്വീകരിക്കാൻ തയ്യാറല്ലായിരുന്നു."

"കാരണം?"

"എന്റെ ആത്മാവ് അത്ര നല്ലതല്ല എന്നാണയാൾ പറഞ്ഞത്."

അവിശ്വാസത്തോടെ ലാവോ അയാളെ തുറിച്ച് നോക്കി യിരുന്നു.

"എന്റെ ആത്മാവിൽ അത്ര താത്പര്യമുണർത്തുന്ന ഒന്നു മില്ലെന്നാണ് പിശാച് പറഞ്ഞത്. വളരെ മൃദുവാണത്രെ അത്. അതിൽ നല്ലതിനോ ചീത്തയ്ക്കോ ഉള്ള ആന്തരിക ഭാവങ്ങളൊന്നുമില്ലത്രേ."

വീണ്ടും ചെറുതായി തോളൊന്ന് കുലുക്കി ജിം തന്റെ സമ്മർദ്ദത്തിന് അയവ് വരുത്തി.

"എന്റെ ആത്മാവ് രണ്ടാം തരമോ മൂന്നാം തരമോ ആണെന്ന് തോന്നിപ്പിച്ചു. ഒരു ബിലാത്തി* ആടിന്റെ ആത്മാവ് പോലെ."

വീണ്ടും ഇടവേള. അയാളുടെ സ്വരം പിന്നെ കൂടുതൽ ഗൗരവം പൂണ്ടു.

"പ്രത്യക്ഷത്തിൽ എന്റേത് ഒരു സാധാരണ മനസ്സാണ്. ജനക്കൂട്ടം ആരെ പിന്തുണയ്ക്കുന്നുവോ അയാളെ പിന്തുണയ്ക്കുന്നവൻ. അരഭിത്തിക്ക് മീതെ തലയുയർത്തി നോക്കുവാൻ മടിക്കുന്നവരുടെ കൂട്ടത്തിലുള്ളവൻ. എപ്പോഴും എപ്പോഴും സുരക്ഷിത മാർഗ്ഗം സ്വീകരിക്കു ന്നവൻ. ദൈവത്തിനോ സാത്താനോ വലിയ ഉപകാര മൊന്നുമില്ലാത്തവൻ. മദ്ധ്യമാർഗ്ഗം സ്വീകരിക്കുന്നവൻ. എപ്പോഴും ആശയക്കുഴപ്പമുള്ളവൻ. ഇത്തരക്കാരെ നിങ്ങൾക്കറിയാമല്ലോ. രാജ്യം നിറയെ ഇങ്ങനെയുള്ള വരാണ്. എന്തിന് രാജ്യം മാത്രമാക്കുന്നു, ഒരുപക്ഷേ ലോകം മുഴുക്കെ ഇങ്ങനെയുള്ളവരാകും."

അയാൾ വീണ്ടും നിർത്തി. ഇരുട്ടിൽ അയാളുടെ മുഖ ഭാവത്തിൽ ചില മാറ്റങ്ങൾ വന്നു. അതൊരു പുഞ്ചിരി യായിരുന്നു. കടന്നുപോയ ഒരു കാറിൽ നിന്നുള്ള വെളിച്ചം ജിമ്മിന്റെ കണ്ണുകളെ കാണിച്ചുതന്നു. ദൈവം രക്ഷിക്കട്ടെ എന്നാണപ്പോൾ ലാവോയുടെ മനസ്സിൽ തോന്നിയത്. അയാൾ നിവർന്നിരുന്നു. ജിമ്മിന് ഭൂത ബാധയുണ്ടായിരിക്കുന്നു എന്നയാൾക്ക് തോന്നി. തിന്മ

* ബിലാത്തി - ഇംഗ്ലീഷ് എന്ന ഭാഷയുടെ മലയാളം

എന്നൊരു സൂചന നൽകിയത് അയാളുടെ ശരിയായ വ്യക്തിത്വത്തെ പുറത്തു കൊണ്ടുവന്നിരിക്കുന്നു.

ലാവോ അയാൾക്ക് നേരെ തിരിഞ്ഞു. സ്വയം തയ്യാറാക്കാത്ത ഒരു ചോദ്യമപ്പോൾ ചുണ്ടിൽ നിന്നും ഉതിർന്ന് വീണു.

"ജിം... ഒരുവൻ അയാളുടെ ആത്മാവിനെ എങ്ങനെയാണ് പിശാചിന് വിൽക്കുന്നത്? ഞാനുദ്ദേശിച്ചത്... അയാളെങ്ങനെ യഥാർത്ഥത്തിൽ അത് ചെയ്യുന്നു എന്നാണ്."

ജിം അപ്രതീക്ഷിതമായി വളരെ രൂക്ഷമായ ഒരു നോട്ടം സമ്മാനിച്ചു. ആ നോട്ടത്തിൽ ലാവോയ്ക്ക് തന്റെ കഴുത്ത് തണുത്ത് മരവിച്ച് പോകുമോ എന്ന് സംശയം തോന്നി.

വളരെ തണുത്ത, അവിശ്വാസം കലർന്ന സ്വരത്തിൽ ജിം ചോദിച്ചു. "താങ്കളുടെ ആത്മാവ് വില്പനയ്ക്ക് വച്ചിരിക്കുകയാണോ?"

ലാവോ ശാന്തനായിരിക്കുവാൻ ശ്രമിച്ചു. ശരിയായ ഉത്തരം നൽകാൻ ഒന്ന് വിഷമിച്ചു.

"അതെങ്ങനെയാണെന്ന് ഞാനും അദ്ഭുതപ്പെടുകയാണ്."

ജിം വീണ്ടും ദീർഘനേരം ലാവോയെ സൂക്ഷിച്ച് നോക്കി. അത് തന്റെ ആത്മാവിനെ അളന്നെടുക്കുന്നതിനാണോ? ലാവോയ്ക്ക് മനസ്സിലായില്ല. ജിമ്മിന്റെ കണക്ക് കൂട്ടൽ അനുസരിച്ച് ഈ ആത്മാവിനെ വാങ്ങാൻ പിശാചിന് താത്പര്യമുണ്ടാകുമോ? ലാവോയ്ക്ക് അനുമാനിക്കുവാനായില്ല. ജിമ്മിന്റെ നിശ്ശബ്ദത ഒരു ബോധ്യവും തന്നില്ല. പൂർണ്ണ ആധികാരികതയോടെയാണ് പിന്നെ അയാൾ സംസാരിച്ചുതുടങ്ങിയത്.

ഒമ്പത്

"എന്റെ ചില സുഹൃത്തുക്കൾ, അത്രയൊന്നും കഴിവില്ലാത്തവർ വലിയ വിജയങ്ങൾ കൊയ്യുന്നത് കണ്ട് ഞാൻ ഒരു രാത്രി മുട്ടുകാലിലിരുന്ന് ചെകുത്താനെ വിളിച്ചു." ജിം പറഞ്ഞ് തുടങ്ങി. "ഒരു പുരാതന ഗ്രന്ഥത്തിൽ ഞാൻ കണ്ട ഒരാരാധനാക്രമമനുസരിച്ചായിരുന്നു ഈ ക്ഷണിച്ച് വരുത്തൽ. ഏഴ് രാത്രി ഇത് തുടർന്നു. അവസാനം ഞാൻ രക്തം ചിന്തി. അവൻ പ്രത്യക്ഷപ്പെട്ടു."

"അയാൾ പ്രത്യക്ഷപ്പെട്ടുവെന്നോ?" ലാവോയ്ക്ക് വിശ്വാസം വന്നില്ല.

"അതെ. അവൻ എന്റെ മുറിയിൽ പ്രത്യക്ഷപ്പെട്ടു. നേരിൽ. ഒരു പിശാചിന്റെ എല്ലാവിധ ഗാംഭീര്യത്തോടേയും. ഞാൻ പ്രതീക്ഷിച്ചതുപോലെയൊന്നുമായിരുന്നില്ല അവൻ."

"താങ്കൾ എന്താണ് പ്രതീക്ഷിച്ചിരുന്നത്?"

"അയാൾ വിരൂപനല്ലായിരുന്നു. കൊമ്പുകളൊന്നുമില്ലായിരുന്നു. കുളമ്പുമില്ലായിരുന്നു. തലയ്ക്ക് ചുറ്റിലും അഗ്നിനാളങ്ങളില്ലായിരുന്നു. അയാളുടെ തേജോവലയവും ഒട്ടും ഭീകരമല്ലായിരുന്നു."

"അയാളെ കാണാനെങ്ങനെയുണ്ടായിരുന്നു?" കുട്ടികളെപ്പോലെ ലാവോ ചോദിച്ചു.

"അയാൾക്ക് അതിസുന്ദരമായ ഗന്ധമുണ്ടായിരുന്നു. ഒറ്റവാക്കിൽ പറഞ്ഞാൽ വിസ്മയം ജനിപ്പിക്കുന്നവൻ. ഒരു കാലത്ത് അവൻ സ്വർഗ്ഗത്തിലെ ഏറ്റവും തേജസ്സുള്ള മാലാഖയായിരുന്നു എന്ന് ആ നിമിഷത്തിൽ തന്നെ എനിക്ക് മനസ്സിലായി. വിശ്വസിക്കാനാകാത്തതായിരുന്നു ആ സൗന്ദര്യം. ഏറ്റവും വിജയിയായവന്റെ രൂപം,

ഏറ്റവും പ്രശസ്തനായവന്റെ രൂപം, നമുക്കെല്ലാം ഊഹിക്കാനാകുന്നതിൽ വച്ച് ഏറ്റവും യുവത്വം നിറഞ്ഞ ശരീരം. അവന്റെ സാന്നിദ്ധ്യമറിയുമ്പോൾ തന്നെ അവനെല്ലാം അറിയാം എന്ന് നിങ്ങൾ തിരിച്ചറിയുന്നു. ഇതാ അവൻ എന്റെ മുന്നിൽ, എന്റെ കെന്റിലെ വീട്ടിൽ." ഒട്ടും നാടകീയമല്ലാത്ത സ്വരത്തിലാണിത്രയും ജിം പറഞ്ഞത്.

ജിം ഒരു ഇടവേള കൂടിയെടുത്തു. അയാൾ എന്തോ ആലോചിക്കുകയായിരുന്നു. കടന്നുപോകുന്ന തെരുവുവിളക്കുകൾ അയാളുടെ മുഖം തേജോമയമാക്കി. ഒരു നിമിഷത്തെ ഇടവേളയ്ക്കുശേഷം പറഞ്ഞ് നിർത്തിയ അതേ സ്വരത്തിൽ അയാൾ തുടർന്നു.

"അവന്റെ സാന്നിദ്ധ്യം വീടിനെ തേജോമയമാക്കി. അടുത്തുള്ളതിനെയെല്ലാം രമണീയമാക്കി. ഞാൻ കണ്ട ആ പിശാച് സുന്ദരരൂപിയായിരുന്നു. ആനന്ദം നൽകുന്നവനായിരുന്നു, ചിന്തിക്കുന്നവനായിരുന്നു, വിവേകബുദ്ധിയുള്ളവനായിരുന്നു, കരുണാമയനുമായിരുന്നു. അയാൾ എല്ലാം മനസ്സിലാക്കുന്നുണ്ടായിരുന്നു. അയാളുടെ സംഭാഷണത്തിന് അനുപമസൗന്ദര്യമുണ്ടായിരുന്നു. അസാമാന്യ വൈശിഷ്ട്യമുള്ളതായിരുന്നു. സംഭാഷണം എന്നത് ജീവിതത്തിലെ ഹർഷോന്മാദങ്ങളിലൊന്നാണെന്ന് അതുവരേക്കും ഞാനറിഞ്ഞിരുന്നില്ല."

ജിം വീണ്ടും നിർത്തി. ആ ഓർമ്മ ഒരു അമൂല്യ രത്നമാണെന്നതുപോലെ. ദിവ്യമായ, മാന്ത്രികമായ വെളിച്ചത്തിൽ അതിനെ പരിശോധിക്കേണ്ടതുണ്ടെന്നതുപോലെ. അയാൾ തലയൊന്നാട്ടി, ലാവോയ്ക്ക് നേരെ തിരിഞ്ഞു. അപ്പോൾ ആ കണ്ണുകളിൽ സ്മരണയെ വീണ്ടെടുക്കുന്നതിന്റെയോ, താലോലിക്കുന്നതിന്റെയോ അഗ്നിസ്ഫുരണം കാണാമായിരുന്നു.

"പ്രലോഭനത്തിന്റെ അവതാരണമാണവൻ. അവനുവേണ്ടി ഞാൻ എന്തും ചെയ്യുമായിരുന്നു."

പിന്നേയും മൗനം. അയാളുടെ സ്വരം ഒന്ന് താഴ്ന്നു. അത് കൂടുതൽ ധ്യാനനിരതമായി.

"ആരെങ്കിലും നിങ്ങൾ പ്രതീക്ഷിക്കുന്നതിലും മികച്ച താകുമ്പോൾ, അയാളോടടുക്കുവാൻ നിങ്ങൾ പാതി യിലേറേ പ്രലോഭിപ്പിക്കപ്പെട്ടു കഴിഞ്ഞിട്ടുണ്ടാകും. അതു പോലെ ഒരാൾ നിങ്ങൾ പ്രതീക്ഷിക്കുന്നതിലും മോശ മാണെങ്കിൽ നിങ്ങൾ അയാളിൽ നിന്നും പാതി അകന്നി രിക്കും. എന്നോട് എന്തെങ്കിലും പറഞ്ഞിട്ടോ എനിക്കായി എന്തെങ്കിലും ചെയ്തിട്ടോ അല്ല ചെകുത്താൻ എന്നെ പ്രലോഭിപ്പിച്ചത്, ശുദ്ധമായ പ്രസന്നതകൊണ്ട് മാത്ര മാണ്."

ജിം ഒന്ന് ചിരിച്ചു.

"അതൊരു അദ്ഭുതമല്ലേ?"

എന്ത് പറയണം എന്ന് ലാവോയ്ക്ക് അറിയില്ലായിരുന്നു. വല്ലാത്തൊരു ആകർഷണവലയത്തിലകപ്പെട്ടിരിക്കുന്നു. അതുകൊണ്ട് ഇരുൾ വീണ നാട്ടിൻപുറങ്ങളിലൂടെ ബസ്സ് മുന്നോട്ട് നീങ്ങുന്നത് അയാൾ അറിഞ്ഞില്ല. ജിം ഒന്ന് നിശ്വസിച്ചു.

"അവനെനിക്ക് അവിശ്വാസം, മനുഷ്യത്വം, അസ്തിത്വം, തിന്മ നിറഞ്ഞ സിദ്ധാന്തങ്ങൾ, ചെകുത്താന്റെ ആചാര ങ്ങൾ, അല്ലെങ്കിൽ അത്തരത്തിലുള്ള എന്തെങ്കിലും വിൽ ക്കാൻ ഒരു ശ്രമവും നടത്തിയില്ല. ദൈവം, മതം, ശുദ്ധത എന്നിവയെക്കതിരെ ഒന്നും പറഞ്ഞില്ല. ലോകം മുഴുക്കെ എന്റെ കൈക്കുമ്പിളിലാക്കി തരാം എന്ന് വാഗ്ദാനം നൽകിയില്ല. എന്നെ വിലയ്ക്ക് വാങ്ങാൻ ശ്രമിച്ചില്ല. രാജാധികാരങ്ങളോ പ്രശസ്തിയോ വിജയമോ ഒന്നും തരുമെന്ന് പറഞ്ഞില്ല. എന്റെ കഠിനനൈരാശ്യത്തിലും അവന് താത്പര്യമുണ്ടായിരുന്നില്ല. അവൻ ശാന്തനായി രുന്നു. അവൻ വിൽക്കുകയോ വാങ്ങുകയോ ചെയ്തില്ല."

ജിം വീണ്ടും നിർത്തി. പിന്നെ ഒട്ടൊന്ന് തെറ്റിയ താള ത്തിൽ "ഞാനവന് എല്ലാം കൊടുക്കുമായിരുന്നു" എന്ന് പറഞ്ഞു.

പിന്നെ കേട്ടത് ഒരു വലിയ തേങ്ങലിനോടടുത്ത ഒരു സ്വരമായിരുന്നു. ഒരു ദീർഘനിശ്വാസം. അടിഞ്ഞുകൂടി കിടക്കുന്ന പശ്ചാത്താപം പോലെ.

“ഞാൻ തുടർച്ചയായി വിളിച്ചതൊന്നുകൊണ്ട് മാത്ര മാണവൻ വന്നത്. എന്നെക്കുറിച്ച് കുറച്ച് ആകാംക്ഷ അവനുണ്ടായിരുന്നു. അത്തരത്തിലുള്ള ഒരു കൊച്ചു ആകാംക്ഷയ്ക്കും എന്നും അവനുത്തരമുണ്ടായിരുന്നു. വളരെ താഴ്മയോടെയാണ് അവൻ സംസാരിച്ചത്. ഞാൻ അതുല്യമായ എന്തെങ്കിലും ചെയ്താൽ ഒരുപക്ഷേ ഭാവിയിൽ അവന് എന്നിൽ എന്തെങ്കിലും താത്പര്യ മുണ്ടാകും. പക്ഷേ, ഞാനങ്ങനെ ചെയ്തേക്കില്ല എന്ന് അവനറിയാമായിരുന്നു എന്ന് തോന്നി. എനിക്കവനെ ഒന്ന് അദ്ഭുതപ്പെടുത്തണമെന്നുണ്ട്. അങ്ങനെ ചെയ്യണ മെന്നുണ്ട്.”

ബസ്സിന്റെ വേഗത കുറയുന്നുണ്ടായിരുന്നു. എഞ്ചിന്റെ സ്വരം മാറിയിരിക്കുന്നു. അതിപ്പോൾ കൂടുതൽ മൃദുവാ യിരിക്കുന്നു. ലാവോയ്ക്ക് ഇതിനെക്കുറിച്ച് അവ്യക്തമായ ഒരു ബോധം മാത്രമേയുണ്ടായുള്ളൂ. അയാൾ അപ്പോൾ ജിമ്മിന്റെ വാക്കുകളിൽ ലയിച്ചിരിക്കുകയായിരുന്നു. അയാളും ആ പ്രലോഭനത്തിലകപ്പെട്ടതുപോലെ. ജിം തന്റെ ഇരിപ്പിടത്തിൽ ഒന്ന് അനങ്ങിയിരുന്നു. നിവർന്നി രുന്നു. ചിന്തയിലാണ്ടു.

“വളരെ കുറച്ചേ അവൻ സംസാരിച്ചുള്ളൂ. ഒരു വാക്ക് പോലും മുഴുവൻ പറഞ്ഞുവോ എന്ന് ഞാൻ സംശയി ക്കുന്നു.”

ലാവോയുടെ ചുമലിൽ ജിം സ്പർശിച്ചു. അദ്ദേഹത്തിന്റെ ശ്രദ്ധ പൂർണ്ണമായും തനിക്ക് വേണമെന്ന് പറയുന്നതു പോലെ.

“ഞാൻ എങ്ങനെ ചോദിക്കുന്നു എന്നറിയുവാനുള്ള താത്പര്യം ഒന്നുകൊണ്ട് മാത്രമാണ് അവൻ പ്രത്യക്ഷ പ്പെട്ടത്.”

ജിം വീണ്ടും ദീർഘമായി ശ്വസിച്ചു. ഇത്തവണ സാവധാന ത്തിലായിരുന്നു എന്ന് മാത്രം.

“എന്റെ ജീവിതത്തിലെ ഏറ്റവും മഹത്തരമായ നിമിഷ മായിരുന്നു അത്.”

“ജിം.” ലാവോ വിളിച്ചു. അയാൾക്ക് തന്റെ അദ്ഭുതം മറച്ച് വയ്ക്കുവാനാകുന്നില്ല.

ജിം വിരൽ ഞൊടിച്ചു. കവിയുടെ കൈത്തണ്ടയിൽ തട്ടി.

“അവൻ എന്നെയൊന്ന് നോക്കിയിട്ടുണ്ടാകും എന്ന് ഊഹിക്കുവാൻ പോലും നിങ്ങൾക്കാകുന്നില്ല അല്ലേ?”

ലാവോ തല കുലുക്കി. അയാളിൽ നിന്നും ഒരു സ്വരവും വരുന്നില്ല. ആ ഇരുട്ടിൽ താൻ തല കുലുക്കിയത് ജിം അറിഞ്ഞിട്ടുണ്ടാകില്ല. അതിനാൽ “ഇല്ല ജിം. ഞാൻ അങ്ങനെ ഊഹിച്ചില്ല.” എന്ന് പറഞ്ഞു.

ജിം വീണ്ടും തോൾ കുലുക്കി.

“പലപ്പോഴും പരാജയം നമ്മെ ഏറ്റവും രസകരമായ സ്ഥലങ്ങളിലേക്കെത്തിക്കുന്നു.”

അവർ ഹോട്ടലിൽ എത്തി.

ആ ചോദ്യം എങ്ങനെ അവതരിപ്പിച്ചു, എങ്ങനെ ചോദിച്ചു എന്ന് ജിമ്മിനോട് ചോദിച്ചില്ല എന്നതായിരുന്നു ലാവോ യുടെ മനസ്സിനെ അലട്ടിയ ഒരു പശ്ചാത്താപം. അതു പോലെ പിന്നീടൊരിക്കലും ജിം തന്നോട് തുറന്ന് സംസാരിച്ചിട്ടില്ലല്ലോ.

പത്ത്

അവർ വേച്ചുവേച്ച് വണ്ടിയിൽ നിന്നിറങ്ങി. സംഘം ചേർന്ന് ക്യാമറയും മറ്റ് ഉപകരണങ്ങളും ഭാണ്ഡക്കെട്ടുകളും ഹോട്ടലിന്റെ ലോബിയിലേക്കെത്തിച്ചു.

ചെറിയൊരു ഹോട്ടലായിരുന്നു അത്. ലുസേൺ തടാകത്തിന്റെ കരയിൽ. അതിന്റെ ഉടമ പ്രസന്നനായ ഒരു മദ്ധ്യവയസ്കനായിരുന്നു. വിനയസ്വഭാവത്തോടുകൂടിയ ഒരാൾ. ഹാൻസ് എന്നായിരുന്നു അയാളുടെ പേര്. ഒരു മദ്ധ്യകാല യൂറോപ്യൻ സിനിമയിലെ സത്രമുടമയുടെ ഭാഗമഭിനയിക്കുവാനാകുന്ന തരം മീശയുണ്ടയാൾക്ക്. ക്ഷീണിതരായെത്തിയ സിനിമാചിത്രീകരണ സംഘത്തോട് വളരെ സന്തോഷത്തോടെ, മനം കവരുന്ന രീതിയിൽ അയാൾ പെരുമാറി. എന്നാൽ ലാവോയോടുള്ള പെരുമാറ്റത്തിൽ മാത്രം എന്തോ വിശദീകരിക്കുവാനാകാത്ത ഒരു സംശയം വച്ചു പുലർത്തി.

അവർക്ക് മുറികൾ അനുവദിച്ചു. ആ മുറികൾ പരിശോധിക്കുവാൻ അവരെ പ്രോത്സാഹിപ്പിച്ചു. ലഭിച്ച മുറികളെല്ലാം അവർക്ക് ഇഷ്ടപ്പെട്ടു. ഹാൻസ് അവരുടെ സൗഖ്യമന്വേഷിക്കുന്നുണ്ടായിരുന്നു. എല്ലാം ശുഭമാകുന്നു എന്നയാൾ ഉറപ്പ് വരുത്തുന്നുണ്ടായിരുന്നു. ഭാണ്ഡക്കെട്ട് അതിന്റെ ഉടമയുടെ മുറിയിലെത്തിക്കുവാൻ വേണ്ട സൗകര്യവും സഹായവും പോലും അയാൾ ചെയ്തുകൊടുത്തു.

ലാവോ ഈ സ്നേഹവലയത്തിനു പുറത്തായിരുന്നു. തന്നോട് മാത്രം ഹാൻസ് വ്യത്യസ്തമായാണ് പെരുമാറുന്നത് എന്ന് അയാൾക്ക് ഉറപ്പായിരുന്നു. എത്ര നല്ല ഹോട്ടലാണെന്നും ഹാൻസ് എത്ര ഹൃദ്യമായാണവരോട് പെരുമാറിയതെന്നും കൂട്ടുകാരെല്ലാവരും പരസ്പരം

സംസാരിക്കുന്നത് അയാൾ വ്യംഗ്യമായ, ആക്ഷേപ ഹാസ്യം നിറഞ്ഞ ചിരിയോടെ കണ്ടുനിന്നു. ഹാൻസ് തന്നോട് ഹൃദ്യമായാണ് പെരുമാറിയത് എന്ന് ലാവോയ്ക്ക് തോന്നിയില്ല. എന്നാൽ പെരുമാറിയ വിധം തനിക്ക് മാത്രമേ കാണാനാകൂ എന്നതിനാൽ മറ്റുള്ളവർ ശ്രദ്ധിച്ചിട്ടുണ്ടാകില്ല.

കാണാനാകാത്തത് വിശ്വസിക്കുകയില്ല എന്ന തത്ത്വത്തെ അടിസ്ഥാനമാക്കിയതുകൊണ്ടാവാം ഈ ഇരട്ടത്താപ്പിന് സാക്ഷികളില്ലാതായി. ഇതിനെച്ചൊല്ലി ലാവോയും ബഹളമൊന്നും വച്ചില്ല. അങ്ങനെ ചെയ്താൽ തന്നെ എല്ലാവരും ചിത്തഭ്രമമുള്ളവനെന്നും അനാവശ്യമായി വികാരം കൊള്ളുന്നവനെന്നും പഴിചാരുമെന്ന് അയാൾക്കറിയാമായിരുന്നു. അതുകൊണ്ട് എല്ലായ്പ്പോഴുമെന്നപോലെ ഇപ്പോഴുമയാൾ മാന്യതയോടെ, കുലീനതയോടെ സഹിക്കുവാൻ തീരുമാനിച്ചു. തന്റെ പെരുമാറ്റ രീതികൾ കൊണ്ട് ഹാൻസിന്റെ സൗഹൃദം പിടിച്ചുപറ്റണമെന്നും. എന്നാൽ അപ്പോഴത്തെ സുരക്ഷിതത്വം കണക്കിലെടുത്ത് തനിക്കുവേണ്ടി ആവശ്യമുള്ള കാര്യങ്ങൾ ഹോട്ടലുടമയുമായി സംസാരിക്കുവാൻ മിസ്റ്റ്ലെറ്റൊവിനെ ചുമതലപ്പെടുത്തി. മിസ്റ്റ്ലെറ്റൊ ഒരെതിർപ്പുമില്ലാതെ ചെയ്യാമെന്നേറ്റു.

അനുവദിച്ച മുറി ലാവോയ്ക്ക് ഇഷ്ടപ്പെട്ടില്ല. ലാവോയ്ക്ക് ഇഷ്ടപ്പെട്ട മുറി ലഭിക്കുന്നതുവരേക്കും അവർ പല മുറികളും മാറി. അവസാനം ഒന്നാം നിലയിലെ ഒരു മുറി തിരഞ്ഞെടുത്തു. നല്ല ബാൽക്കണിയും ജനലിലൂടെ നോക്കിയാൽ തടാകവും റിജി മലനിരകളും കാണാവുന്ന ഒരു മുറി. മംഗളം നൽകുന്ന, ശുഭകരമായ ഏഴാം നമ്പർ മുറി.

മുറിയിൽ എല്ലാം ഒതുക്കി വച്ചതിനു ശേഷം ലാവോയും മിസ്റ്റ്ലെറ്റൊയും കുളിച്ചു. വസ്ത്രം മാറി. ബാൽക്കണിയിലേക്ക് നീങ്ങി.

മലനിരകൾ കാണാൻ സാധിച്ചിരുന്നില്ല. ചുറ്റിലും ഇരുട്ടായിരുന്നു. അതിനിടയിൽ ചില വെളിച്ചങ്ങൾ മിന്നുന്നു. വ്യോമപടലങ്ങളിൽ മിന്നുന്ന നക്ഷത്രങ്ങളെപ്പോലെ.

കാണാനാകാത്ത മലനിരകളിൽ അവിടെവിടെയായി ചെറുപട്ടണങ്ങളുടെ സമൂഹങ്ങളുണ്ട്.

തടാകം ഈ മലനിരകൾക്ക് മാന്ത്രികമായ ഒരു പ്രതീതി നൽകി. മലനിരകളിലെ വെളിച്ചവും തടാകത്തിൽ മിന്നിക്കത്തുന്നുണ്ട്. അതിലെ വെള്ളത്തിന്റെ പ്രകൃതം എന്തായിരിക്കും? ലാവോ ചിന്തിച്ചു. അത് ഈ അന്തരീക്ഷത്തെ എങ്ങനെ പരിവർത്തനം ചെയ്യിക്കുന്നു? അധികം ദൂരത്തല്ലാതെയാണ് മിസ്റ്റിലെറ്റൊ ഇരിക്കുന്നത്. അവൾ അദ്ഭുതം, സമയം, കാലം എന്നിവയില്ലാത്ത അവസ്ഥയിലടിമപ്പെട്ടിരിക്കുകയായിരുന്നു. ഈ ലോകത്തിനുമേൽ ഒരു വശീകരണ മന്ത്രമുരുക്കഴിച്ച് തടാകം എല്ലാതിനേയും അതിന്റെ വരുതിയിലാക്കിയതുപോലെ.

അവരവരുടെ മുറിയുടെ ജനലകളിൽനിന്നും മറ്റ് സംഘാംഗങ്ങളും ഇതേ അനുഭൂതിയിലായിരുന്നു.

അവർക്ക് മുകളിൽ പ്രകൃതി അതിന്റെ പ്രതിപ്രവർത്തനം ആരംഭിച്ചിരിക്കുന്നു. തങ്ങളിൽ പിശാചിനുണ്ടായിരുന്ന പിടി പ്രകൃതി സ്വന്തം നിലയിൽ ഒന്നയച്ചുകൊടുത്തിരിക്കുന്നു. അവർക്കിപ്പോൾ ഭാരക്കുറവ് തോന്നുന്നു. ചിലർക്ക് സന്തോഷം. മറ്റു ചിലർക്ക് ഭയം. പിശാചുക്കൾ അവരുടെ അഭിവാജ്യഘടകമാണ്. ആ പിശാച് പിടിയൊന്നയയ്ക്കുക എന്നാൽ സ്വന്തം വ്യക്തിത്വം നഷ്ടപ്പെടുന്നതിന് തുല്യമാണ്.

മലനിരകളിലെ നിശ്ശബ്ദത ആന്തരിക ക്ലേശങ്ങളുണ്ടാക്കുന്നു. ചലനമില്ലാത്ത അവസ്ഥയേക്കാൾ പലരും താത്പര്യപ്പെടുന്നത് നിരന്തരമായ ചലനത്തെയാണ്.

ലാവോയ്ക്കും മിസ്റ്റലെറ്റൊയ്ക്കും നിശ്ശബ്ദതയോടാണ് താത്പര്യം. സങ്കീർണ്ണതകളൊന്നുമില്ലാത്ത ആശ്ചര്യത്തിലേക്ക് ബാൽക്കണിയിൽ നിന്ന് അവർ ഉറ്റുനോക്കി. തങ്ങൾ എന്നോ മറന്ന ഒരു അവസ്ഥ അവർ തിരിച്ചറിഞ്ഞു. ഇരുട്ടിൽ തടാകത്തെ നോക്കിയിരിക്കുക, മലയോരത്തെ വെളിച്ചം നുകരുക, ശാന്തമായ ആകാശം കണ്ടിരിക്കുക. വിശുദ്ധമായ ഒരനുഭൂതിയിൽ അവർ ലയിച്ചു

നിന്നു. ദൂരെനിന്നൊരു മണിനാദം കാറ്റിലൊഴുകി വരുന്നു. താഴെ നിന്ന് ഒരു ചിരി. തങ്ങളുടെ ശരീരത്തിൽ നിന്നും എടുത്തുയർത്തിയതു പോലെ അവരെ ഈശ്വരൻ ശുദ്ധമായ ആനന്ദത്തിൽ എത്തിച്ചിരുന്നു. അപ്പോൾ തടാകത്തിന്റെ അങ്ങേ കരയിൽനിന്ന് ഒരു മാസ്മരിക സംഗീതം കേട്ടു. അവർ ശ്വാസമടക്കിയിരുന്നു.

അർക്കാഡിയ ഒരു സ്വപ്നമാണ്. സ്വപ്നം അവയുടെ സത്യമുപയോഗിച്ച് പരമാർത്ഥത്തെ സംക്രമിപ്പിക്കുന്നു.

ഈ കാഴ്ച ജീവിതത്തിലെ ഏറ്റവും ശുദ്ധമായ നിമിഷങ്ങളിലൊന്നായി മിസ്റ്റ്ലെറ്റൊ ഓർത്തിരിക്കും. സ്വർഗ്ഗത്തിൽ, പാതി വെളിച്ചമുള്ള ഒരു ഭൂപ്രകൃതി എന്ന നിലയിലായിരിക്കും ലാവോ എന്നെന്നും ഈ നിമിഷത്തെ വിലയിരുത്തുക.

പതിനൊന്ന്

അത്താഴത്തിനെത്തിയപ്പോൾ താഴെ കാര്യങ്ങൾ അത്ര ശുഭമല്ല എന്നവരറിഞ്ഞു. എന്തോ ഒരു അസ്വാസ്ഥ്യം. ഒരു നീളൻ മേശയ്ക്ക് ചുറ്റിലും മ്ലാനമായിരിക്കുകയാണ് എല്ലാവരും. ജിം മുടി ചീകിയൊതുക്കിയിട്ടില്ല. അയാളുടെ കണ്ണുകൾ ഉന്മത്തമാണ്. പ്രോപറിന്റെ മീശ നാലുപാടും ചിതറിക്കിടക്കുന്നു - തന്റെ മാനസികാവസ്ഥ പ്രതിഫലിപ്പിക്കാവുന്ന തരത്തിൽ വച്ചതാണോ എന്ന് തോന്നിപ്പോകുമായിരുന്നു. റിലി മേശയുടെ കീഴേക്ക് ചുരുങ്ങിപ്പോകുമോ എന്ന നിലയിലിരിക്കുന്നു. സാമിന് തന്റെ കണ്ണുകൾ എവിടെ ഒളിപ്പിക്കണമെന്നറിയില്ല. ഹസ്ക് ഒരു വികാരവുമില്ലാതെ ശബ്ദമുണ്ടാക്കാതിരിക്കുന്നു. എന്നാൽ അന്തരീക്ഷത്തെ അയാൾ പൂർണ്ണമായും ഉൾക്കൊണ്ടിട്ടുണ്ട്.

ലാവോ ജിമ്മിനെ ചോദ്യരൂപേണ നോക്കി.

“വീട്ടിൽ നിന്നും നല്ലതല്ലാത്ത ഒരു വാർത്ത” അയാൾ മന്ത്രിച്ചു.

ലാവോയും മിസ്റ്റ്ലെറ്റൊയും അവർക്കുള്ള ഇരിപ്പിടങ്ങൾ കണ്ടെത്തി. ഒരു വേലക്കാരി എന്തൊക്കെ ഭക്ഷണമാണ് വേണ്ടതെന്ന് ചോദിക്കാനെത്തി. എന്നാൽ ആ രംഗം കണ്ട അവർ നിശ്ശബ്ദം തുറിച്ച് നോക്കി നിന്നു. ആരും അവരോട് സംസാരിച്ചില്ല. അവർ തിരിച്ച് പോയി.

ഹസ്ക് അപ്പോൾ ദ്രോഹബുദ്ധിയുപയോഗിക്കുകയായിരുന്നു. അവളുടെ കണ്ണുകൾ വേദനയും വെറുപ്പും മൂലം കുറിയതായിരിക്കുന്നു. തനിക്ക് ലഭിച്ച മോശം വാർത്ത അവൾ ആരോടും പറഞ്ഞിട്ടില്ല. എന്നാൽ അവൾ അവിടെയിരുന്ന് ഉള്ളിലെ ദ്രോഹബുദ്ധി ചുറ്റിലും പരത്തി.

അവളുടെ കണ്ണുകളിലേക്ക് ആർക്കും നോക്കാനാകുന്നില്ല. വല്ലാത്തൊരു വൈഷമ്യം. ദ്രോഹബുദ്ധിയുണർത്തുന്ന

കണ്ണുകൾ ചീത്ത പ്രവർത്തി പോലെ തന്നെ മോശതമമാണ്. അങ്ങനെയുള്ളവർക്ക് കാഴ്ചയിൽ ചീത്തത്തരങ്ങൾ അതിലുമധികം ചെയ്യാനാകും എന്ന് തോന്നിപ്പോകും. ദ്രോഹബുദ്ധികളുടെ പ്രവർത്തികൾക്ക് സാക്ഷ്യം വഹിച്ചിട്ടുള്ളവർ പിന്നീട് അതൊരിക്കലും മറക്കില്ല. എല്ലായ്പ്പോഴും അതൊരു സംശയമായി കൂടെയുണ്ടാകും. ഒരിക്കലല്ലെങ്കിൽ മറ്റൊരിക്കൽ എല്ലാവരും ഇങ്ങനെ മോശം മാനസികാവസ്ഥയുടെ കാർമേഘങ്ങളിൽ എത്തിപ്പെടാറുണ്ട്. മേശയ്ക്ക് ചുറ്റിലുമുള്ള സംഘം ഹസ്കിൽ ഇപ്പോൾ ആവശ്യത്തിലധികം ശ്രദ്ധ കേന്ദ്രീകരിക്കുന്നു. അവളുടെ മാനസികാവസ്ഥ ഈ ശ്രദ്ധയെ വലുതാക്കുന്നു.

ഊണുമുറിയുടെ മേശമേൽ കത്തി, മുള്ള്, സ്പൂൺ മുതലായവ വെട്ടിത്തിളങ്ങുന്നു. മെഴുകുതിരികൾ കൂട്ടമായി കത്തിച്ചുവച്ചിരിക്കുന്ന വെളിച്ചത്തിൽ ഗ്ലാസുകളും തിളങ്ങുന്നു. അകലെ മൂലകളിലിരുന്ന് ചില ദമ്പതികൾ നിശ്ശബ്ദമായി ഭക്ഷണം കഴിക്കുന്നുണ്ട്. അന്തരീക്ഷത്തിൽ ഷൂബർട്ട് ക്വിന്റെറ്റിന്റെ സംഗീതം ഒഴുകി നടക്കുന്നുണ്ട്.

അവർ ഓരോരുത്തരും തനിക്കെതിരെ ദ്രോഹബുദ്ധി ചെയ്യുന്നു എന്ന് ഹസ്ക് കണക്കാക്കിയിരിക്കുന്നു. ഒരുപക്ഷേ അവരവരുടെ മുറികളിലിരുന്ന് തടാകത്തിലേക്ക് നോക്കിയപ്പോൾ, അവിടെനിന്നും വന്ന ഇളംകാറ്റ് മുഖം തഴുകി നീങ്ങിയപ്പോൾ, സൗന്ദര്യം നിറഞ്ഞ ഒരു നിമിഷം അവർ കണ്ടിട്ടുണ്ടാകാം. അതിനാലാകാം ഇപ്പോൾ അവർ ഇങ്ങനെ ചിന്തിക്കുന്നത്. സന്തോഷത്തിനിടയിൽ വിഷാംശം കലർന്ന വിചിത്രമായ ഒരു ചിന്ത.

പന്ത്രണ്ട്

മനുഷ്യാത്മാവിന് ഇതിൽ നിന്നെല്ലാം എങ്ങനെ സംരക്ഷണം നേടണമെന്ന് അറിയാം. ഒരു വനദേവതയെപ്പോലെ മിസ്റ്റ്ലെറ്റൊ തന്റെ കസേരയിൽ നിന്നുമെഴുന്നേറ്റപ്പോൾ ലാവോയുടെ മനസ്സിലേക്കെത്തിയ ചിന്ത അങ്ങനെയായിരുന്നു. അവൾ ഹസ്കിനു സമീപമെത്തി. അവളെ തന്റെ ഇരട്ട സഹോദരിയാണെന്ന മട്ടിൽ കെട്ടിപ്പിടിച്ചു. എന്നിട്ട് കൈയിൽ കരുതിയിരുന്ന ഒരു സമ്മാനം അവൾക്ക് നൽകി.

“ജന്മദിനാശംസകൾ.”

ഹസ്ക് പെട്ടെന്ന് നാണിച്ചു.

“ആർക്കുമറിയില്ലെന്ന് കരുതി.” അവളുടെ കവിളിലൊരിറ്റ് കണ്ണുനീർ തിളങ്ങി.

അപ്പോൾ എല്ലാവരും ഒന്നിച്ച് ഹസ്കിന് ചുറ്റും കൂടി, അവളെ ആലിംഗനം ചെയ്യുവാനും സമാധാനിപ്പിക്കുവാനും തുടങ്ങി. അവർ രഹസ്യമായി കൈയിൽ കരുതിയിരുന്ന *ജന്മദിനാശംസാകാർഡു*കളും സമ്മാനങ്ങളും പുറത്തെടുത്തു. അവർക്കാകാവുന്നത്ര സ്നേഹം വാരിക്കോരി കൊടുത്തു. അധികം താമസിയാതെ അവളുടെ മുഖത്തെ മടുപ്പും കയ്പും സന്തോഷത്തിനു വഴിമാറി.

അവൾ സന്തോഷം കൊണ്ട് കരയുവാൻ തുടങ്ങി. അവരെന്തിനാണിങ്ങനെ അവളെ സമാധാനിപ്പിക്കുന്നത് എന്നവർക്ക് തന്നെ അറിയില്ലായിരുന്നു. അവളപ്പോൾ എന്ത് ഇല്ലായ്മയെയാണ് നേരിടുന്നത് എന്നുമവർക്ക് അറിയില്ലായിരുന്നു. എങ്കിലും അവളുടെ മനസ്സിൽ സന്തോഷം തിരികെയെത്തി.

എല്ലാവരും തിരികെ ഇരിപ്പിടത്തിലെത്തിയപ്പോൾ പ്രോപർ ഒരു കത്തിയെടുത്ത് ഗ്ലാസിൽ മുട്ടുവാൻ തുടങ്ങി. എന്നിട്ട്

"ഒരു പ്രഭാഷണം വേണം ഹസ്ക്, പ്രഭാഷണം" എന്ന് വിളിച്ച് പറഞ്ഞു.

"അത്ര നീണ്ടതൊന്നും വേണ്ട. ചുരുക്കിപ്പറഞ്ഞാൽ മതി," ജിം കളിയാക്കി. "ഒരു സിനിമ മുഴുവനാക്കാനുള്ളതാണ്."

ഹസ്ക് പുഞ്ചിരിച്ചു. മറ്റുള്ളവരെല്ലാം ഉറക്കെ ചിരിച്ചു. അത് സദസ്സിന്റെ മാനസികനിലയിൽ മാറ്റം വരുത്തി. അവൾ ആവേശത്തിലാണ് എന്ന് എല്ലാവർക്കും തോന്നി.

"ജന്മദിനങ്ങളെക്കുറിച്ച് അധികമൊന്നും പറയുവാനില്ല. ഒരാൾ ഒരു ദിവസം ജനിക്കുന്നു, വർഷങ്ങൾക്ക് മുമ്പ്...."

"തുറന്ന് പറയണം, തുറന്ന്.." ലാവോ വിളിച്ച് പറഞ്ഞു.

ഹസ്ക് അതിനെ അനുകൂലിച്ചെന്നവണ്ണം ചിരിച്ചു. പിന്നെ തുടർന്നു.

"പിന്നെ അയാൾ അയാളുടെ മരണത്തിനോടടുക്കുന്നു. ഓരോ ജന്മദിനവും ഒരു മരണമാണ്...."

"ഇങ്ങനെ സന്താപത്തിലാകുവാൻ ഇന്ന് നിനക്കനുവാദമില്ല." അവളുടെ തോളിൽ കൈവച്ച് റിലി പറഞ്ഞു.

തീർച്ചയില്ല എന്ന മട്ടിൽ ഹസ്ക് ഒന്ന് പുഞ്ചിരിച്ചു.

"ഒരു മരണം എന്നത് ഒരു ജനനം കൂടിയാണ്. നമ്മൾ ഇത്തിരികൂടി മോശമാകുന്നു, ഇത്തിരികൂടി നല്ലതാകുന്നു, നമ്മളൊരു ഗാനം ആലപിക്കുവാൻ ശ്രമിക്കുന്നു. എന്നെ സംബന്ധിച്ചിടത്തോളം ഇത് അത്ര സന്തോഷകരമായ ജന്മദിനമൊന്നുമല്ല. എന്നാൽ നിങ്ങളെല്ലാം ഒന്നിച്ചുള്ളതുകൊണ്ട് ഇത് സവിശേഷമായ ഒരു ജന്മദിനമായി മാറി. നിങ്ങൾ എന്നോട് വലിയ കരുണ കാണിച്ചു. ഞാൻ ആദ്യം ആർക്ക് നന്ദി പറയണം? എനിക്ക് ഗ്രിഗോറിയൻ മന്ത്രോച്ചാരണങ്ങളോട് താത്പര്യമുണ്ടെന്ന് നിങ്ങൾക്കെങ്ങിനെ മനസ്സിലായി ലാവോ? നിങ്ങളുടെ പക്കൽ നല്ല ചാരന്മാരുണ്ടെന്ന് എനിക്ക് തോന്നുന്നു. ഏതൊരു അവസ്ഥയിലും ഏറ്റവും മികച്ചത് പുറത്തെടുക്കുവാനാകുന്നു എന്നൊരു കഴിവ് നിന്നിലുണ്ട് മിസ്റ്റ്ലെറ്റൊ. ഈ രാത്രിയും അത് ചെയ്തതിനു നന്ദി. നീയില്ലായിരുന്നെങ്കിൽ ഈ യാത്ര ഇത്രയും ദൂരമെത്തുകയില്ലായിരുന്നു ജൂട്ട്..."

“ഇങ്ങനെ പോയാൽ ഇനി മുന്നോട്ടു പോകില്ല.” ജിം പറഞ്ഞു. അതിനെ തുടർന്ന് ആവേശം നിറഞ്ഞ ഇട പെടലുകൾ അനവധിയുണ്ടായി. ജിമ്മിന്റെ വാക്കുകൾ അതിനൊരു കാരണമായി.

“സ്കാർഫിനും നിന്റെ സ്വഭാവരീതികൾക്കും നന്ദി റിലി. ഈ സാമിന് ഇങ്ങനെ അപൂർവ്വവും വിസ്മയം ജനിപ്പി ക്കുന്നതുമായ ഒരു സഹായിയെ എവിടെ നിന്ന് ലഭിച്ചു ആവോ...?”

“കാട്ടിൽ നിന്ന്. മരം കൊത്തിയെപ്പോലെ ജീവിതത്തെ കൊത്തികൊത്തിയിരിക്കുകയായിരുന്നു.” ജിം തന്നെയാ ണിപ്പോഴും ഇടപെട്ടത്.

“പിന്നെ സാം, താങ്കൾ...നിങ്ങൾ എന്ത് ചിന്തിക്കുന്നു എന്ന് ഞാനറിയാതിരിക്കുവാനാണോ ഈ കറുത്ത ഗ്ലാസ് ധരിക്കുന്നത്?”

“ഇതുവരേക്കും നന്നായില്ല, ഞാൻ സഹായിക്കണോ?” സാം സംഭാഷണത്തിൽ ചേർന്നു.

“പ്രോപർ, നീ ഈ ഭൂമിയുടെ ഉപ്പാകുന്നു...” ഹസ്ക് തുടർന്നു.

“ഭൂമിയുടെ സ്വരം എന്നല്ലേ.” ലാവോ പറഞ്ഞു.

“കാറ്റിന്റെ സ്വരം,” ജിം പറഞ്ഞു.

“ദയവായി...എല്ലാവരും...” ഹസ്ക് ഇടപെട്ടു.

“അവൾ അവളുടെ വധം ഒന്നവസാനിപ്പിക്കട്ടെ.” പ്രോപർ പിന്താങ്ങി.

“കുത്തുവാക്കുകൾ എന്നല്ലേ നിങ്ങൾ ഉദ്ദേശിച്ചത്?” ജിം ചോദിച്ചു.

“അല്ല വധം എന്ന് തന്നെയാണ്,” പ്രോപർ തമാശ വിട്ടില്ല.

“ശരിയായ അളവിൽ എല്ലാം ചെയ്യുന്നവൻ എന്ന നില യിൽ ഞങ്ങൾക്കെല്ലാം താങ്കളോട് വലിയ ബഹുമാന മുണ്ട് പ്രോപർ....”

“എനിക്കതിഷ്ടപ്പെട്ടു! ശരിയായ അളവ്...പ്രൊപോർ ഷൻ...” ജിം ഉറക്കെ ചിരിച്ചു.

“പിന്നെ നിങ്ങൾ...ജിം...”

“ജിം. ഇതാ വരുന്നു കത്തി!” ലാവോ പറഞ്ഞു.

“ഭാര്യയേക്കാൾ ഒട്ടും മോശമാകില്ല ഇതും.” ജിം മറുപടി പറഞ്ഞു.

“നമ്മളെല്ലാം കവികളാകുന്നുണ്ടോ എന്നൊരു സംശയം.”

“ജിം... താങ്കളോടൊത്ത് അവസാനമായി ഒരു സിനിമാ ചിത്രീകരണത്തിനു കൂട്ടായത്...”

“ആ സംഘത്തിലെ നിങ്ങൾ രണ്ടുപേരുമൊഴികെ മറ്റുള്ളവരാരും ഇന്ന് ജീവിച്ചിരിപ്പില്ല അല്ലേ.” പ്രോപർ വീണ്ടും ഇടയ്ക്ക് കയറി.

“വളരെ മോശം അവസ്ഥയായിരുന്നു അന്ന്. സംഘത്തിലെ ആർക്കും എന്ത് ചെയ്യണം എന്ന് പോലുമറിയില്ലായിരുന്നു.” സാമിന്റെ ടിപ്പണി വന്നു.

ഹസ്ക് സാമിനെ രൂക്ഷമായൊന്ന് നോക്കി.

“ഞാൻ ഒരു തമാശ പറഞ്ഞതാണ്. നിനക്കത് മനസ്സിലാക്കികൂടേ. എനിക്കെന്താ തമാശ പറയാനും പാടില്ലെന്നായോ?”

“മൂന്ന് ആഴ്ച ചിത്രീകരിച്ചിട്ടും അഞ്ച് നിമിഷം മാത്രമാണത് സംപ്രേഷണം ചെയ്തത്. അന്ന് നിങ്ങളോടൊപ്പം ചേർന്ന് ചിത്രീകരിച്ച ആ അവസാന ചിത്രത്തിന്റെ.” ഹസ്ക് ഒരു വിധത്തിൽ പറഞ്ഞവസാനിപ്പിച്ചു.

“എനിക്കറിയാം. ഓർമ്മയുണ്ട്.” ജിമ്മിന്റെ വാക്കുകളിൽ നീരസമുണ്ടായിരുന്നു. “എനിക്കവരെ കൊല്ലണമെന്ന് തോന്നിയിരുന്നു.”

സംഘത്തിന്റെ മാനസികാവസ്ഥയിൽ കുറച്ച് മാറ്റം വന്നിരിക്കുന്നു. ജിം ഒന്നെഴുന്നേറ്റ് നിന്നു. പിന്നെ വീണ്ടുമിരുന്നു. അവർ സംസാരിച്ചുകൊണ്ടിരിക്കുന്നതിനിടയിൽ ജിം പീനോട്ട് നോയർ, സൗവിങ്ങ്നോൺ എന്നീ വീഞ്ഞുകൾ കൊണ്ടുവരാൻ ആവശ്യപ്പെട്ടിരുന്നു. അതിന്റെ കുപ്പികൾ തുറക്കപ്പെട്ടു. എന്നാൽ സംസാരത്തിനിടയിൽ ജിം മാത്രമേ അതെടുത്ത് കുടിക്കുന്നുണ്ടായിരുന്നുള്ളൂ.

"പക്ഷേ നിങ്ങളേക്കാൾ മികച്ച ഒരാളെ കണ്ടെത്തുവാനാകില്ല," ഹസ്ക് ജിമ്മിനെ സമാശ്വസിപ്പിക്കുവാനെന്ന മട്ടിൽ പറഞ്ഞു.

മേശയ്ക്ക് ചുറ്റിലും പാറി നടന്നിരുന്ന ആനന്ദത്തെ ഇല്ലാതാക്കരുതെന്നും ആ വാക്കുകൾകൊണ്ട് ലക്ഷ്യമിട്ടിരുന്നു.

"എന്നാൽ അർക്കാഡിയയിലേക്കുള്ള ഒരു യാത്ര എന്ന ഈ ആശയം താങ്കൾക്ക് എവിടെ നിന്ന് ലഭിച്ചു? അതെനിക്കിപ്പോഴും മനസ്സിലാകുന്നില്ല."

"ഇത് ഇയാളുടെ ആശയമാണ്." ലാവോയെ ചൂണ്ടി ജിം പറഞ്ഞു.

"എന്റെയല്ല. ഇയാളുടെ." ലാവോ സാമിനെ ചൂണ്ടി.

"എന്റെയൊന്നുമല്ല. ഇദ്ദേഹത്തിന്റേതാണ്." സാം പ്രോപറിനെ ചൂണ്ടിക്കാണിച്ചു.

"ഇരുളടഞ്ഞൊരു കാട്ടിൽ നിന്നും വന്ന ആശയമാണത്." പ്രോപർ ഒന്ന് മുരണ്ടു.

"ഈ വാക്കിന്റെ അർത്ഥമെന്തെന്ന് പോലും എനിക്കറിയില്ല." റിലി പറഞ്ഞു. അവളുടെ സ്വരത്തിലിപ്പോഴും ആ അപരിചിതത്വവും കുസൃതിയുമുണ്ടായിരുന്നു. "ഒരുപക്ഷേ ഇവളിൽ നിന്നായിരിക്കും ഈ ആശയം വന്നത്," റിലി ജൂട്ടിനെ കാണിച്ച് പറഞ്ഞു.

"എന്റെ ആശയമല്ലിത്. ഇത് അവളുടേതാണ്."

അവൾ മിസ്റ്റ്ലെറ്റൊവിനെ നോക്കി. മിസ്റ്റ്ലെറ്റൊ വരച്ചുകൊണ്ടിരിക്കുകയായിരുന്നു. സംഘത്തിലെ ഓരോരുത്തരുടേയും രേഖാചിത്രം വരയ്ക്കുവാൻ ശ്രമിക്കുകയയായിരുന്നു. അതിൽ നിന്നും ശ്രദ്ധയെ വ്യതിചലിപ്പിച്ച് അവളും ചർച്ചയുടെ ഭാഗമായി:

"അത് മലാസ്സൊയുടെ ആശയമായിരുന്നു."

പെട്ടെന്ന് ഒരു ദീർഘമൗനമുണ്ടായി. പുറത്ത് വീശിയടിക്കുന്ന കാറ്റിന്റെ സ്വരം അവർ കേട്ടു.

“നമ്മളെല്ലാം അനുസരിക്കേണ്ടവൻ... അവൻ മലാസ്സോ,” പ്രോപർ മന്ത്രിക്കുന്നതുപോലെ പറഞ്ഞു.

“ആ പേര് ഇങ്ങനെ ഇടയ്ക്കിടെ ചർച്ചയിൽ കൊണ്ടു വരുന്നത് നമുക്കൊന്നവസാനിപ്പിച്ചുകൂടേ? കേൾക്കു മ്പോഴേ എനിക്ക് പേടിയാകുന്നു,” ജൂട്ട് കരയുവാൻ തുടങ്ങി.

ജിം ചുറ്റിലും ഒഴിഞ്ഞ് കിടക്കുന്ന കസേരകളിലേക്കും ഇടങ്ങളിലേക്കും നോക്കി. ഭക്ഷണമുറിയിൽ അപ്പോൾ അവരല്ലാതെ മറ്റാരുമില്ലായിരുന്നു.

“നമ്മൾ സംസാരിച്ചുകൊണ്ടിരിക്കുമ്പോഴും അവനൊരു പക്ഷേ ഇവിടെ നമ്മോടൊപ്പമുണ്ടാകാം,” ജിം പറഞ്ഞു.

“അങ്ങനെ വേണ്ടാതീനം പറയാതെ. അവനിപ്പോൾ നമുക്കെല്ലാവർക്കും മുന്നിൽ പ്രത്യക്ഷപ്പെടുകയാണെങ്കിൽ നിങ്ങളെല്ലാം ബോധരഹിതരാകും,” ജൂട്ട് പറഞ്ഞു.

“ഞാൻ കുറച്ചുകൂടി പ്രായോഗികമായി ചിന്തിക്കുന്ന വനാണ്. ഞാനെഴുന്നേറ്റോടും.” പ്രോപറിന്റേതായിരുന്നു ഈ വാക്കുകൾ.

വരച്ചുകൊണ്ടിരുന്ന മിസ്റ്റ്ലെറ്റൊ തലയൊന്നുയർത്തി. അവളപ്പോൾ റിലിയെയാണ് വരച്ചിരുന്നത്. അവളെ വരയ്ക്കുക എളുപ്പമല്ല എന്ന് മുന്നേ ബോധ്യമായിട്ടുള്ള താണ്. എന്നും അങ്ങനെയായിരുന്നു.

“ആ പേര് ഈ ചർച്ചയ്ക്കിടയിൽ വലിച്ചിഴച്ചുകൊണ്ടു വന്നതിനു മാപ്പ് ഹസ്ക്. നീ നിന്റെ പ്രഭാഷണം അവ സാനിപ്പിച്ചിട്ടില്ല.”

“അതെ. പ്രസംഗം! പ്രഭാഷണം!”

“എല്ലാവരും വായടയ്ക്ക്. ജന്മദിനമാഘോഷിക്കുന്ന കുട്ടി എന്ത് പറയുന്നു എന്ന് നമുക്ക് കേൾക്കാം,” ജിം എല്ലാ വരേയും നിശ്ശബ്ദരാക്കുവാൻ ശ്രമിച്ചു.

അത് ഫലിച്ചു. എല്ലാവരും നിശ്ശബ്ദരായി. പരിചാരിക ഭക്ഷണമെന്താണ് വേണ്ടതെന്ന അന്വേഷണവുമായി

വീണ്ടുമെത്തി. അഞ്ചുനിമിഷം കഴിഞ്ഞ് വരാൻ പറഞ്ഞ് ജിം അവരെ തിരിച്ചയച്ചു.

"എന്റെ *അർക്കാഡിയ* എന്തായിരിക്കും എന്ന് പറയുവാൻ എനിക്കൊരു അവസരം ലഭിച്ചില്ല." ഹസ്ക് തുടർന്നു.

അപ്പോൾ അവിടെ ഒരാരവമുണ്ടായി. ശബ്ദത്തിന്റെ പ്രളയ മുണ്ടായി.

"ഉവ്വ്. നിനക്കത് ലഭിച്ചിരുന്നു."

"ഇല്ല. അവൾക്കത് ലഭിച്ചില്ല."

"എനിക്ക് ലഭിച്ചിട്ടില്ല."

"എനിക്ക് ഒരു കാര്യം പറയാനുണ്ട്."

"ഹസ്കിനെ ഒന്ന് സംസാരിക്കാൻ അനുവദിക്കൂ!"

വീണ്ടും നിശ്ശബ്ദത.

"പൂർണ്ണമായ ഒരു നിമിഷം കണ്ടെത്തുകയും എന്നെന്നും അതിൽ തന്നെ ജീവിക്കുവാനാകുകയും ചെയ്യുക എന്ന താണെന്റെ സ്വകാര്യ അർക്കാഡിയ."

"മെഫിസ്റ്റോഫെലെസിനോട് *ഫൗസ്റ്റ്* ആവശ്യപ്പെട്ടതും അതു തന്നെയായിരുന്നു," ലവോ പറഞ്ഞു.

"എന്ത്?"

"പൂർണ്ണമായ ഒന്നിനെ അനുഭവിച്ചറിയുവാനാകുക യാണെങ്കിൽ..."

"ഇനിയുമത് പറയണ്ട. എനിക്ക് എന്റെ *അർക്കാഡിയ* എന്തെന്നുള്ളതൊന്ന് മാറ്റി പറയണം."

"നിനക്കിനി ഒരു ആഗ്രഹം കൂടി മാത്രമേ പറയുവാനാ കുകയുള്ളൂ. ഞങ്ങളെല്ലാം കേൾക്കാൻ തയ്യാറായിരി ക്കുന്നു." ജിം പറഞ്ഞു.

ഹസ്ക് ഒരു നിമിഷം ആലോചിച്ചു. ജിം എല്ലാവരുടേയും ഗ്ലാസുകളിലേക്ക് വീഞ്ഞ് പകർന്നു. അപ്പോൾ ദൃഢവും വ്യക്തവുമായ സ്വരത്തിൽ ഹസ്ക് പറഞ്ഞുതുടങ്ങി:

"ജീവിച്ചുകൊണ്ടിരിക്കുന്ന ഏതൊരു നിമിഷവും എനിക്ക് വിശിഷ്ടമാക്കണം. പിന്നീടോർക്കുമ്പോൾ അവ

സുന്ദരങ്ങളായിരിക്കണം. വളരെ ഗൗരവപ്രകൃതമുള്ള വളായാണ് ഞാൻ വളർന്നത്. എനിക്കിപ്പോൾ പ്രായമായിരിക്കുന്നു. എന്റെ ബുദ്ധിമുട്ടുകളെല്ലാം ഞാൻ തന്നെ സൃഷ്ടിച്ചതാണെന്ന് തോന്നുന്നു. അതിനൊരു പരിഹാരം കാണാൻ എനിക്കാകുമെന്നും തോന്നുന്നില്ല. കൊച്ചു കുഞ്ഞായിരുന്ന കാലത്ത് ഞാനെന്നും സ്വർഗ്ഗത്തിലാണോ എന്നെനിക്ക് തോന്നാറുണ്ടായിരുന്നു...."

"നീ വളരെ കുസൃതിയായ ഒരു കുഞ്ഞായിരുന്നിരിക്കണം," ജിം പറഞ്ഞു.

"ഞാൻ എപ്പോഴും സന്തോഷവതിയായിരുന്നു. എന്തും ചെയ്യുവാൻ പ്രത്യേക കഴിവുണ്ടായിരുന്നു. അതിനിടയിൽ എന്തോ സംഭവിച്ചു. അതെന്താണെന്ന് ഇന്നും എനിക്കറിയില്ല. ഞാൻ ദുഃഖിതയാകുവാൻ തുടങ്ങി. വർഷങ്ങൾ കഴിയും തോറും അത് കൂടുതൽ രൂക്ഷമായി. പണ്ട് ഞാനെത്ര സന്തോഷവതിയായിരുന്നു എന്ന് ഇപ്പോഴാണ് ഓർക്കുന്നത്. അങ്ങനെയൊരു കഴിവുണ്ടായിരുന്നു എന്ന് ഇപ്പോഴാണോർക്കുന്നത്. എന്റെ ആകെയുള്ള കഴിവും അത് മാത്രമായിരുന്നു. ജീവിതം തുടങ്ങുന്നതിനു മുമ്പേ എനിക്കത് നഷ്ടപ്പെടുകയും ചെയ്തു."

"അന്നു മുതൽ ജീവിതപ്പാത കറുപ്പും വെളുപ്പും നിറഞ്ഞതായിരുന്നു," ജിം വീണ്ടും ഇടപെട്ടു.

തുടർന്ന് ഒരു നിശ്ശബ്ദത പരന്നു. ആ നിശ്ശബ്ദത രണ്ട് കാര്യങ്ങൾ ചെയ്തു. ഹസ്ക് പറഞ്ഞ വാക്കുകൾ മനസ്സിന്റെ ആഴത്തിലേക്കെത്തിക്കുവാനും ജിമ്മിൽ മാറ്റങ്ങൾ വരുത്തുന്നുവെന്ന് തിരിച്ചറിയുവാനും അത് എല്ലാവരേയും സഹായിച്ചു.

പതിമ്മൂന്ന്

പരിചാരിക മൂന്നാം തവണയും വന്നു. എന്തൊക്കെയാണ് കൊണ്ടുവരേണ്ടതെന്ന ഉത്തരവ് അവർക്ക് ലഭിച്ചു. അവർ ഇടതടവില്ലാതെ കുടിച്ചുകൊണ്ടിരിക്കുകയായിരുന്നു. അവിടത്തെ കനം അയഞ്ഞിരുന്നു. അവരുടെ മാനസിക പിരിമുറുക്കത്തിനും കുറവ് വന്നിരുന്നു. ഇത് അവർക്ക് സംസാരിക്കാൻ പ്രേരണ നൽകി. വിഷയങ്ങൾ മാറി മാറി ചർച്ച ചെയ്യാനാരംഭിച്ചു. ചിലപ്പോൾ വാഗ്വാദങ്ങളിലേർപ്പെട്ടു, ചിലപ്പോൾ കലപില കൂട്ടി, മറ്റു ചിലപ്പോൾ മറ്റൊരാൾ പറഞ്ഞതിനോട് ബന്ധമില്ലാത്ത വിഷയത്തിലേക്ക് നീങ്ങി.

ബസ്സിൽ വച്ച് ജിമ്മുമായുണ്ടായ ചർച്ച അയവിറക്കുകയായിരുന്നു ലാവോ എന്ന് തോന്നി. അതല്ലെങ്കിൽ ചിത്രീകരണത്തിന്റെ ഇതുവരേക്കുമുള്ള പുരോഗതിയെക്കുറിച്ച് ജിം പറഞ്ഞതിനോട് വെറുതെ പ്രതികരിച്ചുകൊണ്ടിരിക്കുകയായിരുന്നു. പെട്ടെന്ന് ലാവോ “ജിം നിന്റെ പ്രശ്നം ആവശ്യത്തിൽ കൂടുതൽ ഇച്ഛാശക്തി ഉപയോഗിക്കുന്നു എന്നതാണ്” എന്നുറക്കെ പറഞ്ഞപ്പോൾ സംഘാംഗങ്ങളെല്ലാം ഒരു നിമിഷത്തേക്കെങ്കിലും അരുതാത്തതെന്തോ കേട്ടതുപോലെ ഞെട്ടി.

“നിനക്ക്, ഇച്ഛാശക്തി എന്നൊന്നിൽ വിശ്വാസം പോലുമില്ല” ഒരു പോർവിളി ഏറ്റെടുത്തിട്ടെന്നതുപോലെ ജിം മറുപടി പറഞ്ഞു.

“എനിക്ക് ഇച്ഛാശക്തി എന്നത് എഞ്ചിൻ മാത്രമാണ്.”

“അതിലെന്താണിത്ര തെറ്റ്.”

“വണ്ടിയുടെ നിയന്ത്രണം എപ്പോഴും ഡ്രൈവറുടെ പക്കലാകണം. അല്ലാതെ എഞ്ചിന്റെ കൈയിലാകരുത്.”

"എഞ്ചിൻ എത്രകണ്ട് ഗുണമുള്ളതാണോ അത്ര ഗുണമേ കാറിനുമുണ്ടാകുകയുള്ളൂ."

"എന്നാലും വണ്ടി ഓടിച്ചുകൊണ്ടുപോകേണ്ടത് എഞ്ചിനല്ല. ഡ്രൈവർ എത്ര നല്ലതാണോ അത്ര നല്ലതാകും കാറും."

"എന്നുവച്ചാൽ...എന്താണ് പറഞ്ഞ് വരുന്നത്?"

"നിങ്ങൾ ഇച്ഛാശക്തി എന്നതിന് ആവശ്യത്തിൽ കൂടുതൽ ഊന്നൽ നൽകുന്നു എന്ന്."

"നീ ഒരു മടിയനാണ്."

"ഞാൻ മടിയനൊന്നുമല്ല. മഹത്തായ കാര്യങ്ങൾ ചെയ്ത് തീർക്കുവാൻ ഇച്ഛാശക്തിക്കു പുറമേ പലതുമുണ്ട്, പല കരുത്തുകളുമുണ്ട്."

"ഞാൻ യോജിക്കുന്നില്ല. മനക്കരുത്താണെല്ലാം. അതിനെതിരെ നിങ്ങളുടെ കൈയിൽ എന്തുണ്ട്?"

"ഒന്നുമില്ല. പ്രശ്നം ശരിയായ കാര്യങ്ങൾ ശരിയായ സ്ഥലത്ത് ലഭ്യമാകുക എന്നതാണ്. ഇച്ഛാശക്തികൊണ്ട് പലതും നടപ്പിലാകുന്നു എന്നത് വാസ്തവം. എന്നാൽ ചിലപ്പോഴെങ്കിലും അത് തെറ്റായ കാര്യങ്ങളും ചെയ്തെന്ന് വരും. തെറ്റായ രീതിയിൽ, തെറ്റായ കാരണങ്ങൾ കൊണ്ട്, എന്ത് വില നൽകിയും. ഇച്ഛാശക്തി എന്നത് അന്ധമാണെന്നാണ് ഞാൻ പറയുവാൻ ശ്രമിക്കുന്നത്. അതിന് കാഴ്ചയില്ല. ഒരു യന്ത്രം പോലെയാണത്. അതിനെ ഏതെങ്കിലും ഒരു ദിശയിലേക്ക് നിങ്ങൾ തിരിച്ച് വിട്ടാൽ ഭൂമിയുടെ അറ്റം വരെ അതങ്ങനെ പൊയ്ക്കൊണ്ടേയിരിക്കും. എന്തെങ്കിലും ചെയ്യിക്കുക എന്നത്, എത്ര പഴയ കാര്യവുമാകട്ടെ, അത് മാത്രം പോരാ. സുന്ദരമായ കാര്യങ്ങൾ ചെയ്യിപ്പിക്കുക എന്നതാണ് ആർദശപരമായിട്ടുള്ളത്."

"ഒരു ഉദാഹരണം പറയാമോ?"

ലാവോ ഒന്ന് നിർത്തി. ചുവന്ന വീഞ്ഞ് ഒരു കവിൾ കുടിച്ചു. പിന്നെ തുടർന്നു.

“നിങ്ങൾ ഒരു വ്യാപാരം ആരംഭിക്കുവാനാഗ്രഹിക്കുന്നു എന്ന് കരുതുക. നിങ്ങൾ അതിനെക്കുറിച്ച് വളരെയധികം ആലോചിച്ചു. ആശയങ്ങൾക്ക് വ്യക്തതയുണ്ടാക്കി. പദ്ധതികളുണ്ടാക്കി. പിന്നെ ആ പദ്ധതികൾ പ്രവൃത്തി കളാക്കി. അതിനായി എന്തെങ്കിലുമൊക്കെ ചെയ്യുന്നു. പണം കണ്ടെത്തുന്നു. ഓഫീസ് കണ്ടെത്തുന്നു. ഉദ്യോഗ ത്തിനാളെ നിയമിക്കുന്നു. ഉത്പന്നങ്ങൾ വിൽക്കുന്നു. ഇതിനെല്ലാം ഇച്ഛാശക്തി വേണം. തുടർച്ചയായ മന ക്കരുത്ത്. എന്നാൽ അതിനോടൊപ്പം പ്രായോഗിക മായതും വ്യക്തമായതുമായ ഒരു കാഴ്ചപ്പാടും വേണം. അല്ലെങ്കിൽ ഇച്ഛാശക്തി ഒരു മോശം ആശയത്തിനെ യായിരിക്കും പിന്തുണയ്ക്കുന്നത്. അതിനു വേണ്ട സേവനങ്ങളാകും ചെയ്തുകൊടുക്കുന്നത്. അതു മല്ലെങ്കിൽ മോശം സമയത്തായിരിക്കും അത് ചെയ്ത് കൊടുക്കുന്നത്. അതിന്റെ ഫലം വിജയമാകില്ല. പരാജ യവും സാമ്പത്തിക നഷ്ടവുമാകും. ഇച്ഛാശക്തി എന്നത് പ്രാധാന്യമുള്ള ഒരു പങ്കാളി തന്നെയാണ്. എന്നാൽ ആ പങ്കാളി ഇളമുറക്കാരനാണ്. നിങ്ങളെ സംബന്ധിച്ചിട ത്തോളം ഇച്ഛാശക്തിയാണ് ഇപ്പോൾ മേലുദ്യോഗ സ്ഥൻ.”

“ഞാൻ പൂർണ്ണമായും വിയോജിക്കുന്നു.” ജിമ്മിന്റെ മുഖം ചുവന്നു. ആ ചുവന്ന മുഖം ലാവോയെ നോക്കി. പിന്നെ ഒന്ന് തിരിഞ്ഞ് മേശയ്ക്ക് ചുറ്റുമിരിക്കുന്നവരെ നോക്കി.

ജിമ്മിന്റെ സ്വരമാറ്റം കേട്ട് മിസ്റ്റ്ലെറ്റൊ വരയ്ക്കുന്നത് നിർത്തി. അയാളെ പരിഭ്രമിച്ച് നോക്കി. അയാളുടെ മാറ്റം കണ്ടു. അപ്പോൾ അവൾ അയാളുടെ ഈ പുതിയ രൂപം വരയ്ക്കുവാൻ തുടങ്ങി. ആ മാറ്റം പിന്നെ അവളുടെ കടലാസിൽ വരകളായി വന്നു വീണു. അയാളുടെ സ്വര ത്തിലെ ദൃഢത മറ്റുള്ളവരേയും അമ്പരപ്പിച്ചിരുന്നു. അവരും ഒന്ന് മുന്നോട്ടാഞ്ഞിരുന്നു. അയാൾ പറയുന്നത് ശ്രദ്ധിക്കുവാൻ തയ്യാറായി. ലാവോ മാത്രം അപ്പോഴും ശാന്തനായിരുന്നു.

“ഇച്ഛാശക്തിയാണ് രാഷ്ട്രങ്ങളെ നിർമ്മിച്ചത്. സാമ്രാജ്യ ങ്ങളെ നിർമ്മിച്ചത്. സംസ്കാരങ്ങളുണ്ടാക്കിയത്. മനുഷ്യന്റെ

ഓരോ നേട്ടവും ഇച്ഛാശക്തിയിൽ അടിത്തറയിട്ടുണ്ടായതാണ്. മനുഷ്യനെ മൃഗങ്ങളിൽ നിന്നും വേർപെടുത്തുന്ന ഗുണമേന്മയാണത്."

"അല്ല. അങ്ങനെയല്ല. ഒരു പന്തയത്തിലേർപ്പെടുന്ന കോവർ കഴുതകൾക്കും നായ്ക്കൾക്കും കുതിരകൾക്കുമെല്ലാം മനക്കരുത്ത് കാണാനാകും."

ജിം ക്രോധപാരവശ്യത്തിലെന്നപോലെ തുടർന്നു.

"അച്ചടക്കത്തിന്റെ അടിത്തറയാണ് ഇച്ഛാശക്തി. അച്ചടക്കമില്ലാതെ ശ്രദ്ധിക്കപ്പെടാവുന്ന ഒന്നും നേടിയെടുക്കാനാകില്ല. നമ്മുടെ നായകരൊക്കെ ഇച്ഛാശക്തിയുള്ളവരാണ്. കാലത്തെ വെല്ലുന്ന പടനീക്കങ്ങൾ നടത്തിയ നെപ്പോളിയൻ, അതുല്യമായ നേട്ടങ്ങൾ കൈവരിച്ച മഹാനായ അലക്സാണ്ടർ, അനന്യമായ ഊർജ്ജമുണ്ടായിരുന്ന പിക്കാസോ, ചർച്ചിൽ..."

"എല്ലാവരും പുരുഷന്മാരാണല്ലോ," ജൂട്ട് ഇടപെട്ടു.

"ഇച്ഛാശക്തി പ്രവർത്തനക്ഷമമായി എവിടെയൊക്കെ കാണുന്നുവോ അവിടെയൊക്കെ മനുഷ്യരിലെ ഉരുക്കുശക്തി പ്രഭാവം പൂണ്ട് നിൽക്കുന്നത് കാണാം." ജിം തുടരുകയായിരുന്നു. അയാൾ ഒന്ന് നിർത്തി ചുറ്റിലുമുള്ള മുഖങ്ങളുടെ ഭാവമൊന്ന് വീക്ഷിച്ചു.

"ഏതെങ്കിലും പ്രവർത്തി ചെയ്യുവാനാകുന്നവരിൽ നിന്നും ചെയ്യുവാനാകാത്തവരെ വേർതിരിക്കുന്നത് ഇച്ഛാശക്തിയാണ്. ഒരു പുരുഷനോ സ്ത്രീയോ," അയാൾ ഒന്ന് നിർത്തി ജൂട്ടിനെ നോക്കി, എന്നിട്ട് തുടർന്നു "പ്രശസ്തി നേടാൻ ആഗ്രഹിക്കുന്നെങ്കിൽ അതിനു സഹായിക്കുന്ന ഏക ഘടകം ഇച്ഛാശക്തിയാണ്. ഉയരങ്ങൾ ആരെങ്കിലും കീഴടക്കിയിട്ടുണ്ടെങ്കിൽ ആ ഉയരങ്ങളിലേക്കെത്തുവാൻ താങ്ങായി, സഹായമായി നിന്നിട്ടുള്ള കരുത്തുള്ള കയർ എന്നെന്നും ഈ ഇച്ഛാശക്തി മാത്രമാണ്."

"അത് ശരിയാണോ എന്ന് ഞാൻ സംശയിക്കുന്നു." പ്രോപർ ഇടപെട്ടു.

“തീർച്ചയായും അത് ശരിയാണ്.” കൈകൾ വിടർത്തിപ്പിടിച്ചാണ് ജിം ഈ വാക്കുകൾ പറഞ്ഞത്. “ആഗ്രഹം ഒന്നുകൊണ്ട് മാത്രം ആരും എവിടേക്കും എത്തിയിട്ടില്ല. ഒന്നും സംഭവിച്ചിട്ടില്ല. ആഗ്രഹിക്കുന്നത് മടിയന്മാരാണ്. മാനസികാവിഷ്കരണം, ധ്യാനം എന്നൊക്കെയുള്ള ചർച്ചയില്ലേ.... ഞാനിതൊക്കെ പരീക്ഷിച്ചതാണ്, ശ്രമിച്ചതാണ്. ഒന്നും പ്രവർത്തനക്ഷമമല്ല എന്ന് മാത്രം.”

“പാതി മനസ്സോടെയായിരിക്കും താങ്കളതൊക്കെ ചെയ്തത്. അതുകൊണ്ടാകും.” ഹസ്ക് പറഞ്ഞു. “അത് പ്രവർത്തിക്കും എന്നൊരു വിശ്വാസം താങ്കൾക്കില്ലായിരുന്നുവല്ലോ.”

“ശരിയല്ല. എന്റെ കണ്ണുകൾ തള്ളി പുറത്തെത്തുന്നതുവരേക്കും ഞാൻ മനസ്സിൽ ആവിഷ്കരിച്ചു. എന്നാൽ ആ ജോലി എനിക്ക് ലഭിച്ചില്ല. ഏറ്റവും നന്നായി തയ്യാറെടുത്തവർ അത് തട്ടിക്കൊണ്ടുപോയി.”

“ഇഗ്നേഷ്യസ് ലൊയോളയുടെ ഒരു വാചകമുണ്ട്. അത് ഒരു പക്ഷേ താങ്കൾക്ക് ഉപകാരപ്രദമായേക്കും എന്നെനിക്ക് തോന്നുന്നു. ദൈവം തന്നിരിക്കുന്നവ നമ്മൾ ഉപയോഗിക്കുന്നത് കണ്ടാൽ ഈ ഭൂമിയിൽ ഒന്നും ലഭ്യമല്ല എന്ന് തോന്നും. അതുപോലെ തന്നെ ഭൂമിയിലുള്ളവ ഉപയോഗിക്കുന്നത് കണ്ടാൽ ദൈവമെന്നൊന്നില്ലെന്നും. ഇതാണാ വാചകം. കൃത്യമായി അദ്ദേഹത്തിന്റെ വാക്കുകൾ ഇതുപോലെ തന്നെയാണോ എന്നെനിക്ക് ഉറപ്പില്ല.” സാം പറഞ്ഞു.

ഒരു പ്രസക്തിയുമില്ലാത്ത എന്തോ ഒന്നാണിപ്പോൾ സാം വിളമ്പിയത് എന്ന മട്ടിൽ ജിം അയാളെ തുറിച്ചൊന്ന് നോക്കി. എന്നിട്ട് തലയാട്ടി. തന്റെ സംഭാഷണം ആരും ഇടയ്ക്ക് കയറി തടസ്സപ്പെടുത്തിയിട്ടേയില്ല എന്ന മട്ടിൽ തുടർന്നു.

“ഒരു നിപുണന്റെ വലംകൈയാണ് ഇച്ഛാശക്തി. ഏഴു വർഷം തുടർച്ചയായി തന്റെ മനക്കരുത്തിൽ വിശ്വാസമർപ്പിച്ച വാൻ ഗോഗ് തനിക്ക് തൃപ്തിയൊന്നുമില്ലാതിരുന്ന ബാങ്കറിൽ നിന്നും.....”

“ആത്മഹത്യയിലെക്കെത്തി...” പ്രോപറാണത് പൂരിപ്പിച്ചത്.

“ഒരു മഹാനായ കലാകാരനായ ബീഥോവന്റെ ഇച്ഛാശക്തിയും ഐതിഹാസികമാണ്. ശ്രവണശക്തിയില്ല എന്ന കുറവിന്മേൽ നേടിയ വിജയം. മനക്കരുത്തുള്ളിടത്ത് മാർഗ്ഗം താനേ തെളിയുന്നു എന്ന വാചകം തീർത്തും ശരിയാണ്. ഒരു ഉപദേവതാമൂർത്തിയുടെ കരുത്തിനോട് ഐക്യപ്പെടുന്നതാണ് ഇച്ഛാശക്തി എന്നത്. ലോകത്തെ സൃഷ്ടിക്കുന്നത് അതാണ്. സ്വപ്നങ്ങളെ യാഥാർത്ഥ്യമാക്കുന്നത് അതാണ്. ആകാശക്കോട്ടകളെ അവ നിലംപരിശാക്കുന്നു. മനുഷ്യഗാഥകളിൽ നിന്നും നിങ്ങൾ ഇച്ഛാശക്തിയെയൊന്ന് വേർപെടുത്തി നോക്കൂ, അപ്പോൾ നമ്മളിപ്പോഴും ഗുഹകളിൽ വസിക്കുന്നത് കാണാനാകും. തീയില്ലാതെ ജീവിക്കുന്നത് കാണാനാകും.”

“ഇച്ഛാശക്തിയല്ല അഗ്നി കണ്ടെത്തിയത്, അത് അങ്ങനെ സംഭവിച്ചുപോയതാണ്” സാം പറഞ്ഞു.

“എങ്ങനെ അറിയാം?“ ജിമ്മിന്റെ കണ്ണിൽ അഗ്നി സ്ഫുലിച്ചു. അത് സാമിനു നേരെ തിരിഞ്ഞു. “രണ്ട് തടിക്കഷണങ്ങളെ ഒന്നിച്ചുരസുവാൻ, അതിൽ നിന്നും അഗ്നിയുണ്ടാക്കുവാൻ ഇച്ഛാശക്തി വേണം. മനസ്സിന് ശക്തി വേണം. സ്വർഗ്ഗത്തെപ്പോലും വിറപ്പിക്കുവാൻ കഴിവുള്ള മനുഷ്യനിലെ കരുത്താണ് ഇച്ഛാശക്തി എന്നത്.”

“ഒരു ക്രൂരനായ ഏകാധിപതി തന്റെ പ്രജകൾക്ക് മേൽ ആദ്യം പ്രയോഗിക്കുന്ന ആയുധം അവരുടെ ഇച്ഛാശക്തിയെ തകർക്കുക എന്നതാണ്.” ജൂട്ട് ശാന്തസ്വരത്തിൽ പറഞ്ഞു.

“അതേ. തീർച്ചയായും.” ജിം തുടർന്നു. ജൂട്ട് പറഞ്ഞതിന്റെ സാരാംശം അയാളപ്പോൾ പൂർണ്ണമായും ഗ്രഹിച്ചിരുന്നില്ല. “ഇച്ഛാശക്തിയില്ലാത്ത ജ്ഞാനം ഉപയോഗശൂന്യമാണ്. അതുകൊണ്ടാണ് പലപ്പോഴും ജനങ്ങൾക്ക് എന്തു ചെയ്യണമെന്നറിയാമെങ്കിലും ഇച്ഛാശക്തിയില്ലാത്തതിനാലാണ്, തിന്മകൾ കൊഴുത്ത് തടിക്കുന്നത്. കളകൾ

അവരുടെ രാഷ്ട്രമായ പൂന്തോട്ടത്തെ നശിപ്പിക്കുന്നതിന് അവർ അനുവാദം നൽകുന്നു. കാരണം കണ്ടെത്തുവാൻ പോലും ഇച്ഛാശക്തി വേണം. ന്യൂട്ടൺ കണ്ടെത്തിയ കാരണം പ്രോപർ കണ്ടെത്തുന്ന കാരണങ്ങളിൽ നിന്നും വ്യത്യസ്തമാണ്."

"കാരണമറിയുവാനുള്ള, യുക്തിവിചാരത്തിനുള്ള എന്റെ കഴിവിനിപ്പോൾ വലിയ കുഴപ്പമൊന്നുമില്ല."

"ഇല്ല. സത്യമായും ഇല്ല. എന്നാൽ നിങ്ങൾ ന്യൂട്ടണല്ല. പാകപ്പെടുത്തിയെടുത്ത ഇച്ഛാശക്തികൊണ്ടായിരുന്നു അയാളുടെ യുക്തിവിചാരം, കാരണംകാണൽ. ഒരു സാധാരണക്കാരനിൽ നിന്നും കടന്ന് ചിന്തിക്കുവാൻ, ഒരു ബുദ്ധിജീവിയുടെ പ്രതലത്തിലേക്കെത്തി ചിന്തിക്കുവാൻ യുക്തിചിന്തയെ ഇച്ഛാശക്തികൊണ്ട് ഗുണിച്ചെടുക്കേണ്ട തുണ്ട്. എന്നാൽ ഈ ലോകത്തിൽ അധികവും കാണാ നാകുന്നത് മടിയാണ്. വ്യക്തമായി ചിന്തിക്കണമെങ്കിൽ അതിന് ഇച്ഛാശക്തി വേണം."

"പറഞ്ഞുപറഞ്ഞ് താങ്കൾ ഇച്ഛാശക്തി എന്നതിനെ ദൈവത്തിനു തുല്യമാക്കുന്നു," പ്രോപർ പറഞ്ഞു. "ഇതൊരുതരം വിഗ്രഹാരാധനയായി."

"ആയിരിക്കാം. അല്ലായിരിക്കാം. നിങ്ങൾ എനിക്ക് ഏതെ ങ്കിലും സംസ്കാരസമ്പന്നമായ ഒരു ഗുണം കാണിച്ചു തരൂ. ഞാനതിൽ ഇച്ഛാശക്തിയുടെ പ്രഭാവമെന്തെന്ന് കാണിക്കാം. ഗ്രീക്ക് ക്ഷേത്രങ്ങളിൽ ദോറിക്ക് സ്തംഭ ങ്ങൾ കണ്ടിട്ടില്ലേ അതുപോലെയാണിത്."

"ശരി. പ്രണയത്തെക്കുറിച്ച് എന്ത് പറയുന്നു?" റിലി ഇ ടപെട്ടു.

"പ്രണയമോ? പ്രണയം അതിന്റെ ആദ്യ മാന്ത്രികകാല ഘട്ടത്തിലൂടെ കടന്ന് പോകുമ്പോൾ അതിനെ നില നിർത്തുന്നത് ഈ ഇച്ഛാശക്തിയല്ലാതെ മറ്റൊന്നുമല്ല."

റിലി ഒന്ന് ചുറ്റിലും നോക്കി. ഇളിച്ച് കാണിച്ചു.

"നീ ചിരിക്കും. എന്നാൽ പ്രകൃതിയിൽ എല്ലാ വസ്തു ക്കളും മുന്നേറുന്നതിനു മുമ്പ് ആദ്യമൊന്ന് വേഗം കുറ യ്ക്കും എന്നത് സത്യമാണ്. വേഗം കൂടുന്നതിനു മുമ്പ്

അവയെ ഇല്ലാതാക്കാതിരിക്കുവാൻ ഇച്ഛാശക്തിക്ക് കഴിയും."

റിലി ആശയക്കുഴപ്പത്തിലായി എന്ന് തോന്നി.

"ഒരു കവിതയുടെ കാര്യമെടുക്കാം. എഴുതാൻ തുടങ്ങുമ്പോൾ നല്ല വാക്കുകളാദ്യം വരുന്നു. പിന്നെ ഉണങ്ങി വരണ്ട് പോകുന്നു. നോവൽ, കുത്തൊഴുക്കുപോലെ തുടങ്ങുന്നു, പിന്നെ ഒരൊറ്റ വരി പുറത്തേക്കെത്തുന്നില്ല. പ്രണയവും അതുപോലെയാണ്. ഒരനുഗ്രഹമെന്നതുപോലെ തുടങ്ങും. പിന്നെ അതിന്റെ ആദ്യ ദിനങ്ങൾ കഴിഞ്ഞാൽ ഏതോ മോഹഭംഗങ്ങളിലേക്ക് നീങ്ങും. അതിൽനിന്നും പുറത്ത് കടത്തുവാൻ ഇച്ഛാശക്തിക്ക് മാത്രമേ ആകുകയുള്ളൂ. വീണ്ടും സ്നേഹം മൊട്ടിടുന്നതുവരേക്കും അതിനെ നിലനിർത്തുവാൻ ഇച്ഛാശക്തിക്ക് മാത്രമേ ആകുകയുള്ളൂ."

"മനക്കരുത്തോടെ പ്രണയിക്കുവാനാകില്ല." ഹസ്ക് കുപിതയായി.

"ഇല്ല. എന്നാൽ ഇച്ഛാശക്തിയുണ്ടെങ്കിൽ സ്ഥായിയായ ഒരു പ്രണയമുണ്ടാകും. ആ പ്രണയത്തിന്റെ അടിസ്ഥാനത്തിലാണ് വിവാഹ ജീവിതം കെട്ടിപ്പെടുക്കപ്പെടുന്നത്. പ്രണയജീവിതം വിവാഹജീവിതത്തിലേക്ക് വഴിമാറുന്നത്."

"എങ്കിലും അങ്ങനെ കാത്തിരിക്കാനൊന്നും പറ്റില്ല." സ്വരം താഴ്ത്തി ഹസ്ക് വീണ്ടും പറഞ്ഞു.

പതിന്നാല്

ഈ സംഭാഷണങ്ങളിൽ ലാവോ പങ്കെടുത്തിരുന്നില്ല. തുടങ്ങിവെച്ചത് ലാവോ ആയിരുന്നെങ്കിലും, ഇപ്പോൾ വെറുതെ കേൾവിക്കാരനായിരുന്നു. ഇത്തിരി പരിഹാസം കലർന്ന ചിരിയോടെ അയാൾ ജിമ്മിനെ തന്നെ നോക്കിയിരിക്കുകയായിരുന്നു. ജിം സംസാരിച്ചുകൊണ്ടിരുന്നപ്പോൾ ബസ്സിൽ വച്ചുണ്ടായ സംഭാഷണങ്ങളിലേക്ക് ലാവോയുടെ മനസ്സ് പോയി. എന്നാൽ തീരുമാനങ്ങളിലൊന്നും എത്തിയില്ല. വെറുതെ കേട്ടിരിക്കുക മാത്രം ചെയ്തു.

ജിം ഒരു ഗ്ലാസിൽ വീഞ്ഞ് നിറച്ച് പാതി കുടിച്ചു. ഭക്ഷണം വരാൻ വൈകുന്നതിനെക്കുറിച്ച് മേശയ്ക്ക് ചുറ്റും മുറുമുറുപ്പുയർന്നു. ജിം ദീർഘമായൊന്ന് നിശ്വസിച്ചു. തലയിൽ ശേഷിച്ച മുടി പിടിച്ച് വലിച്ചു വീണ്ടും രംഗമണ്ഡപം കയ്യടക്കി.

“ഞാൻ ഒന്നുകൂടി വിശദീകരിക്കേണ്ടിയിരിക്കുന്നു. ഇച്ഛാശക്തിയില്ലെങ്കിൽ ഒരു നോവൽ ഒരിക്കലും എഴുതുവാനാകില്ല. അത്താഴവിരുന്നുകളിൽ ചർച്ചചെയ്യാവുന്ന സുന്ദരമായൊരു ആശയം മാത്രമായി അത് മനസ്സിൽ കിടക്കും. മന്ത്രങ്ങളുരുക്കഴിച്ചതുകൊണ്ടോ ധ്യാനിച്ചതുകൊണ്ടോ ഒരു സിനിമ ചിത്രീകരിക്കപ്പെടുകയില്ല. അവിഭാജ്യമായി അതിനോടൊപ്പം നിൽക്കണം, അത് ചെയ്യണം എന്ന തീരുമാനത്തിനോടൊപ്പം, അതിനായി ആയിരം നാഴിക ഒപ്പം നടക്കണം, കൈയിലുള്ളതെല്ലാം നഷ്ടപ്പെടുത്തുവാൻ, ബലി കൊടുക്കുവാൻ, തയ്യാറാകണം. എങ്കിലേ ഒരു സിനിമ പൂർത്തിയാകുകയുള്ളൂ. ജീവിതത്തിന്റെ കരുത്തിനെ പ്രവർത്തനങ്ങളാക്കി ഭാഷാന്തരം ചെയ്യിക്കുന്നതാണ് ഇച്ഛാശക്തി. “എന്റെ കലയിൽ എന്റെ ജീവനുണ്ട്” അല്ലെങ്കിൽ “ഞാൻ രക്തം കൊണ്ടെഴുതിയതാണ്” എന്നൊക്കെ ഒരു കലാകാരൻ പറയുന്നത് കേൾക്കുമ്പോൾ,

എന്തൊക്കെയോ കൈമാറ്റം ചെയ്യപ്പെട്ടിരിക്കുന്നു, അതിനായി ഫൗസ്റ്റിനെപ്പോലെ അടിയുറച്ച് നിന്നിരിക്കുന്നു എന്ന് കാണാനാകും. ഇച്ഛാശക്തി തന്നെയാണ് ജീവിതത്തിന്റെ കരുത്തും."

ലാവോ പുഞ്ചിരിച്ചു. അയാളുടെ സഹജാവബോധം തെറ്റിയിട്ടില്ല. ജിം അയാളെ നോക്കുന്നു. എന്തോ പ്രതീക്ഷിക്കുന്നുണ്ടെന്ന് ആ നോട്ടത്തിൽ നിന്നറിയാം. എങ്കിലും ലാവോ നിശ്ശബ്ദനായില്ല. ജിം തുടർന്നു.

"ഒരുവൻ തന്റെ ജീവിതത്തിലെ ഏറ്റവും സത്യമായ, പരമമായ, പ്രവൃത്തി ചെയ്തുകഴിഞ്ഞാൽ പിന്നെ അയാൾ ഒന്നിനും കൊള്ളാതാകുന്നു. മരണമെന്ന പുഷ്പത്തെ പ്രതീക്ഷിച്ച് തന്റെ തോട്ടത്തിലെ ചെടികളെ താലോലിച്ചിരിക്കുവാനല്ലാതെ മറ്റൊന്നിനും ഉപകാരമില്ലാത്തവനാകുന്നു."

"എന്തോ, ഇന്ന് രാത്രി നമ്മെയെല്ലാം ഒരു വ്യാധി ബാധിച്ചിരിക്കുന്നതായി തോന്നുന്നു." പ്രോപർ വീണ്ടും ഇടപെട്ടു.

"അങ്ങനെയൊന്നുമില്ല," ജിം സമ്മതിച്ചില്ല. "വലിയ ശ്രമങ്ങൾ നടത്തിയിട്ടും പരാജയപ്പെട്ടവർ നമ്മിൽ എന്തുകൊണ്ട് ചലനങ്ങളുണ്ടാക്കുന്നു എന്ന് കാണിക്കുവാൻ ശ്രമിക്കുകയായിരുന്നു ഞാൻ."

"അവർ ശ്രമിച്ചു എന്നത് ശരിയാണ്. നല്ലപോലെ പ്രയത്നിച്ചു. പക്ഷേ മരണം അവരെ കീഴടക്കി." സാം പറഞ്ഞു. "അതിലും വീരനായകത്വമുണ്ടല്ലോ."

മിസ്റ്റലെറ്റൊ സംഭാഷണങ്ങളുടെ പൊതുസ്വഭാവം തന്റെ ഇടത് ചെവികൊണ്ട് ഒപ്പിയെടുക്കുന്നുണ്ടായിരുന്നു. അവളപ്പോൾ ജിമ്മിനെ വരച്ചുകൊണ്ടിരിക്കുകയായിരുന്നു. അതിൽ നിന്നും ഒരു ഇടവേളയെടുക്കാതെ അവൾ "ദൈവങ്ങൾ നമ്മുടെ ജീവിതത്തെ ഉപയോഗപ്പെടുത്തുന്നതിനു പകരം ധൂർത്തടിക്കുകയാണ്," എന്ന് പറഞ്ഞു.

എല്ലാവരും അവളെ നോക്കി. അവളെന്താണ് പറഞ്ഞതെന്ന് ആർക്കും മനസിലായില്ല. അവൾ അവരോട് തന്നെയാണോ പറഞ്ഞതെന്നും മനസ്സിലായില്ല. അവൾ

താൻ പറഞ്ഞതിനോട് യോജിക്കുന്നു എന്നാണ് ജിം കരുതിയത്. തന്നോട് സംഭാഷണം തുടരാൻ അവളാവശ്യപ്പെട്ടതുപോലെ എന്നും ജിമ്മിനു തോന്നി.

"ഞാൻ പറഞ്ഞതുപോലെ, തങ്ങളുടെ സ്വപ്നങ്ങളെ വാസ്തവങ്ങളാക്കുവാനുള്ള ശ്രമത്തിനിടയിൽ നാശത്തിന്റെ പിടിയിലമർന്നവരും ഇവിടെ ജീവിച്ചു, എന്നതിനു തെളിവൊന്നുമില്ലാതെ ഇവിടം വിട്ടുപോയവരും തമ്മിൽ ഒരു വ്യത്യാസവുമില്ല. ഭാവി തലമുറയ്ക്ക് വേണ്ടി നമുക്കെല്ലാം ഇവിടെ വിട്ട് പോകാവുന്ന ഏറ്റവും മഹത്തരമായ പൈതൃകങ്ങളിലൊന്ന്, നമ്മൾ സുന്ദരമായ ഒരു യുദ്ധത്തിൽ പങ്കെടുത്തു എന്നും കളി വേണ്ടവിധത്തിൽ കളിച്ചു എന്നും കൈയിൽ ആയുധമുണ്ടായിരുന്നു എന്നും അവരെ അറിയിക്കുകയാണ്. തെമ്മാടികളും തന്തയില്ലാത്തവരും നമ്മെ പരാജയപ്പെടുത്തിയെങ്കിൽ, തീർത്തും മധ്യവർഗ്ഗികളായവരും ലോകം ഭരിക്കുന്ന ഉപജാപസംഘങ്ങളും നമ്മെ അടിച്ചമർത്തിയെങ്കിൽ, ആ പരാജയം ഭാവി തലമുറകൾക്ക് കൂടുതൽ കരുത്തോടെ യുദ്ധം ചെയ്യുവാനുള്ള വീര്യം നൽകും. എല്ലാ മഹാന്മാർക്കും മഹതികൾക്കും പുറകിൽ അവർക്ക് മുമ്പ് പരാജയപ്പെട്ടവരുടെ പ്രപിതാക്കളുണ്ട്."

ജിം ഒരു നിമിഷം ആലോചനയിലാണ്ടു. മുഖത്തൊരു ഭാവവുമില്ലാതായി. താൻ പറഞ്ഞുവന്നത് എവിടെയോ നഷ്ടമായോ എന്നതുപോലെ എന്തിനേയോ കുറിച്ച് ചിന്തിച്ചുകൊണ്ട് അയാൾ ഒരു കവിൾ വീഞ്ഞ് കുടിച്ചു. പിന്നെ ഉറക്കെ ചിന്തിക്കുന്നതുപോലെ വീണ്ടും സംസാരിച്ചു തുടങ്ങി.

"ഇച്ഛാശക്തിയാണ് നമ്മെ ഉയരങ്ങളിലെത്തിക്കുന്നത്. ദോഷാരോപണങ്ങളും നാടുകടത്തലും മറികടക്കുവാൻ തന്റെ ഇച്ഛാശക്തി ഉപയോഗിച്ചപ്പോഴാണ് ദാന്തെയ്ക്ക് ഡിവൈൻ കോമഡി രചിക്കുവാനായത്. ഒരു കുഞ്ഞ് ജീവിതത്തിലേക്കെത്തുന്നത് കരഞ്ഞുകൊണ്ടാണ്. അതിന്റെ ആദ്യ ശ്വാസം തന്നെ ഇച്ഛാശക്തി തെളിയിക്കുന്നതാണ്."

"അത് ഇച്ഛാശക്തി കാണിക്കുന്നതൊന്നുമല്ല. അതൊരു ആവശ്യമാണ്. അവശ്യം വേണ്ടത്." സാം പറഞ്ഞു.

"അതെ, അവശ്യം വേണ്ടതിനെയാണ് ഇച്ഛാശക്തി എന്ന് വിളിക്കുന്നത്." ജിമ്മിന്റെ സ്വരമുയർന്നു. "ആദിയിൽ ഇച്ഛാശക്തിയുണ്ട്. ആദിയിൽ കർമ്മമുണ്ടായി എന്നാണ് ഗൊയ്ഥേ പറയുന്നത്. ഞാൻ അതിലേക്ക് ഇതുകൂടി കൂട്ടിച്ചേർക്കട്ടെ. കർമ്മമെന്നാൽ ഇച്ഛാശക്തിയാണ്."

"പ്രചോദനം എന്ന് ഞാൻ പറയും," ഹസ്ക് പറഞ്ഞു.

"അല്ലെങ്കിൽ അങ്ങനെയാകണമെന്ന് സ്വപ്നം കണ്ടു എന്ന്." വരച്ചുകൊണ്ടിരിക്കുന്നതിനിടയിൽ മിസ്റ്റ്ലെറ്റൊ പറഞ്ഞു.

പിന്നെ കുറച്ച് നേരത്തേക്ക് ആരുമൊന്നും പറഞ്ഞില്ല. പുറത്ത് കാറ്റുണ്ടായിരുന്നു. അവർ സ്വിറ്റ്സർലണ്ടിലെ ആളൊഴിഞ്ഞ റസ്റ്റാറന്റിലെ മേശയ്ക്ക് ചുറ്റുമിരിക്കുകയാണ്. അതൊരു സ്വപ്നം പോലെ അവർക്ക് തോന്നി. പെട്ടെന്ന് അവരിലൂടെ ഒരു വിറയൽ കടന്ന് പോയി. ഒരാളിൽ നിന്നും മറ്റൊരാളിലേക്ക് അത് സംക്രമിച്ചു.

"അവർ സ്വർഗ്ഗത്തിലെപ്പോലെ ഭൂമിയിലും ഇച്ഛാശക്തിയെ അവർ അയച്ചിരിക്കും," ജിം തുടർന്നു.

ഹസ്ക് കുരിശ് വരച്ചു. അതുകണ്ട് സാം അവളെ സാകൂതമൊന്ന് നോക്കി. അവളെ ആദ്യമായി കാണുന്നതുപോലെയായിരുന്നു ആ നോട്ടം.

"കർത്താവിനോടുള്ള പ്രാർത്ഥന ശ്രദ്ധിക്കൂ. അതിൽ ദൈവത്തിന്റെ ഇച്ഛാശക്തി കാണാം. മനുഷ്യന്റെ ഇച്ഛാശക്തിയും അതുപോലെ തന്നെയാണ്. ഇവിടെ ഭൂമിയിൽ നമ്മുടെ മനക്കരുത്താണെല്ലാം നിറവേറ്റുന്നത്."

"അതിലെന്തോ വ്യാകരണ പിശകുള്ളതുപോലെയില്ലേ?" പ്രോപർ തന്റെ മീശ ഒരു ചോദ്യചിഹ്നം പോലെ പിരിച്ചുവച്ചു.

"നമുക്കതിലെ വ്യാകരണത്തെ ഒരു നിമിഷത്തേക്ക് മാറ്റിവയ്ക്കാം. പ്രിയ സുഹൃത്തേ, നിങ്ങൾ ഇച്ഛാശക്തിയിൽ

മായം ചേർക്കുന്നു. എന്നിട്ട് അതിനെ കീഴാളൻ, ജീവന ക്കാരൻ എന്നൊക്കെ തരം താഴ്ത്തുന്നു. ഒരു എഞ്ചിൻ, തണുത്തുറഞ്ഞ എന്തോ ഒന്ന്, പ്രഷ്യൻ പട്ടാളത്തെ പ്പോലെ എന്നൊക്കെ പറയുന്നു. മനുഷ്യകുലത്തിൽ നിന്നും നിങ്ങൾ ഇച്ഛാശക്തിയെ ഒന്ന് അടർത്തിയെടുക്കൂ. പിന്നെ അവശേഷിക്കുന്നതെന്താകും. സംസ്കാരങ്ങളിൽ ഉറങ്ങിക്കിടക്കുന്ന കഴിവുകളും നിപുണതകളും മാത്രം ബാക്കിയുണ്ടാകും. ഈ നിപുണതകളെ, കഴിവുകളെ കർമ്മമാക്കുന്നത് ഇച്ഛാശക്തിയാണ്. ഒരു ദിവസം പ്രഭാതത്തിൽ ഒരാളും മെത്തയിൽനിന്നും എഴുന്നേറ്റി ല്ലെങ്കിൽ..." ജിം തുടരുന്നതിനിടയിൽ സാം ഇടയ്ക്ക് കയറി.

"മൂത്രമൊഴിക്കാനാണ് ഞാൻ പ്രഭാതത്തിൽ തന്നെ എഴുന്നേൽക്കുന്നത്."

"എന്നെ പറഞ്ഞവസാനിപ്പിക്കുവാൻ അനുവദിക്കുമോ? നിങ്ങൾ എന്റെ താളം തെറ്റിക്കുന്നു." ജിമ്മിനത് ഇഷ്ട പ്പെട്ടില്ല.

"ഞാൻ പറഞ്ഞത് കണക്കിലെടുക്കണ്ട." സാമിന്റെ മുഖം വിളറി. "നിങ്ങൾ തകർക്കുകയാണിപ്പോൾ."

"ഭക്ഷണം വരാൻ ഇത്രവൈകുന്നതെന്തുകൊണ്ടാണെന്ന് ദൈവത്തിനുമാത്രമേ അറിയുകയുള്ളൂ." ജൂട്ട് പരാതി പ്പെട്ടു.

"ഞാൻ പറഞ്ഞ് വന്നത്... ഒരാളും പ്രഭാതത്തിൽ മെത്ത വിട്ട് എഴുന്നേറ്റില്ലെങ്കിൽ..."

"ഇടത് വശം ചേർന്ന് എഴുന്നേൽക്കണോ അതോ വലത് വശം ചേർന്നെഴുന്നേൽക്കണോ?" പ്രോപർ വീണ്ടും ഇട യ്ക്ക് കയറി.

തികഞ്ഞ ഗൗരവത്തോടെ ജിം ഈ വാക്കുകളെ അവ ഗണിച്ചു.

"എഴുന്നേറ്റില്ലെങ്കിൽ... വൈദ്യുതി എന്നൊന്നുണ്ടാകില്ല, കാറുകളുണ്ടാകില്ല, സേവനങ്ങളുണ്ടാകില്ല, വ്യവസായ ങ്ങളുണ്ടാകില്ല, സംസ്കാരമുണ്ടാകില്ല..."

“മിക്കവാറും കവികൾ മെത്തയിൽ തന്നെ കിടന്നാണെഴുതാറുള്ളത് അല്ലേ?” സാം ചോദിച്ചു.

“വീടുകളുണ്ടാകില്ല, വിമാനങ്ങളുണ്ടാകില്ല, ഭക്ഷണമുണ്ടാകില്ല, സമൂഹമുണ്ടാകില്ല. താന്താങ്ങളുടെ കഴിവുകളെക്കുറിച്ച് ഒരറിവുമില്ലാത്ത മനുഷ്യരാകും അവരെല്ലാം. നമുക്ക് അവരെ പ്രാകൃതർ എന്ന് വേണമെങ്കിൽ വിളിക്കാം...”

“എനിക്ക് വല്ലാതെ വിശക്കുന്നു. അടുക്കളയിലുള്ളവരെല്ലാം നമ്മെ മറന്നു എന്ന് തോന്നുന്നു.” ഹസ്ക് പറഞ്ഞു.

“കാലത്തെഴുന്നേൽക്കാത്തതുകൊണ്ടാണോ അവരെ പ്രാകൃതർ എന്ന് വിളിക്കുന്നത് അതോ എഴുന്നേൽക്കുന്നതുകൊണ്ടോ?” പ്രോപർ വീണ്ടും ചോദ്യവുമായെത്തി.

“അല്ല; അവർക്കെല്ലാം മെത്ത എന്നൊന്നുണ്ടായിരുന്നോ?” സാമിന് സംശയം.

“ഈ ചോദ്യങ്ങൾ അർത്ഥശൂന്യങ്ങളാണ്. പക്ഷേ ഒരു സംസ്കാരത്തിന് അതിന്റെ ഇച്ഛാശക്തി നഷ്ടപ്പെട്ടാൽ അല്ലെങ്കിൽ അതിൽ കറപുരണ്ടാൽ, കാടന്മാർ അതിനെ കീഴ്പ്പെടുത്തും. നമ്മുടെ സംസ്കാരത്തിനു ഇച്ഛാശക്തി നഷ്ടപ്പെട്ടു എന്ന് ഞാൻ കരുതുന്നു. റോമാ സാമ്രാജ്യത്തിലെ സംസ്കാരത്തിൽ കറ പുരളുകയായിരുന്നു. അങ്ങനെ കാടന്മാർ അതിനെ കീഴ്പ്പെടുത്തിയാൽ പുതിയ ഇച്ഛാശക്തിയുടെ സംസ്കാരമുണ്ടാകും. നിങ്ങൾക്ക് എന്നെ എങ്ങനെ വേണമെങ്കിലും തടസ്സപ്പെടുത്താം, ഞാൻ പറയുന്നതിനിടയ്ക്ക് കയറി പറയാം. എന്നാൽ സത്യം സത്യമായി തന്നെ തുടരും. സംസ്കാരത്തിൽ, വ്യവസായത്തിൽ, ശാസ്ത്രത്തിൽ, യുദ്ധത്തിൽ എല്ലാം അധികാരം ഇച്ഛാശക്തിയുടെ പക്ഷത്താണ്, ഇച്ഛാശക്തിയാണ് കീഴടക്കുന്നത്, ഇച്ഛാശക്തിയാണ് ബുദ്ധിമുട്ടുകളെ തരണം ചെയ്യുന്നത്. ആ വീഞ്ഞൊന്ന് ഇവിടേക്ക് തരാമോ? എന്റെ മനക്കരുത്തിപ്പോൾ വരണ്ടിരിക്കുന്നു എന്ന് തോന്നുന്നു.” ജിം പറഞ്ഞവസാനിപ്പിച്ചു.

പതിനഞ്ച്

പിരിമുറുക്കത്തിനിടയിലും അവരെല്ലാം ചിരിച്ചു. ചിരി അവസാനിച്ചപ്പോൾ അവരെല്ലാം ജിമ്മിനെ നോക്കി. നിശ്ശബ്ദരായി. അയാളിലെ മാറ്റം അവർ ശ്രദ്ധിച്ചു. അയാൾ എന്നും മൃദുവായ സ്വഭാവങ്ങളോടു കൂടിയവനായിരുന്നു. എന്നാൽ ഇപ്പോൾ അയാളിൽ രാക്ഷസരൂപിയായ ഒരു കരുത്ത് കാണുന്നു. അയാളുടെ മൃദുസ്വഭാവത്തെ അത് തകർത്തെറിഞ്ഞിരിക്കുന്നു. അയാളിൽ നിന്നും കൗതുക കരമായ, ജിജ്ഞാസുവായ കിരണങ്ങളുടെ സ്ഫുരണം സംഭവിച്ചുകൊണ്ടിരിക്കുന്നു.

പക്ഷേ ലാവോയ്ക്ക് മാത്രമേ അമ്പരപ്പ് ഉണ്ടായിരുന്നുള്ളൂ. ഒരു നിമിഷത്തെ മൗനത്തിനുശേഷം അയാൾ സംസാരിച്ചു തുടങ്ങി.

പതിനാറ്

ഈ സമയത്ത് ജിം മാറുക എന്ന മറ്റൊരു പ്രക്രിയയ്ക്ക് വിധേയനായി. വളരെ സൂക്ഷ്മമായാണത് സംഭവിച്ചത്. അയാൾക്ക് ചുറ്റിലും ഒരു കറുത്ത കുപ്പായം പോലെ ചിന്തകൾ ഘനീഭവിച്ചു. ഭൂതബാധയേറ്റതുപോലെ കണ്ണുകൾ തിളങ്ങി. തന്റെ ശക്തി ധാരാളം ഉപയോഗിച്ചതിനാൽ ഇപ്പോൾ അയാൾ ക്ഷീണിതനായിരിക്കുന്നു. എങ്കിലും ആവശ്യമെങ്കിൽ പ്രതിരോധിക്കുവാൻ തയ്യാറെടുത്ത് തന്നെയാണിരിപ്പ്. വായുവിലെ തമോഗർത്തങ്ങളിലേക്ക് ശൂന്യമായി, രൂക്ഷതയോടെ തുറിച്ച് നോക്കുകയാണയാൾ എന്ന് തോന്നിപ്പോകും.

"അത് *ഫൗസ്റ്റി*ന്റെ ഒരു മന്ത്രമായിരുന്നു. ന്യൂറംബർഗിലെ റാലിയുടെ പ്രതിധ്വനിയുടെ ചില അംശങ്ങൾ അതിലുണ്ടായിരുന്നു," ലാവോ ശാന്തമായി പറഞ്ഞു.

മേശയ്ക്ക് ചുറ്റിലുമിരുന്നവർ ഒന്ന് ഞെട്ടി. ജിം തോളുകൾ കുലുക്കുകയല്ലാതെ ഒന്നും ചെയ്തില്ല.

"ഇച്ഛാശക്തിക്കുള്ള ഒരു മന്ത്രോച്ചാരണം. ഒരു സ്തുതിഗീതം. അതിന്റെ യുക്തിപരമായ പാരമ്യത്തിലേക്ക്, അവസാനത്തിലേക്ക് എത്തിക്കുകയായിരുന്നു എങ്കിൽ അത് നമ്മെ രുചികരമല്ലാത്ത ചില ഇടങ്ങളിലെത്തിക്കുമായിരുന്നു." ചുറ്റിലുള്ളവരുടെ നിശ്ശബ്ദതയെ നോക്കി ലാവോ തുടർന്നു. അവർ എന്തൊക്കെയോ പ്രതീക്ഷിച്ചിരിക്കുകയാണ്. "ഒരു വ്യക്തിയുടെ ഇച്ഛാശക്തിയാണ് മനുഷ്യവർഗ്ഗത്തിന്റെ പതനത്തിനു കാരണമാക്കിയത് എന്ന് ബൈബിളിൽ കാണുന്നു. അത് താത്പര്യത്തോടെ കാണേണ്ട ഒന്നാണ്."

ലാവോ ഒന്ന് നിർത്തി. ഓരോ വാക്ക് കഴിയുമ്പോഴും അയാളുടെ സ്വരം കൂടുതൽ നേർത്തതാകുന്നതോടൊപ്പം കൂടുതൽ വ്യക്തമാകുകയും ചെയ്തിരുന്നു. തടാകത്തിന്റെ

അങ്ങേക്കരയിൽ നിന്നും വരുന്ന മണിമുഴക്കം പോലെയായിരുന്നു ആ വാക്കുകൾ.

“ഇച്ഛാശക്തിയേക്കാൾ ഉയർന്നതും ശക്തിയുള്ളതുമായ ഒന്നുണ്ട്. സംസ്കാരത്തിന്റെ കരുത്തിനേക്കാൾ അടിസ്ഥാനപരമായ ഒന്ന്. അതിലും ഇച്ഛാശക്തിയുണ്ട്. എന്നാൽ അതിലുപരിയായെന്തോ ഉണ്ട്. അതിനെ നശിപ്പിക്കുവാനാകില്ല.”

അയാൾ സംസാരിച്ചുകൊണ്ടിരുന്നപ്പോൾ പരിചാരികയും സംഘവും ഭക്ഷണവുമായെത്തി. വറുത്ത ഉരുളക്കിഴങ്ങിന്റേയും കോഴിയുടേയും മാട്ടിറച്ചിയുടേയും നറുമണം വായുവിൽ നിറഞ്ഞു. ഓരോരുത്തർക്കായി ഭക്ഷണം വിളമ്പിക്കൊണ്ടിരുന്നു. സംഘം നിശ്ശബ്ദമായിരുന്നു. മേശപ്പുറത്തെ കത്തിയും മുള്ളും ഗ്ലാസും നീക്കി വയ്ക്കുന്ന സ്വരം മാത്രം കേട്ടു. അവ നീക്കി വച്ച് സലാഡിനും വറുത്ത ഉരുളക്കിഴങ്ങിനും പ്ലേറ്റുകൾക്കും സ്ഥലമുണ്ടാക്കി. അതിലൊന്നിൽ ഒരു കടൽമീൻ കണ്ണു തുറിച്ച്, തൊലി പൊളിയാതെ കിടന്ന് തിളങ്ങി. പരിചാരിക തിരികെ പോയപ്പോൾ എല്ലാവരും അവരവരുടെ ഗ്ലാസ്സുകളിൽ വീഞ്ഞ് നിറച്ചു. അവർ ലാവോയെ നോക്കി. സംഘത്തിന്റെ പ്രതീക്ഷയ്ക്ക് സ്വരം നൽകിയത് പ്രോപറായിരുന്നു.

“എന്തായിരുന്നു അത്? പ്രണയം എന്നതുപോലെ വളരെ നിസ്സാരമായ ഒരു ഉത്തരമാകില്ല എന്ന് വിശ്വസിക്കുന്നു.”

“പ്രണയത്തിനെന്താ കുഴപ്പം?” ഹസ്ക് ചോദിച്ചു.

“ഒന്നുമില്ല. എന്നാൽ എല്ലാത്തിന്റേയും ഉത്തരം അത് മാത്രമാകുന്നത് കേട്ടുകേട്ട് മടുത്തു എന്ന് മാത്രം. ഇവിടേയും അത് തന്നെയാണുത്തരമെങ്കിൽ ഒരുപക്ഷേ ഞാൻ പൊട്ടിത്തെറിച്ചേക്കും എന്നെനിക്ക് തോന്നുന്നു.”

“ഞാനും.” സാം കൂടെ ചേർന്നു. “മനക്കരുത്തിനേക്കാൾ കരുത്തുള്ള ഈ മാന്ത്രിക ഗുണം പിന്നെ എന്താണ്? സ്വാതന്ത്ര്യമാണോ?”

“സ്വാതന്ത്ര്യം പോലെ ഒന്ന്,” റിലി അപ്രതീക്ഷിതമായി അഭിപ്രായപ്പെട്ടു.

“ആയിരിക്കാം എന്ന് എനിക്കും തോന്നുന്നു. എല്ലാവർക്കും സ്വതന്ത്രരാകണം. എന്നാൽ എത്രകണ്ട് സ്വതന്ത്രരാകുന്നോ അവർ അത്രയും അസ്വതന്ത്രരുമായിക്കൊണ്ടിരിക്കുന്നു.” സാം സമ്മതിച്ചു.

“അത് ശരിയാകാൻ വഴിയില്ല,” എന്നായിരുന്നു ജൂട്ടിന്റെ അഭിപ്രായം.

“ഞാൻ കണ്ടിട്ടുള്ളതിൽ വച്ച് ഏറ്റവും സ്വതന്ത്രനായ മനുഷ്യൻ അക്രയിലെ തെരുവിൽ കണ്ടുമുട്ടിയ ഒരു ഭ്രാന്തനാണ്. അയാൾക്ക് എന്ത് വേണമെങ്കിലും ചെയ്യാമായിരുന്നു. അങ്ങാടിയിൽ വിൽക്കാൻ വച്ചിരുന്ന ഓറഞ്ചുകൾക്ക് മുകളിൽ അയാൾ മൂത്രമൊഴിക്കും. ആരേയും അപമാനിക്കും. തോന്നിയതൊക്കെ വിളിച്ച് പറയും. എന്നാൽ എനിക്ക് അയാളോട് ഒട്ടും അസൂയ തോന്നിയില്ല. അധികാരത്തേക്കാൾ കൈകാര്യം ചെയ്യുവാൻ ബുദ്ധിമുട്ടുള്ള ഒന്നാണ് സ്വാതന്ത്ര്യം. പണത്തേക്കാൾ അസ്തിത്വപരമായ ഒന്ന്. കൂടുതൽ സ്വാതന്ത്ര്യമാണ് നമ്മെ കേടുവരുത്തുന്നത്. കണക്കിലേറെ മതിപ്പിക്കപ്പെട്ടിട്ടുള്ള ഒന്നാണത്....” സാം വിശദീകരിച്ചു.

“നമ്മളിവിടെ സ്വാതന്ത്ര്യത്തെക്കുറിച്ചല്ലല്ലോ ചർച്ച ചെയ്യുന്നത്. ഇച്ഛാശക്തിയെക്കുറിച്ചല്ലേ?” ജൂട്ട് വാക്കുകൾ വളച്ചൊടിച്ചില്ല. “നമുക്ക് ആഹാരം കഴിച്ചു തുടങ്ങാം, അല്ലേ?”

ഭക്ഷണം കഴിച്ചുകൊണ്ടിരുന്നപ്പോഴും അവരുടെ കണ്ണുകൾ ലാവോയിലായിരുന്നു. ഇച്ഛാശക്തിയേക്കാൾ കരുത്തുള്ള ഗുണമേതെന്ന് അയാൾ വെളിപ്പെടുത്തുന്നതിനായി കാത്തിരിക്കുകയായിരുന്നു അവർ.

മിസ്റ്റ്ലെറ്റൊ ഒഴികെ എല്ലാവരും കാത്തിരിക്കുകയാണ്. മിസ്റ്റ്ലെറ്റൊ അപ്പോഴും വര തുടർന്നുകൊണ്ടിരുന്നു. ഇടയ്ക്കിടെ ഒരു തുണ്ട് ഇറച്ചിയെടുത്ത് വായിലിടുവാൻ മാത്രം വര നിർത്തി. ലാവോയുടെ വിപരീതബുദ്ധിയെ

ക്കുറിച്ച് അവൾക്കറിയാം. അതിനു പുറകിലുള്ള കാരണവും അവൾ മനസ്സിലാക്കിയിട്ടുണ്ട്. പുലർകാലങ്ങളിൽ മെത്തയിൽ കിടന്ന് അവർ നടത്തിയിട്ടുള്ള ദീർഘ സംഭാഷണങ്ങളിൽ നിന്ന്. ആ ചർച്ചകളിൽ ജീവിതത്തെക്കുറിച്ചുള്ള എല്ലാ വശങ്ങളും അവർക്ക് പ്രചോദനമായിരുന്നു. ചർച്ച ചൂടുപിടിക്കുമ്പോൾ നിങ്ങളെക്കൊണ്ടൊരു ഉത്തരം പറയിപ്പിക്കുവാൻ ആരെങ്കിലും നിർബ്ബന്ധിക്കുകയാണെങ്കിൽ, അത് നൽകാതിരിക്കുന്നത് എന്തുകൊണ്ട് നല്ലതാകുന്നു എന്ന് അവർ ചർച്ച ചെയ്തിട്ടുണ്ട്.

മനസ്സിന്റെ ആഴങ്ങളിൽ തട്ടുന്ന ഒരു ചർച്ചയ്ക്കിടയിൽ പലപ്പോഴും നമ്മൾ എന്തിനെക്കുറിച്ചാണ് സംസാരിക്കുന്നത് എന്ന് കേൾക്കാതാകുന്നു. എതിർക്കുവാനുള്ള ഒരു വാഞ്ഛ, ഒരു ചായ്‌വ് അവരിലുണ്ടാകുന്നു. സംഘം എന്ത് പറയുന്നു എന്ന് പരോക്ഷമായി ശ്രദ്ധിക്കുകയായിരിക്കും നല്ലതെന്നായിരുന്നു ലാവോയുടെ അഭിപ്രായം. കേട്ടതിനും കുറെ കഴിഞ്ഞതിനുശേഷം മാത്രമാണ് മനസ്സറിയുന്ന കേൾവി സംഭവിക്കുന്നത്. കേൾക്കുന്നത് പലപ്പോഴും പ്രതിരോധത്തെ ഉണർത്തുന്നു.

“കേൾക്കുന്നതിനേക്കാൾ എളുപ്പമാണ് സൂത്രശാലിയായിരിക്കുക എന്നത്,” പ്രഭാതത്തിൽ ലാവോ പറഞ്ഞിരുന്നു.

“അച്ഛൻ എന്നോട് പറഞ്ഞത് കേൾക്കാൻ ഒരു ദശകത്തിലേറെയെടുത്തു,” മിസ്റ്റ്ലെറ്റൊ മറുപടി പറഞ്ഞു.

“ചിലപ്പോൾ അതിനൊരു ആയുസ്സ് മുഴുക്കെ എടുത്തേക്കാം.”

“സത്യത്തിൽ നമ്മൾ ഒരു വസ്തുത കേട്ടതിനു വളരെ ശേഷം എത്രയോ കാലം കഴിഞ്ഞാണ് അവ ശരിയായി കേൾക്കുന്നത്. അനുസ്മരണങ്ങളിലാണ് ഏറ്റവും നന്നായി നമ്മൾ കേൾക്കുന്നത്.”

“മൂലവാക്കുകൾ മറ്റൊരു അനുഭവത്തിൽ സമയത്തിലൂടെ പ്രതിധ്വനിച്ച്, പുനഃസൃഷ്ടിക്കപ്പെടുമ്പോഴാണ് ഏറ്റവും ഉത്തമമായ കേൾവിയുണ്ടാകുന്നത്; യഥാർത്ഥത്തിൽ

കേട്ടതെന്താണ് എന്നതിനെക്കുറിച്ച് ഉൾവിളിയുണ്ടാകുന്നത്."

മിസ്റ്റ്ലെറ്റൊ ഇതെല്ലാം ഓർത്ത് നിശ്ശബ്ദമായി വരച്ചുകൊണ്ടേയിരുന്നു. അവളുടെ ചുണ്ടിലപ്പോൾ ഒരു പുഞ്ചിരി വിടർന്നു.

"താങ്കളിപ്പോഴും ഒന്നും പറഞ്ഞില്ല," സാം ലാവോയെ ഓർമ്മിപ്പിച്ചു. "പറയൂ. ഇച്ഛാശക്തിയേക്കാൾ വലിയ ആ ഗുണമേന്മ എന്താണ്?"

"ആലോചിക്കാൻ വളരെയധികം സമയം ലഭിച്ചുവല്ലോ. ഞാൻ ഈ മാട്ടിറച്ചി മിക്കവാറും മുഴുക്കെ തിന്ന് തീർത്ത് കഴിഞ്ഞു," പ്രോപർ പിന്താങ്ങി. ലാവോയുടെ നിശ്ശബ്ദത അവരെ നിരാശപ്പെടുത്തിയിരിക്കുന്നു എന്ന് വ്യക്തം.

അന്തരീക്ഷത്തിനൊന്ന് കനം വയ്ക്കുവാൻ ലാവോ കാത്തിരിക്കുകയാണെന്ന് മിസ്റ്റ്ലെറ്റൊയ്ക്ക് അറിയാമായിരുന്നു. അവളുടെ മുഖത്തെ പുഞ്ചിരി മാഞ്ഞിട്ടില്ല. അന്തരീക്ഷത്തിനു കനം വച്ചാൽ എല്ലാവരുടേയും മുഷിച്ചിലൊന്നുകൂടി വർധിക്കും. അപ്പോഴാണ് ആ നിഗൂഢതയിലേക്ക് തിരിയുവാൻ ഏറ്റവും നല്ല സമയം. ആശ്ചര്യകരമെന്ന് പറയട്ടെ ജനം പലപ്പോഴും ദുർഭേദ്യരാണ്. അതുകൊണ്ട് തന്നെ അവരെ വ്യക്തമായി കേൾപ്പിക്കുന്നതിന് കൗശലത്തോടെയുള്ള ലാളിത്യം അവശ്യം വേണ്ടിവരുന്നു. ലാവോ ചിന്തിച്ചു.

അവർ നിശ്ശബ്ദരായി കാത്തിരുന്നു. അതിനിടയിൽ ജിം തന്റെ ഭക്ഷണം പൂർത്തിയാക്കി.

"എന്തെങ്കിലും പറയാൻ ലാവോയ്ക്ക് ഒരു ആയുസ്സ് മുഴുക്കെ വേണ്ടിവരും. അത്രയെക്കൊന്നും നമുക്ക് കാത്തിരിക്കാനാകില്ല." ജിം പറഞ്ഞു.

"എനിക്കതിനൊരു സമയവും വേണ്ട" ലാവോ പറഞ്ഞു. "എനിക്ക് പറയുവാനുള്ളത് ഒരൊറ്റ വാക്കിൽ അവസാനിപ്പിക്കാം. അത് വേണമെങ്കിൽ പ്രകടമാക്കുകയും ചെയ്യാം. സത്യത്തിൽ ആ പ്രകടമാക്കൽ ഇതാ ഇവിടെ തുടങ്ങിയിട്ടുമുണ്ട്. അർക്കാഡിയയിലേക്കുള്ള ഈ യാത്ര

തന്നെ അത്തരത്തിലുള്ള ഒരു പ്രകടമാക്കലാണ്. അതിൽ നിന്നും എന്ത് ഉരുത്തിരിയുന്നോ അത് തെളിവുമാകും." അയാൾ ഒന്ന് പുഞ്ചിരിച്ചു. "പക്ഷേ നിങ്ങളെല്ലാം മറ്റൊരു ദിശയിലേക്ക് നോക്കിയിരിക്കുമ്പോൾ, എന്റെ വാക്കാലുള്ള ഉത്തരം ഇതുമായി ഒട്ടും ബന്ധമില്ലാത്ത ഒരു ചോദ്യത്തിനുത്തരമായി മനസ്സിലാക്കപ്പെടും."

"നിങ്ങൾക്ക് മനോവൈകല്യമാണ്, താന്തോന്നി."

"അതെ. സത്യമായും." ലാവോ സമ്മതിച്ചു.

"താങ്കൾ ഞങ്ങളെ കുപിതരാക്കുന്നു," ഹസ്ക് പറഞ്ഞു.

"എനിക്കറിയാം."

"നിങ്ങൾ ഞങ്ങളെ കളിയാക്കുകയാണ്," റിലി പറഞ്ഞു.

ലാവോ ചുമൽ കുലുക്കി.

"നിങ്ങളുടെ പക്കലൊരു ഉത്തരമില്ല. നിങ്ങൾ വെറുതെ വായിട്ടലയ്ക്കുകയാണ്," പ്രോപർ പറഞ്ഞു.

"ആയിരിക്കാം. അല്ലായിരിക്കാം."

"അയാളെ ഇങ്ങനെ സന്തോഷിപ്പിക്കാതെ. അവഗണിച്ചേക്കൂ. മറ്റേയാളേയും ഇതുപോലെ അവഗണിച്ചേക്കൂ." ജിം പറഞ്ഞു.

"മറ്റേയാളോ? അതാരാണ്?" ലാവോ ചോദിച്ചു. "ഓ... മറന്ന് പോയി. എനിക്ക് മനസ്സിലായി."

"ആരാ?" ഹസ്ക് ചോദിച്ചു. പിന്നെ "ഓ... എനിക്കുമറിയാം" എന്ന് പറഞ്ഞു.

"ഞങ്ങൾക്കെല്ലാം അറിയാം." പ്രോപർ പറഞ്ഞു.

"ആ പേരിനി പറയാതിരിക്കാമോ?" ജൂട്ട് ചോദിച്ചു. "എനിക്കിന്ന് രാത്രിയൊന്ന് ഉറങ്ങണം."

"നമ്മളാ നാമം വളരെ ശക്തമായി ഇവിടെ നിക്ഷേപിച്ചിരിക്കുകയാണെന്ന് എനിക്ക് തോന്നുന്നു," ലാവോ പറഞ്ഞു. സംഘം വീണ്ടും നിശ്ശബ്ദരായി. ആ നിശ്ശബ്ദതയിൽ ഇത്തിരി പിരിമുറുക്കമുണ്ടായിരുന്നു. "അതിലുപരിയായി, നമ്മൾ തന്നെ അതിനെ എങ്ങനേയോ

സൃഷ്ടിച്ചെടുത്തിരിക്കുന്നു. നമ്മളിപ്പോൾ നമ്മുടെ തന്നെ സൃഷ്ടിയുടെ ഇരകളാകുകയാണ്."

"അയാൾ എന്ന ഒരു വാസ്തവം. അയാളാണ് നമ്മെ ഈ യാത്രയ്ക്കായി ഒന്നിച്ചുകൂട്ടിയത്." ജിം പറഞ്ഞു.

"താങ്കൾ അയാളെ എപ്പോഴെങ്കിലും കണ്ടുമുട്ടിയിട്ടുണ്ടോ?"

"ഇല്ല."

"അയാൾ ഉണ്ടെന്നുള്ളതിനെന്തെങ്കിലും തെളിവുണ്ടോ? ഭൗതികമായ എന്തെങ്കിലും?"

"ഞങ്ങൾക്കെല്ലാമുള്ളത്ര തെളിവ് താങ്കളുടെ പക്കലുമുണ്ട് - കുറിപ്പുകൾ, സന്ദേശങ്ങൾ, വാർത്തകൾ...."

"അവയൊന്നും തെളിവല്ല."

"ഞാനയാളെ കണ്ടിട്ടുണ്ട്," ജൂട്ട് പറഞ്ഞു. "ചില നോട്ടങ്ങൾ.."

"എവിടെ?"

"യാത്രയ്ക്കിടയിൽ. കണ്ണാടിയിൽ. അവിടെവിടെയായി..."

"താങ്കളുടെ ഭാവന മാത്രമാണത്."

"ഞാനും അയാളെ പല നോട്ടം പലപ്പോഴും കണ്ടിട്ടുണ്ട്." ഹസ്ക് പറഞ്ഞു.

"ഞാനും." റിലിയും പറഞ്ഞു.

"ഞാനും." സാം ഒപ്പം നിന്നു.

"നമ്മളാണയാളെ സൃഷ്ടിച്ചെടുത്തതെന്ന് ഞാൻ ഇപ്പോഴും പറയും." ലാവോ പറഞ്ഞു.

"എങ്ങനെ എന്നൊന്ന് പറയാമോ?" ചോദ്യം ജിമ്മിന്റേതായിരുന്നു.

"താങ്കൾക്കറിയാം. അയാൾ ഒരു സംഘത്തിന്റെ സൃഷ്ടിയാണ്."

"എന്നുവച്ചാൽ?" ജൂട്ട് ചോദിച്ചു.

“ഒരു സംഘം ആളുകൾ അവർക്കിടയിൽ സൃഷ്ടിക്കുന്ന ഒരു പൈശാചിക വർണ്ണരാജി.”

“അവരെങ്ങനെ അത് ചെയ്യുന്നു?” റിലിയുടെ സ്വരം നേർത്തിരുന്നു.

“അവരുടെ മനസ്സുകൊണ്ട്. അയാൾ നമ്മുടെ മനസ്സിന്റെ ഒരു സൃഷ്ടിയാണ്.”

ലാവോ തുടരുന്നതിനായി അവർ കാത്തിരുന്നു.

“വിശദീകരിക്കൂ,” പ്രോപർ ആവശ്യപ്പെട്ടു.

“വിശദീകരിക്കാൻ ഒന്നുമില്ല.”

“ഈ സംഭാഷണം പോകുന്ന മാർഗ്ഗത്തിനോട് എനിക്ക് താത്പര്യം തോന്നുന്നില്ല,” ജൂട്ട് പറഞ്ഞു.

“നിങ്ങൾക്ക് തെറ്റ് പറ്റിയിരിക്കുന്നു. അയാൾ സത്യമായുമുണ്ട്. വാസ്തവമാണത്. നമ്മുടെ മനസ്സ് സൃഷ്ടിച്ചതല്ല അയാളെ. അയാളില്ലായിരുന്നുവെങ്കിൽ ഇന്ന് നമ്മളൊന്നിച്ച് ഈ യാത്രയുണ്ടാകില്ലായിരുന്നു. നമ്മുടെ ഈ സാഹസത്തിനുവേണ്ട മാർഗ്ഗനിർദ്ദേശങ്ങൾ നൽകുന്നത് അയാളാണ്.” ജിം പറഞ്ഞു.

“അയാൾ നമ്മുടെ മനസ്സിന്റെ സൃഷ്ടിയാണ്. നമ്മൾ അത് എത്ര പെട്ടെന്ന് സമ്മതിക്കുന്നോ, അംഗീകരിക്കുന്നോ, അത്രയും നല്ലതാകുമത്. മാത്രമല്ല, സംഘത്തിലെ അംഗങ്ങളുടെ മനസ്സിന്റെ ഒരു സൃഷ്ടി യഥാർത്ഥ വ്യക്തിയേക്കാൾ കരുത്തനാകും എന്നതും മറക്കണ്ട.”

“കരുത്തനോ? എങ്ങനെ?” റിലിയുടേതായിരുന്നു സംശയം.

“നല്ല രീതിയിലോ അതോ ചീത്തയോ?” പ്രോപർ ചോദിച്ചു.

“അത് സംഘത്തെ ആശ്രയിച്ചിരിക്കും. നമ്മുടെ ഉള്ളിന്റെയുള്ളിലെ ഊർജ്ജം, സ്വഭാവം തിന്മയാണെങ്കിൽ നമ്മൾ സൃഷ്ടിക്കുന്ന ആ കരുത്തും തിന്മ നിറഞ്ഞതാകും. അതല്ല നല്ലതാണെങ്കിൽ കരുത്തും ഹിതകരമാകും.”

“ഇത് താങ്കളുടെ സൃഷ്ടിയാണോ?” സാമിന് സംശയം.

"ഇതിനൊന്നും ചെവികൊടുക്കാതെ. മനസ്സ് എന്നൊക്കെ പറഞ്ഞ് അയാൾ നിങ്ങളെ വിരട്ടുകയാണ്. അതിനനുവദിക്കരുത്. നമ്മൾ ഇപ്പോൾ ചർച്ച ചെയ്യുന്ന വ്യക്തി വാസ്തവമാണ്, ഉള്ളതാണ്." ജിം പറഞ്ഞു.

"എന്തായാലും എനിക്ക് ഒരു കുഴപ്പവുമില്ല." ലാവോ പറഞ്ഞു. "എല്ലാവരും അവരവരുടെ ഇരുളും വെളിച്ചവും കൈമുതലാക്കി അതിനനുസരിച്ച് ജീവിക്കണം."

അവർക്ക് മുകളിൽ ഒരു നിഴൽ വീണുവോ എന്ന് സംശയം തോന്നി. ഭക്ഷണം കഴിച്ചവസാനിപ്പിച്ചിട്ടില്ലാത്തവർ അല്പം മ്ലാനതയോടെ ഭക്ഷണം എടുക്കുവാൻ തുടങ്ങി. മലനിരകളിൽ നിന്നും ഇറങ്ങിവന്ന കാറ്റിന്റെ മർമ്മരം അവർ കേട്ടു. പിന്നെ ഓരോരുത്തരായി അവരവരുടെ മുറികളിലേക്ക് മടങ്ങിപ്പോയി.

നാലാം പുസ്തകം

രാത്രി അല്പം കൺകെട്ട്

ഒന്ന്

ലാവോയ്ക്കും മിസ്റ്റ്ലെറ്റൊയ്ക്കും ഉറക്കം വന്നില്ല. അവരെ ചെറിയ സാഹസങ്ങൾക്കായി പുതിയ നഗരം പ്രേരിപ്പിച്ചുകൊണ്ടിരുന്നു. വസ്ത്രം മാറുവാൻ വേണ്ട സമയം മാത്രമാണ് അവർ മുറിയിൽ കഴിഞ്ഞത്. പട്ടണം അവർക്കായി എന്തൊക്കെ വിരുന്നൊരുക്കിയിരിക്കുന്നു എന്ന് അറിയണ്ടേ? അവർ ഹോട്ടലിൽ നിന്നും ആരുമറിയാതെ പുറത്ത് കടന്നു.

തടാകക്കരയിലെ വീഥിയിലൂടെ അവർ നടന്നു. അകലെ മലനിരകൾ തലയുയർത്തി നിൽക്കുന്നുണ്ടെങ്കിലും ഇരുട്ടിൽ അവയെ കാണാനാകുന്നില്ല. തടാകത്തിന്റെ മറുകരയിൽനിന്നും അടുക്കടുക്കായി, ഒന്നിനുമുകളിൽ ഒന്നായി, പട്ടണത്തിന്റെ ഓരോ പ്രദേശങ്ങളും വെട്ടിത്തിളങ്ങുന്നത് കാണാം. വലത് ഭാഗത്ത് ദൂരെ *ക്ലെവെ നാല്പ്* കാണാം.

നടക്കുന്നതിനിടെ എവിടെനിന്നോ ഒഴുകിയെത്തുന്ന സംഗീതം കേട്ടു. തടാകത്തിൽ നിന്നാണ് ആ സംഗീതം വരുന്നത്. തടാകത്തേയും മലനിരകളേയും ഓർത്ത് ലാവോ ഒരു പ്രസ്താവന നടത്തി. “ഒരു തടാകത്തിന്റെ നിഗൂഢത അതിന്റെ പരിസരങ്ങളെ ആശ്രയിച്ചിരിക്കുന്നു.”

“എന്നുവച്ചാൽ?”

“ഒരു തടാകത്തിനു ചുറ്റിലും കാടാണെങ്കിൽ?”

“അതിനൊരു യക്ഷിക്കഥയുടെ പരിവേഷം ലഭിക്കും.”

“എന്നാൽ അതേ സമയം ആ തടാകം ഒരു മലനിരയുടെ താഴ്വാരത്തിലാണെങ്കിൽ?”

“അത്യുദാത്തമാകും. പ്രൗഢഗംഭീരവും.”

അവർ നിശ്ശബ്ദരായി നടന്നു. തങ്ങൾ പോലുമറിയാതെ പട്ടണത്തിനു നേരെ അവർ തിരിഞ്ഞിരുന്നു. മലനിരകളിൽ നിന്നും ദേവദാരുവിന്റെ സുഗന്ധം പേറിയ കാറ്റ് വീശിക്കൊണ്ടിരുന്നു. കല്ലും മരവും കൊണ്ടുണ്ടാക്കിയ സുന്ദരമായ വീടുകൾ മങ്ങിയ വെളിച്ചത്തിൽ ഇരുട്ടിലലിഞ്ഞ് നിന്നു. മലനിരകൾ തീ തുപ്പുന്ന വ്യാളികളുടേയും രാക്ഷസന്മാരുടേയും പ്രേതങ്ങളുടേയും യക്ഷികളുടേയും കീരിയുടെ മുഖമുള്ള ദുഷ്ടജന്തുക്കളുടേയും ഇതിഹാസങ്ങൾ സൃഷ്ടിക്കുന്നതിനു സഹായമേകിയിട്ടുണ്ടെന്ന് വായിച്ചിട്ടുണ്ട്. ആ ഒഴിഞ്ഞ തെരുവുകളിൽ നിറഞ്ഞ ഇതിഹാസങ്ങളുടെ ഗന്ധവും പേറി അവർ നടന്നു. അവർ തങ്ങളുടെ സഹജാവബോധത്തെ, അന്തർജ്ഞാനത്തെ പിന്തുടർന്നുകൊണ്ട്.

ആദ്യസമാഗമത്തിന്റെ ഒരു നിഗൂഢതയിൽ അവർ കണ്ടതെല്ലാം പുതുമയുള്ളതായിരുന്നു. പൂന്തോട്ടങ്ങൾ, സ്കൂൾ കെട്ടിടങ്ങൾ, കരിപിടിച്ച ഭക്ഷണശാലകൾ, കടകളിലെ ജനലുകൾ, ചെറിയ ഉദ്യാനങ്ങൾ എന്നിവയിലേക്കെല്ലാം മിഴിച്ച് നോക്കി. കാണുന്നതൊന്നും അവിടെയുള്ളതല്ല എന്ന തോന്നലാണ്. പകരം ഒരു പുതിയ സ്ഥലത്തിന്റെ അപരിചിതത്വവും പൊതുവായ സൗന്ദര്യവുമാണ് അവർ ദർശിക്കുന്നത്. ഇതിനെക്കുറിച്ചും ഇതിനുമുമ്പ് പല തവണ സംസാരിച്ചിട്ടുള്ളതാണ്. അവസാനം ആ ചർച്ചകളെ ആറ്റിക്കുറുക്കി ഒരു ഗുളിക രൂപത്തിലാക്കി. ഒരിക്കൽ കണ്ടെത്താൻ നിങ്ങളത് മൂന്ന് തവണ കണ്ടിരിക്കണം എന്ന സൂത്രവാക്യത്തിലെത്തി. എന്നാൽ പുസ്തകങ്ങൾ, ജനങ്ങൾ, സ്ഥലങ്ങൾ എന്നിവയുടെ ആദ്യ കാഴ്ചയിൽ എന്തോ പ്രത്യേകതയുണ്ടെന്ന് അവർക്ക് തോന്നിയിരുന്നു. അതിനാൽ തന്നെ ആ ആദ്യ സമാഗമങ്ങളുടെ തെറ്റിദ്ധാരണകൾ, തിരിച്ചറിവുകൾ എന്നിവയിൽ ശ്രദ്ധ ചെലുത്തുവാനും ശ്രമിച്ചു.

പട്ടണത്തിലെ സ്വപ്നതുല്യമായ തെരുവുകളിലൂടെ അവർ നടന്നു. അവ തീർത്തും ആദർശപൂർണ്ണവും ഉത്കൃഷ്ടവുമാണ്. കുട്ടികളുടെ കളിവീടുകൾ പോലുള്ള

ആകർഷകവും അസാധാരണവുമായ വീടുകൾ. ഉറങ്ങി ക്കിടക്കുന്ന ആ പട്ടണത്തെരുവിലൂടെ നടക്കുമ്പോൾ യക്ഷിക്കഥകൾ കേൾക്കുന്നതുപോലെ തോന്നി. മറ്റൊരു ലോകത്തിന് പൂർണ്ണ ഗുണമേന്മയുള്ളതു പോലെ തന്നെ. അപരിചിതത്വം അവരെ കൂടുതൽ ജാഗരൂകരാക്കി.

നീലയും മഞ്ഞയും നിറമുള്ള, അധികം വെളിച്ചമില്ലാത്ത ഒരു തപാലാപ്പീസിനു മുന്നിലൂടെ, തുടർന്ന് മരം കൊണ്ട് നിർമ്മിച്ച കൊച്ചു കർഷകഗൃഹങ്ങളും കല്ലുകൊണ്ടു ണ്ടാക്കിയ വീടുകൾക്കും മുന്നിലൂടെ അവർ കടന്നു പോയി. തെരുവിന്റെ മദ്ധ്യത്തിൽ ഒച്ചയനക്കമില്ലാത്ത ഒരു നാഴികമണി സ്തൂപത്തിന്മേൽ സ്ഥാപിച്ചിരിക്കുന്നു. അതിലെ സമയം വായിച്ചെടുക്കുവാൻ അവർക്കായില്ല. മുന്നിലുള്ള ഒരു കൊച്ചുബാലന്റെ രൂപമാണ് അവർക്ക് തടസ്സമായത്. മൂലലക്ഷ്യത്തിൽ നിന്നും വേർപെട്ട്, ഇരുട്ടിൽ, സ്വപ്നലോകങ്ങളിലെ സൂചകഫലകങ്ങൾ പോലെ നിൽക്കുകയാണോ അവയെല്ലാം എന്ന് സംശയം തോന്നി.

ജനനത്തിനുമുമ്പേ തനിക്ക് പരിചയമുള്ള ഒരു ലോക ത്തിലൂടെയെന്നപോലെ ഒഴുകി നടക്കുകയാണ് ലാവോ. മിസ്റ്റ്ലെറ്റോയാകട്ടെ തെളിഞ്ഞുനിൽക്കുന്ന ഒരു സ്വപ്ന ത്തിലെന്നപോലെയും. ഇളംകാറ്റ് വീശിയപ്പോൾ അന്ത രീക്ഷം ശുദ്ധമായ പ്രതീതി. ഓരോ ശ്വാസവും അന്തരം ഗത്തെ ശുദ്ധമാക്കുന്നു എന്ന തോന്നൽ.

നമ്മെ ആദ്യമായനുഭവിപ്പിക്കുന്നതും ആനന്ദിപ്പി ക്കുന്നതും ഏദൻ തോട്ടത്തിന്റെ കാഴ്ചയ്ക്ക് തുല്യമാണ്. ലാവോ ചിന്തിച്ചു. ആദ്യസമാഗമത്തിന്റെ സൗന്ദര്യം തീർത്തും ക്ഷണികമാണെങ്കിലും അതിന്റെ വശീകരണം വീണ്ടുമെത്തുവാനായി ജ്ഞാനികൾ കാത്തിരിക്കും. ആ ആദ്യ സമാഗമത്തിലേക്ക് തിരികെപ്പോകുമ്പോഴുള്ള ആനന്ദം വാക്കുകൾക്കപ്പുറത്തായിരിക്കും.

“ഇനി നമ്മൾ ദീർഘകാലത്തേക്ക് ഇവിടേക്ക് വരുന്നില്ല, അവസരം ലഭിച്ചാലും,” അയാൾ ഉറക്കെ പറഞ്ഞു.

"അതെങ്ങനെ ഇപ്പോൾ തീരുമാനിക്കും?"

"എനിക്കങ്ങനെ തോന്നി."

"അങ്ങനെയെങ്കിൽ ഇപ്പോൾ ഇതെല്ലാം പൂർണ്ണമായും ആസ്വദിക്കണം."

"അതിന് നമുക്കാകുമോ?"

"ശ്രമിക്കാം."

"ആദ്യസമാഗമമായിരിക്കും ഏറ്റവും നല്ലത്." ലാവോ പറഞ്ഞു.

"എനിക്കറിയില്ല. വീണ്ടും ചെയ്യുന്നതിലും ബുദ്ധിയുണ്ട്. ഒരേ സ്ഥലത്തേക്ക് തന്നെ വീണ്ടും പോകുന്നതിൽ, കൂടെ ക്കൂടെ. ഒരേ പെയ്ന്റിങ്ങ് തന്നെ പല തവണ കാണുക, ഒരേ നോവൽ തന്നെ പല തവണ വായിക്കുക..."

"മിക്കവരും പറയുന്നത് ആവർത്തനം വിരസമാണെ ന്നാണ്..."

"ചെറുപ്പക്കാരായിരിക്കും. അവർക്കൊരുപക്ഷേ അങ്ങനെ യാകാം."

"നമ്മളും ചെറുപ്പമല്ലേ?" ലാവോ ഒരു നിമിഷം ചിന്തിച്ചു. "ആദ്യ കാഴ്ച, ആദ്യ തെറ്റായ വായന, അതാണ് ഏറ്റവും സത്യമായിട്ടുള്ളത് എന്ന് ഞാൻ കരുതുന്നു."

"കാരണം? മുമ്പൊന്നും അങ്ങനെയല്ലല്ലോ കരുതിയി രുന്നത്. മൂന്ന് തവണ എന്നാൽ ഒറ്റത്തവണ എന്നല്ലേ പറയാറുള്ളത്."

"ഇപ്പോഴും അതേ. എന്നാൽ നമ്മുടെ ഉള്ളിന്റെയുള്ളിലെ എന്തോ ഒന്ന് ആദ്യസമാഗമത്തിന്റെ കൺകെട്ടിൽ ജീവി ക്കുന്നു എന്നെനിക്ക് തോന്നുന്നു. ആ ആദ്യസമാഗമത്തെ പിടിച്ചെടുക്കുവാൻ പിന്നെ നമ്മൾ ശ്രമിക്കുന്നു. ആ ആദ്യ സമാഗമത്തിന്റെ സൗന്ദര്യം. എന്നാൽ വളരെ അപൂർവ്വം അനുഭവങ്ങൾക്കേ അതേ വികാരത്തെ ഉണർത്തുവാനാ കുകയുള്ളൂ."

"ഒരുപക്ഷേ ഈ നടത്തത്തിന്റെ മാന്ത്രികത നമ്മുടെ ഒരു ഭാവിയാത്രയെ ഉണർത്തിയേക്കാം."

"അതിനെയാണ് സർവ്വകാലീനമൂല്യമുള്ളത് എന്ന് വിളിക്കുന്നത് എന്ന് ഞാൻ കരുതുന്നു."

"എന്ത്?"

"എന്നെന്നും വസന്തത്തിന്റെ പുതുമ നിലനിൽക്കുന്ന ഒരു സൃഷ്ടി. നിങ്ങൾ ഓരോ തവണ അതുമായി സന്ധിക്കുമ്പോഴും പുതുമ നിലനിർത്തുവാൻ അതിനാകുന്നു."

"അതെ. എന്നാൽ ആ മാന്ത്രികത പുതുക്കിയെടുക്കുവാൻ കുറച്ച് സമയം കഴിയണം." മിസ്റ്റ്ലെറ്റൊ പറഞ്ഞു.

ഉറങ്ങിക്കിടക്കുന്ന ഒരു കുട്ടിയുടെ മുറിയിലൂടെ ഒച്ചയും അനക്കവുമില്ലാതെ നടക്കുന്നതുപോലെ അവർ ആ തെരുവിലൂടെ നടന്നു. ആശ്ചര്യത്താൽ അവർ രണ്ടു പേരും ശ്വാസമടക്കിപ്പിടിച്ചാണ് നടന്നത്. ഈ പട്ടണത്തിലൊന്ന് വഴിതെറ്റിയിരുന്നെങ്കിൽ എന്നവർക്കാഗ്രഹമുണ്ടായി. ഈ മനോനിലയിൽ നിന്നും തിരിച്ചുപോകാതിരുന്നെങ്കിൽ എന്നും ആശിച്ചുപോയി. എന്തതിശയം, പരമാർത്ഥത്തെയാണോ ഏറ്റവും വലിയ തെറ്റിദ്ധാരണ എന്ന് പറയുന്നത്!

രണ്ട്

മിസ്റ്റ്ലെറ്റോയ്ക്ക് പെട്ടെന്ന് ഒരു ഭൂതോദയമുണ്ടായി. അവിചാരിതമായത് എന്തോ! *മലാസ്സോ*യെക്കുറിച്ച് എന്തോ പറയാൻ ഭാവിക്കുകയായിരുന്നു അവൾ. അപ്പോഴാണ് ഒരു ഇടവഴിയുടെ മദ്ധ്യത്തിലുള്ള പൊതുമദ്യശാലയുടെ വിളക്കുകൾ ലാവോ ചൂണ്ടിക്കാണിച്ചത്.

ഒരു സ്വപ്നത്തിൽ നിന്നും നടന്ന് കയറുന്നതുപോലെ അതിനകത്തെ ആരവത്തിലേക്ക് അവർ കടന്ന് ചെന്നു. പുകച്ചുരുളുകൾ നിറഞ്ഞ അന്തരീക്ഷത്തിൽ മദ്യത്തിന്റെ മണമുള്ള, ഉച്ചത്തിലുള്ള സംഭാഷണങ്ങൾ തിങ്ങി നിറയുന്നു. ഉച്ചഭാഷിണിയിലൂടെ റോക്ക് സംഗീതമുയരുന്നു. നൃത്തം ചെയ്യുന്ന പെൺകുട്ടികളുടെ ചിത്രങ്ങൾ ഇരുണ്ട ചുമരുകളിലൊട്ടിച്ചു വച്ചിരിക്കുന്നു. അതിനോടൊപ്പം കച്ചേരികളുടേയും ആഘോഷങ്ങളുടേയും ചിത്രങ്ങളുമുണ്ട്. ആ മുറിക്ക് നിലത്ത് വീണുടഞ്ഞ ബിയറിന്റെ മണമാണ്.

മിസ്റ്റ്ലെറ്റോയും ലാവോയും അകത്തേക്ക് പ്രവേശിച്ചപ്പോൾ എല്ലാവരും അവരെ നോക്കി. നിറങ്ങളുടെ ലോകത്തേക്കാണ് ഈ നോട്ടങ്ങൾ തങ്ങളെ തിരികെ എത്തിക്കുന്നതെന്ന് ലാവോയ്ക്ക് തോന്നി. അവിടെ പെട്ടെന്നൊരു ഊർജ്ജം കൈവന്നതുപോലെ. നിറഞ്ഞു നിന്ന പുകയ്ക്കിടയിൽ മൂകമായ ഒരു ന്യായവിധി നടക്കുന്നു. ആ മദ്യശാലയിൽ അവരുടെ സാന്നിധ്യം എഴുതപ്പെടാത്ത ഏതോ നിയമം ലംഘിക്കുന്നതുപോലെ.

ലാവോയും മിസ്റ്റ്ലെറ്റോയും നിന്നു. ചുറ്റും നോക്കി. അവിടെയുള്ളവരുടെ മാനസിക നില ശ്രദ്ധിച്ചു. എന്തെങ്കിലും അപകടം വരുന്നുണ്ടോ എന്ന് ശ്രദ്ധിച്ചു. ഉച്ചഭാഷിണിയിൽ നിന്നും സംഗീതമുയരുന്നുണ്ടെങ്കിലും അവിടെ മൗനം പടർന്നതുപോലെയുണ്ടായിരുന്നു.

നമ്മെ ലോകം എങ്ങനെ കാണണമെന്നാണ് ഉള്ളിന്റെ യുള്ളിൽ നമ്മൾ വിധിക്കുന്നത് അതുപോലെ മാത്രമേ സംഭവിക്കുകയുള്ളൂ. ആ നിമിഷത്തിൽ അതിർത്തികളി ല്ലാത്ത ഒരു സാമ്രാജ്യത്തിലെ രാജകുമാരനായി വേണം അവർതന്നെ കാണുവാൻ എന്ന് തീരുമാനിച്ച് ലാവോ തന്റെ ആർജവം വീണ്ടെടുത്തു. മിസ്റ്റ്ലെറ്റോയ്ക്ക് ചുറ്റിലും അയാൾ ഒരു സംരക്ഷണവലയം തീർത്തു. അതു പോലെ അവൾ അവനു ചുറ്റും.

ഇന്ദ്രജാലകരെപ്പോലെ കൈ കോർത്ത് അങ്ങനെ അവർ മദ്യശാലയുടെ മദ്ധ്യത്തിലേക്ക് നീങ്ങി. സ്വയം രൂപാന്തര പ്പെടുത്തിക്കൊണ്ടവർ വാസ്തവത്തെ പരിവർത്തിപ്പിച്ചു. ഒരു ഇടവേളയ്ക്ക് ശേഷം അവിടെ വന്നുകയറിയ സ്ഥിര മായി വന്നിരുന്നവരെപ്പോലെയായി. അടുത്ത നിമിഷ ത്തിൽ കൗണ്ടറിൽ പോയി രണ്ട് ബിയറിന് അവർ ഓർഡർ നൽകി. ചുറ്റും നോക്കി. കൂട്ടം കൂടി, പുകച്ചുരുളു കളാൽ മച്ച് കറുപ്പിക്കുന്ന, ചുമരിൽ ചാരിനിൽക്കുന്ന, പുതിയ മുഖങ്ങളിൽ അവർക്കെന്തോ കൗതുകം തോന്നുന്നു എന്ന മട്ടിലായിരുന്നു ആ നോട്ടം.

മൂന്ന്

മദ്യം വിളമ്പിക്കൊടുത്തുകൊണ്ടിരുന്നവരിൽ ഒരാളുമായി ലാവോ സംഭാഷണമാരംഭിച്ചു. ചുമരിനരികിൽ അലമാര കളിൽ നിരത്തി വച്ചിരിക്കുന്ന ചെമ്പുകൊണ്ടുള്ള മൊന്ത കളെക്കുറിച്ച് ലാവോ ചോദിച്ചു. അവയുടെ വലിപ്പത്തിന്റെ ക്രമത്തിലാണവ അടുക്കി വച്ചിരിക്കുന്നത്. അതിൽ ചില തിന്റെ ഒരു വശത്ത് ആടിന്റെ കാലുള്ളൊരു മനുഷ്യന്റെ രൂപം കൊത്തിവച്ചിരിക്കുന്നു. മറ്റുള്ളവയിൽ കുലീനമായ ഒരു മാനിന്റെ രൂപവും. എല്ലാ വേനലിലും ഒരു രാത്രിയിൽ ഇവിടെ മദ്യപാന മത്സരം നടക്കാറുണ്ടെന്ന് പരിചാരകൻ പറഞ്ഞു. പുറത്തെ മുറ്റത്താണത് നടക്കാറുള്ളത്. വിജയിക്ക്, സമ്മാന ത്തുകയായ സ്വർണ്ണവും പിന്നെ ഈ മൊന്തകളിൽ നിറയെ ബിയറും ലഭിക്കും. ആയിരക്കണക്കിനു വർഷങ്ങളായി നടന്നു വരുന്ന ഒരു പാരമ്പര്യമാണത്. എന്നാൽ ഈ വർഷത്തെ വിജയി തീർത്തും അപരിചിതനായിരുന്നു. വിജയിച്ചതിനു ശേഷം അയാൾ തന്റെ സമ്മാനം സ്വീകരിക്കുകയോ മൊന്ത നിറയെ ബിയർ കുടിക്കുകയോ ചെയ്യാതെ അപ്രത്യക്ഷ നായി. യക്ഷിക്കഥകളിലെ നായകരെ പോലെ അയാൾ എവിടെ നിന്ന് വന്നുവോ അവിടേക്ക് തിരികെപ്പോയി.

“എന്തായിരുന്നു സമ്മാനം?” ലാവോ ചോദിച്ചു.

പരിചാരകൻ ഒരു അശ്ലീലനോട്ടം സമ്മാനിച്ചു.

“അതൊരു രഹസ്യമാണ്. നഗരപിതാവിനു മാത്രമേ അറി യുകയുള്ളൂ.”

ആർക്കോ മദ്യം നൽകുവാനായി പരിചാരകൻ പോയി. മിസ്റ്റ ലെറ്റോയും ലാവോയും നിശ്ശബ്ദരായി കൗണ്ടറിൽ ചാരി നിന്ന്, ബിയർ നുണഞ്ഞു.

അവരെക്കുറിച്ചുള്ള ചിന്തകളിലാവാം മദ്യശാലയും അതിന്റെ മനസ്സ് മാറ്റിയിരിക്കുന്നു.

നാല്

മദ്യശാലയുടെ അറ്റത്ത് അവർ ഒരു പൂൾ ടേബിൾ കണ്ടെത്തി. പൊടിപിടിച്ച ചുമരിൽ, വാളുകളും പുരാതന ഉറുമികളും ചെറിയ കൈത്തോക്കുകളും വലിയ ഒരു പരിചയും വലിയ കൊമ്പുള്ളൊരു മാനിന്റെ തലയുമുണ്ടായിരുന്നു.

കളിക്കാരുടെ കൂട്ടത്തിൽ ഡ്രൈവറായിരുന്ന ബ്രൂണോ രണ്ടാമനെ കണ്ടത് അവരെയൊന്നാശ്ചര്യപ്പെടുത്തി. പൗരനായി തീർന്ന ഒരു തടിയൻ പരദേശിയോടൊത്തുള്ള കളിയുടെ അവസാനത്തിലേക്കെത്തിയിരിക്കുന്നു അയാൾ. അവരെക്കണ്ടപ്പോൾ ബ്രൂണോയ്ക്ക് ഒന്നും തോന്നിയില്ല.

"നിങ്ങൾ രണ്ടു പേരും അധികം താമസിയാതെ ഇവിടെയെത്തുമെന്ന് എനിക്കറിയാമായിരുന്നു," അയാൾ പറഞ്ഞു.

ബാസൽ സ്റ്റേഷനിൽ നിന്നും ഹോട്ടലിലേക്ക് തങ്ങളുടെ ബസ്സോടിച്ച ഉന്മേഷം തുളുമ്പുന്ന മുഖമുള്ള യുവാവിൽ നിന്നും തീർത്തും വ്യത്യസ്തനായിരിക്കുന്നു അയാൾ അപ്പോൾ. അയാൾ ഇപ്പോൾ മറ്റൊരാളായിരിക്കുന്നു എന്നും.

"നിങ്ങൾ വന്നതിൽ എനിക്ക് വലിയ സന്തോഷമുണ്ട്. ഈ കളി അത്ര നന്നായില്ല. ഇയാൾ ഒരു മടിയനാണ്. പേടിക്കണ്ട, ഇയാൾക്ക് ഇംഗ്ലീഷ് അറിയില്ല. താങ്കൾ കളിക്കാൻ കൂടുന്നോ? ഒരു വാതുവയ്പ്പ് നല്ലതാണ്. എന്ത് തോന്നുന്നു?"

ലാവോയ്ക്ക് പെട്ടെന്ന് തന്നെ അതിലൊരു താത്പര്യം തോന്നി. ഇടയ്ക്കൊക്കെ ഒരു ചൂതാട്ടം അയാൾക്കിഷ്ടമാണ്. എന്നാൽ പൂൾ എന്ന ഈ കളി കളിച്ചിട്ട്

വർഷങ്ങളായിരിക്കുന്നു. അതുകൊണ്ടുതന്നെ കഴിവുകൾ പൊടിപിടിച്ച് കിടപ്പാണ്. പക്ഷേ ഈ കളി വലിയ ഇഷ്ടമാണ്. സമൂഹത്തിൽ സൗഹൃദം പെരുപ്പിക്കുവാൻ ഇതാവശ്യമാണ്. ശ്രദ്ധ കേന്ദ്രീകരിക്കുവാൻ ഇത് സഹായിക്കുന്നു. നല്ല കൃത്യതയും ഇതാവശ്യപ്പെടുന്നു. ധൈര്യം, കൂർമ്മബുദ്ധി, അപായസാധ്യത, താളം, അന്തർജ്ഞാനം, ബുദ്ധി എന്നിവയെല്ലാം വേണ്ട കളിയാണിത്. അതിന്റെ നാടകീയത അയാൾ എന്നും ഇഷ്ടപ്പെടുന്നു. പരാജയപ്പെടുമ്പോൾ വിഷമം തോന്നുകയും വിജയിക്കുമ്പോൾ ഉദാരമതിയാകുകയും ചെയ്യുക എന്നത് ഈ ആനന്ദത്തിന്റെ ഭാഗമാണ്. ഈ കളി തന്നിലുള്ള വീരനായകനേയും വില്ലനേയും പ്രദർശിപ്പിക്കുവാനുള്ള അവസരങ്ങളൊരുക്കുന്നു.

പുതിയ കൂട്ടുകാരെ കണ്ടപ്പോഴുണ്ടായ നവോർജ്ജത്തിന്റെ പിൻബലത്തിൽ ബ്രൂണോ തന്റെ ഇടത്തരക്കാരനായ പ്രതിയോഗിയെ പിരിച്ചു വിട്ടു. ഇത്തിരി ധാർഷ്ട്യത്തോടെ അയാൾ പന്തുകളുരുട്ടുകയും കളിക്കാനുപയോഗിക്കുന്ന വടിയിൽ പൊടിപുരട്ടുകയും ചെയ്തു. അയാളും ലാവോയും പന്തയം എന്തായിരിക്കണം എന്നതിലൊരു തീരുമാനത്തിലെത്തി. ശ്രദ്ധ പിടിച്ച് നിർത്തുവാൻ മാത്രം പോന്ന ഒരു കൊച്ചു പന്തയം.

“ഞാൻ ചേതത്തിൽ നിന്നും തുടങ്ങുന്നു,” ലാവോ പറഞ്ഞു.

“എങ്ങനെ?” ബ്രൂണോയ്ക്ക് സംശയം. “നിങ്ങളുടെ കരുകറുപ്പായതുകൊണ്ടാണോ?”

ലാവോ അയാളെ നോക്കി പുഞ്ചിരിച്ചു. വളരെ ഊഷ്മളമായാണത് പറഞ്ഞത്. നിഷ്കളങ്കമായി. അതായിരുന്നു വ്യത്യാസം.

“അല്ല. എന്റെ പെണ്ണ് ഇവിടെയുള്ളതുകൊണ്ട്. അത് എന്റെ മേലുള്ള സമ്മർദ്ദം വർദ്ധിപ്പിക്കുന്നു.”

“അത് ശരി. അവരുടെ മുന്നിൽ വച്ച് പരാജയപ്പെടാനാകില്ല അല്ലേ?”

“അതുപോലെയെന്തോ.”

“ജയിക്കണമെന്നു തന്നെയാണ് ലക്ഷ്യമെങ്കിൽ പരാജയപ്പെടുക എളുപ്പമാണ്.”

ലാവോ ചുമൽ കുലുക്കി. സത്യത്തിൽ അയാൾ നുണ പറയുകയായിരുന്നു. താൻ ഒരായിരം തവണ തോറ്റാലും മിസ്റ്റ്ലെറ്റോ അതിനെ ഒരൊറ്റവാക്കിലൊതുക്കുമെന്ന് ലാവോയ്ക്കറിയാം. അവൾ തന്നെ ലാവോയ്ക്ക് കാണാനാകാത്ത വിധത്തിൽ മറഞ്ഞ് നിന്നു. സമ്മർദ്ദം ബ്രൂണോയ്ക്ക് മുകളിലായിരുന്നു. എന്നാൽ ബ്രൂണോ അതറിഞ്ഞില്ല.

അഞ്ച്

ആദ്യ കളി ജയിച്ചത് ബ്രൂണോയാണ്. കളി തുടർന്നു. കാണികളുടെ എണ്ണം വർദ്ധിച്ചുതുടങ്ങി. അവർ ആവേശത്തിൽ മന്ത്രിച്ചു തുടങ്ങി. കാണികൾക്കിടയിൽ വാതുവയ്പ്പ് തുടങ്ങി. സിഗരറ്റിൽ നിന്നും പുകയുയർന്നു. ബ്രൂണോ തനിക്കാകാവുന്ന വിധത്തിൽ നന്നായി കളിക്കുന്നു.

കളിക്കുന്നതിനിടയിൽ അയാൾ സംസാരിക്കുന്നുമുണ്ട്. ആ സംസാരം കേട്ടുകൊണ്ടിരുന്നപ്പോൾ ലാവോയ്ക്ക് അയാളെ കൂടുതൽ ഇഷ്ടമായിത്തുടങ്ങി.

“എനിക്കൊരു ഡോക്ടറാകണമെന്നായിരുന്നു ആഗ്രഹം. എന്റെ ജീവിതം മുഴുവൻ ഞാനത് ആഗ്രഹിച്ചു. ഇനിയും ഒരു വർഷം കഴിയണം. അതുകഴിഞ്ഞ് ആഫ്രിക്കയിൽ പോകണം. അവിടെ ചെന്ന് ദരിദ്രരേയും രോഗികളേയും സഹായിക്കണം. നിങ്ങളുടെ ഡ്രൈവർ എന്ന ജോലി കൂടാതെ പിന്നേയും രണ്ട് ജോലികൾ കൂടി ഞാനിപ്പോൾ ചെയ്യുന്നുണ്ട്. എന്റെ അച്ഛൻ ഒരു എഞ്ചിനീയറായിരുന്നു. ഇപ്പോൾ അടുത്തൂൺ പറ്റി. ആഫ്രിക്കയിലാണച്ഛൻ ജോലി ചെയ്തത്. ഒരുപക്ഷേ നിങ്ങൾ അറിയുമായിരിക്കും. എന്റെ അമ്മ ഒരു അദ്ധ്യാപികയായിരുന്നു. അമ്മയാണെന്നെ ഇംഗ്ലീഷ് പഠിപ്പിച്ചത്. എന്റെ ഇംഗ്ലീഷ് എങ്ങനെ, നല്ലതല്ലേ?”

ലാവോ തല കുലുക്കി.

“നന്ദി. ഞാൻ ബാസെലിലാണ് ജനിച്ചത്. മനസ്സിൽ എന്നും എനിക്ക് ആഫ്രിക്കയിലേക്ക് പോകണം എന്ന ആഗ്രഹം മാത്രമേ ഉണ്ടായിട്ടുള്ളൂ. അതെന്തുകൊണ്ടാണെന്ന് എനിക്കറിയില്ല. സ്കൂളിൽ എന്നോടൊപ്പം പഠിച്ചിരുന്നവരെല്ലാം അമേരിക്കയെക്കുറിച്ചും പർവ്വതാരോഹകരെക്കുറിച്ചും കാറോട്ടമത്സരങ്ങളെക്കുറിച്ചുമുള്ള

പുസ്തകങ്ങളാണ് വായിച്ചിരുന്നത്. എന്നാൽ ഞാൻ അതൊന്നും വായിച്ചില്ല. എന്തുകൊണ്ടെന്നറിയില്ല എനിക്ക് ഞാൻ ഒരു ആഫ്രിക്കക്കാരനാണെന്നാണ് തോന്നുന്നത്. അങ്ങനെ എനിക്ക് പറയാമല്ലോ, അല്ലേ?"

ലാവോ വീണ്ടും തോൾ കുലുക്കി. "എന്തുകൊണ്ടങ്ങനെ പറഞ്ഞുകൂടാ?" അയാൾ പ്രോത്സാഹിപ്പിച്ചു.

ബ്രൂണോ ഒരു നിമിഷം കളി നിർത്തി. അയാൾ നന്നായി കളിക്കുന്നുണ്ടായിരുന്നു. എന്തോ ചിന്തിച്ചെന്നപോലെ ലാവോയെ നോക്കി നിന്നു. എന്നിട്ട് തുടർന്നു.

"ആഫ്രിക്കയോടുള്ള ഈ മനോഭാവം എന്റെ ജീവിതത്തിലെ ഏറ്റവും വലിയ നിഗൂഢതകളിലൊന്നാണ്."

എന്ത് പറയണമെന്ന് അറിയാതെ ലാവോ നിശ്ശബ്ദനായി. ആഫ്രിക്കയെക്കുറിച്ച് ഗൃഹാതുരത്വമുള്ളവരെ അയാൾ പരിചയപ്പെട്ടിട്ടുണ്ട്. അതിൽ മിക്കവരും ഒരിക്കൽ പോലും ആ ഭൂഖണ്ഡം കണ്ടിട്ടില്ല. എങ്കിലും ആഫ്രിക്കയാണവരുടെ ആത്മാവിലെന്ന് പറയുന്നു. ചിലർ അവർക്കറിയാവുന്നൊരു സ്ഥലം പോലെയാണ് ആഫ്രിക്കയെക്കുറിച്ച് പറയുന്നത്. തിരിച്ചറിവിന്റെ നാൾ മുതൽ അവരുടെ ഓർമ്മയിലുള്ള ഒരു സ്ഥലം. പുനർജ്ജന്മം എന്ന വിഷയത്തെക്കുറിച്ച് ലാവോ അധികം ചർച്ച ചെയ്യാറില്ല. എന്തിനെക്കുറിച്ചെങ്കിലും അറിയുക എന്നാൽ അതിനെക്കുറിച്ച് വിശദീകരിക്കേണ്ട ആവശ്യമില്ലെന്ന് വരിക എന്നാണ്, അതിനോടൊപ്പം അതിനെക്കുറിച്ച് മറ്റുള്ളവർക്ക് വിശദീകരിച്ച് കൊടുക്കേണ്ട ആവശ്യമില്ലെന്നും. ജീവിതം ഇത്തരം ജ്ഞാനങ്ങൾ കൊണ്ട് വർണ്ണാഭമാക്കപ്പെട്ടിരിക്കുന്നു. ഒന്നിനെ അറിയുക എന്നാൽ പലതിനെയും അറിയുക എന്നാണ്. അറിയുക എന്നാൽ നിശ്ശബ്ദമായിരിക്കുക എന്നുമാണ്. ലാവോ ഒരിക്കലും അത്തരം കാര്യങ്ങളെക്കുറിച്ച് സംസാരിക്കാറില്ല. പകരം കളി തുടർന്നു. ബ്രൂണോയ്ക്ക് ഒരു അടി തെറ്റിയിരിക്കുന്നു. ഇപ്പോൾ ലാവോയുടെ ഊഴമാണ്.

ആറ്

കുറച്ചുകാലമായി ഈ കളിയിലേർപ്പെട്ടില്ല എന്നതുകൊണ്ട് തന്നെ തന്റെ പരിമിതികളെക്കുറിച്ച് ലാവോ ബോധവാനായിരുന്നില്ല. തുടർച്ചയായി കളിക്കുമ്പോൾ അയാൾക്കു തന്നെ അദ്ഭുതമാകുകയായിരുന്നു, കാരണം പണ്ട് അയാൾ തെറ്റിക്കുമായിരുന്ന പലതും ഇപ്പോൾ ശരിയാകുന്നു. പന്തുരുണ്ട് അതു ചെന്ന് വീഴേണ്ടിടത്ത് വീഴുന്നു. മുമ്പൊക്കെ ഇങ്ങനെയൊരു അവസരത്തിൽ ആ പന്ത് എത്തേണ്ടിടത്ത് എത്തില്ലെന്ന് അയാൾ ഭയക്കാറുണ്ടായിരുന്നു. ആ ഭയം മിക്കപ്പോഴും വാസ്തവമാകാറുമുണ്ടായിരുന്നു.

മുമ്പൊക്കെ ഒരു കളി തുടങ്ങുന്നതിനു മുമ്പേ ലാവോയ്ക്ക് താൻ ആ കളി ജയിക്കുമോ തോൽക്കുമോ എന്നതിന്റെ സൂചനയുണ്ടാകുമായിരുന്നു, അറിയാമായിരുന്നു. എല്ലാം മുൻകൂട്ടിയെഴുതപ്പെട്ടതാണെന്ന ചില സിദ്ധാന്തങ്ങളിൽ ചാരിനിന്നുകൊണ്ടാണെങ്കിലും വെറുതെ വിനോദത്തിനു വേണ്ടി കളിക്കുമായിരുന്നു. പരാജയങ്ങളിൽ വിഷമം തോന്നുമായിരുന്നു. ആ വിഷമം അടുത്ത കളിക്കായി കെട്ടിപ്പൊതിഞ്ഞ് വയ്ക്കുമായിരുന്നു. അങ്ങനെ കെട്ടിപ്പൊതിഞ്ഞ് വയ്ക്കുമ്പോൾ താൻ ഈ കളിയും തോൽക്കുമെന്ന് മനസ്സ് പറയുമായിരുന്നു.

എന്നാൽ ചിലപ്പോൾ ഈ ചിന്തകൾക്ക് വിരുദ്ധമായി അയാൾ വിജയിക്കും. അപ്പോൾ അതിനെക്കുറിച്ച് ചിന്തിക്കും. താൻ കളിയിൽ പൂർണ്ണമായും മുഴുകിയതിനാലാണ് ജയിച്ചതെന്ന് മനസ്സ് പറയും. തിരിച്ചറിയും. കളിയിൽ മുഴുകി എന്നാൽ കളിയിൽ നിന്നും അകന്ന്, ആ സ്വാഭാവികത അയാളെ വിജയിപ്പിച്ചു എന്നാണ്. ഒരു സ്വപ്നത്തിലെന്നപോലെ കളിച്ച്, എതിരാളിയുടെ കളിയുടെ പ്രകൃതത്തിനനുസരിച്ച് നൃത്തം ചെയ്താൽ ഓരോ നിമിഷവും കളിയുടെ ഫലമെന്താകും എന്നത് തനിക്ക് തീരുമാനിക്കുവാനാകും.

ഏഴ്

എതിരാളി എത്ര നന്നായി കളിക്കുന്നു എന്നതിന്റെ അടിസ്ഥാനത്തിലാണ് മുമ്പൊക്കെ ലാവോ തന്റെ വിജയ സാധ്യത കണക്ക് കൂട്ടാറുണ്ടായിരുന്നത്. എന്നാൽ ചില പ്പോഴെങ്കിലും എതിരാളി തന്നേക്കാൾ വളരെയധികം മടങ്ങ് നല്ല കളിക്കാരനാണെങ്കിലും താൻ ജയിക്കുന്നു എന്ന് അയാൾ കണ്ടു. ഇതിനെക്കുറിച്ച് ചിന്തിച്ചപ്പോൾ ഒരു തീരുമാനത്തിലെത്തി. നിപുണത എന്നതിന് മൂന്ന് തലങ്ങളുണ്ട്. ഒന്ന് യഥാർത്ഥമായത്, രണ്ട് അകൃത്രിമ മായത്, മൂന്ന് പൊലിപ്പിച്ചത്. യഥാർത്ഥമായ നിപുണത ഒരാൾ സാധാരണമായി കളിക്കുന്നതാണ്, അത് വ്യക്ത മാണ്. അകൃത്രിമമായ നിപുണത കളിയുടെ നിഷേധാ ത്മകമായ ഇടങ്ങളിൽ സംഭവിക്കുന്നതാണ്, അത് ഒരാളുടെ കഴിവാണ്. പൊലിപ്പിച്ച നിപുണത മറ്റ് രണ്ടിനും മീതെ യുള്ളതാണ്. അത് ശാശ്വതമായ, നിരന്തരമായ പ്രചോദന മാണ്. ഒരു കളിക്കാരന്റെ പക്കൽ ഉത്തുംഗമായൊരു കരുത്തുള്ളപ്പോഴാണത് സംഭവ്യമാകുന്നത്. ഈ മൂന്ന് തലങ്ങളും എപ്പോഴും ഉയർന്നു നിൽക്കുന്ന അവസ്ഥയു ണ്ടെങ്കിലേ ഒരാൾ കളിയിൽ അതികുശലനാകുന്നുള്ളൂ. എന്നാൽ ഒരു ജ്ഞാനി കളിക്കുക അപരിമേയമായ കളി യാണ്.

പിന്നെ പരമാർത്ഥത്തിന്റെ ഒരു കളിയുണ്ട്. കളിയുടെ പരമാർത്ഥവുമുണ്ട്.

തന്റെ വിജയങ്ങളിന്മേലും പരാജയങ്ങളിന്മേലും ധ്യാനിച്ച ലാവോയ്ക്ക് ലഭിച്ച ചില അസ്പഷ്ടഫലങ്ങളാണിവ.

എട്ട്

"**ജീ**വിതത്തിലാദ്യമായി, ഉള്ളിലുണർന്ന ഒരു *അർക്കാഡിയ*യാൽ പ്രചോദിതനായി, ലാവോ തന്റെ പരിമിതികളെന്തെന്നറിയാതെ കളിച്ചു. അത്യാകർഷകമായ ഒരു സ്വാതന്ത്ര്യബോധത്താൽ കളിച്ചു. തന്റെ സങ്കീർണ്ണമായ ഭൂതകാല ഭാണ്ഡക്കെട്ടുകളെയെല്ലാം എവിടേയോ വലിച്ചെറിഞ്ഞു എന്ന മട്ടിലായിരുന്നു ആ കളി. ഉള്ളിൽ വിരിഞ്ഞ പ്രശാന്തതയ്ക്ക് അതിന്റെ കരുത്ത് വിളിച്ചറിയിക്കുന്നതിനായി ഇങ്ങനെ വളരെ സാധാരണമായ ഒരു കളി വേണ്ടി വന്നു എന്നത് കൗതുകകരമാണ്.

പച്ച നിറമുള്ള മേശയ്ക്ക് ചുറ്റും അയാൾ നടന്നു. പന്തുകൾ അയാളുടെ ഇഷ്ടത്തിന് തെരഞ്ഞെടുത്തു. ഒരു സ്പർശത്തിന്റെ പ്രചോദനത്താൽ ഏത് പന്ത് വേണം എന്ന് തീരുമാനിക്കാനയാൾക്കായി. അയാൾ പറന്നുയർന്നില്ല. അയാൾക്ക് വെളിപാടുകളൊന്നുമുണ്ടായില്ല. സാധാരണയിൽ നിന്നും ഒട്ടുമയാൾ മാറിയിരുന്നില്ല. ഒരു അസാധാരണത്വം അയാളെ പൊതിഞ്ഞു. ഇതാണ് സത്യമായ ലാവോ എന്നയാൾക്ക് തോന്നി. തന്നെക്കുറിച്ച് കണ്ട ഏതോ ഒരു ദുർഗ്രാഹ്യ ചിത്രം ഇപ്പോൾ കൂടുതൽ വ്യക്തമായിരിക്കുന്നതുപോലെ.

കളിച്ചുകൊണ്ടിരുന്നപ്പോൾ തന്നെ ശ്രദ്ധിച്ച് നിൽക്കുന്ന കണ്ണുകളേതൊക്കെ എന്ന് അയാളറിഞ്ഞതേയില്ല. അകത്ത് തളം കെട്ടി നിന്ന ബിയറിന്റെ മണമറിഞ്ഞില്ല. ഉച്ചത്തിലലറി വന്ന പോപ് സംഗീതം കേട്ടില്ല. അയാൾ വ്യക്തതയോടെ കളിക്കുകയായിരുന്നു. ഓരോ പന്തും കൃത്യമായടിക്കുന്നുണ്ടായിരുന്നു. ആദ്യമൊരു നീല, പിന്നെ ഒരു ചുവപ്പ് അതിനു ശേഷം ഒരു മഞ്ഞ. പന്തുകൾ കൃത്യമായി ലക്ഷ്യമിട്ട ദ്വാരങ്ങളിൽ പതിച്ചുകൊണ്ടിരുന്നു.

മാതൃസഹജമായ ഒരു സ്വരം പുറപ്പെടുവിച്ച്, കൃത്യത യോടെ.

ഒരു നിമിഷത്തേക്ക് ചുറ്റിലുമുള്ള മലനിരകളെക്കുറിച്ച് അയാൾ ബോധവാനായിരുന്നു. സത്യത്തിന്റെ ഹൃദയ ത്തിൽ പതുങ്ങിയിരുന്നൊരു സ്വപ്നത്തെ ഒരു നിമി ഷാർദ്ധത്തിൽ അയാൾ കണ്ടു. താനിപ്പോൾ വർത്തമാന കാലത്തിലും അനാദിമദ്ധ്യാന്തമായ ഒന്നിലും ഒരുപോലെ ഒരേസമയത്ത് നിലനിൽക്കുന്നുവോ എന്നയാൾക്ക് തോന്നി. ഒരു നിമിഷത്തേക്ക് മാത്രം അത് അയാളുടെ വാസ്തവവും അതേ സമയം ഭ്രമകല്പനയുമായി മാറി. ഈ കളിയുടെ ഫലമെന്തെന്ന് അയാൾ തീരുമാനിച്ചു കഴിഞ്ഞിരിക്കുന്നു. ഇപ്പോൾ അവിടെയെത്തുവാനുള്ള മാർഗ്ഗത്തിലൂടെ ഒരായാസവുമില്ലാതെ നടന്നടുക്കുകയാ ണയാൾ.

മദ്യശാലയിലെ അന്തരീക്ഷം ആവേശം നിറഞ്ഞതായി രിക്കുന്നു. മാനിന്റെ തല തന്നെയാണപ്പോഴും അദ്ധ്യക്ഷ സ്ഥാനത്ത്. കളിക്കുവാനുപയോഗിക്കുന്ന വടി കൈയി ലിട്ട് തിരിപ്പിച്ച് നടക്കുകയാണ് ബ്രൂണോ. ലാവോയാ കട്ടെ ജയിച്ച് മുന്നേറുകയും. ലാവോയുടെ കണ്ണുകളി ലൊന്നിൽ കണ്ട അസാധാരണമായ തിളക്കം മിസ്റ്റ്ലെറ്റൊ തന്റെ ചിത്രത്തിൽ വരച്ച് ചേർത്തു. അവളപ്പോൾ ലാവോയേയും ബ്രൂണോയേയും വരയ്ക്കുകയായി രുന്നു. ഇതിനു മുമ്പ് രണ്ട് പേർ പൂൾ കളിക്കുന്നത് അവൾ വരച്ചിട്ടില്ല. അതുകൊണ്ട് തന്നെ ഇത് അനന്യമായ ഒരു അവസരമായി. മേശയ്ക്ക് ചുറ്റിലുമുള്ള മുഖങ്ങളും അവൾ വരച്ചു. പുക നിറഞ്ഞ അന്തരീക്ഷം സൂചിപ്പിച്ചു. ചിത്രത്തിൽ ആ മാനിന്റെ തലയ്ക്കും ഒരു സ്ഥാനം ലഭിച്ചു.

പന്ത് എങ്ങോട്ടടിക്കണമെന്നാലോചിക്കുന്നതിനിടയിൽ ലാവോ ആ തലയിലേക്ക് തുറിച്ച് നോക്കി. അതിൽ തന്നെ കണ്ണുടക്കി നിന്നു. ഇരുണ്ട മലനിരകളിലൊന്നിൽ ഒരു പാറക്കെട്ടിനു മുകളിൽ നിൽക്കുന്ന ഗംഭീരനായ ഒരു മാനിന്റെ രൂപം മനസ്സിൽ തെളിഞ്ഞു. മനസ്സ് ഒരു നിമിഷ ത്തേക്ക് എങ്ങോട്ടോ അലഞ്ഞു. അടുത്തയടി തെറ്റി

പ്പോയി. തന്റെ *അർക്കേഡിയൻ* മനസ്സ് കൈമോശം വന്നിരിക്കുന്നു എന്ന് അയാളറിഞ്ഞു. അതിനുശേഷം കളി മോശമായി. ഒന്നിനു പുറകെ ഒന്നായി തോൽവി അയാളെത്തേടിയെത്തി. അപ്പോൾ മേശയ്ക്ക് ചുറ്റും ഓടി നടന്ന് ബ്രൂണോ പന്തുകളെ ഒരു പ്രതികാരബുദ്ധിയോടെ ലക്ഷ്യസ്ഥാനത്തേക്ക് പായിക്കുവാൻ തുടങ്ങി. കളിയിൽ ലാവോയെക്കാപ്പമെത്തി.

മൊത്തത്തിൽ ജനങ്ങൾ മാറുന്നില്ല എന്ന് ലാവോയ്ക്ക് തോന്നി. അയാൾ മാറിയിട്ടില്ല. മനസ്സിന്റെ പഴയ സ്വഭാവ രീതികളെല്ലാം ഇപ്പോഴുമുണ്ട്. നമ്മൾ പാറയുടെ അടുക്കുകൾ പോലെയാണ്, അയാൾ ചിന്തിച്ചു. നമ്മുടെ യഥാർത്ഥ സ്വത്വം അനുഭവങ്ങളുടെ പാളികളാൽ മൂടപ്പെട്ട് കിടക്കുന്നു. അനുഭവങ്ങളുടെ, പെരുമാറ്റ രീതികളുടെ, വിദ്യാഭ്യാസത്തിന്റെ, ആദർശങ്ങളുടെ. യഥാർത്ഥ മനുഷ്യൻ, അതായത് വ്യക്തി അതിനുള്ളിലെവിടേയോ ആണ്. അതിനെ തച്ചുടയ്ക്കുവാനാകുമോ? ഞാനും പണ്ടൊരു നാളിൽ ഒരു മലമുകളിൽ തലയുയർത്തി നിന്നിരുന്ന സുന്ദരനായ, ഗംഭീരനായ ഒരു കലമാനായിരുന്നു. എനിക്കിനി വീണ്ടും ആ കലമാനാകാനാകുമോ?

ഈ ചിന്ത ഒരു ഞെട്ടലായി ലാവോയിലേക്ക് തിരിച്ചെത്തി. എന്നാൽ അതിനെക്കുറിച്ച് കൂടുതൽ ചിന്തിക്കാൻ അപ്പോൾ സമയമില്ലായിരുന്നു. കളി അവസാനിക്കുകയാണ്. അയാൾ തോൽക്കുകയാണ്. രംഗം ഒന്നു കൂടി വഷളാക്കുവാനായി, ഇതാ ബ്രൂണോ അയാളെ സ്നൂക്കർ ചെയ്തിരിക്കുന്നു.

ഒമ്പത്

ആ നിമിഷത്തിൽ ലാവോയ്ക്ക് *മലാസ്സോ*യെക്കുറിച്ചൊരു ഭൂതോദയമുണ്ടായി. ആ രാത്രിയിൽ *മലാസ്സോ* അരികത്തുണ്ടെന്നൊരു തോന്നൽ. അത് അയാളിൽ ഒരു വിറ വരുത്തി. ബ്രൂണോ അയാളെ എത്തിച്ചിരിക്കുന്ന സ്നൂക്കർ എന്ന അവസ്ഥയിൽ നിന്ന് അടുത്ത പന്തടിക്കുവാനോങ്ങുമ്പോൾ ഒരു നുള്ള് തിന്മ വൈശിഷ്ട്യത്തിനു സഹായകരമാകുന്നു എന്നൊരു ചിന്ത അയാളിലുണ്ടായി. അയാളിൽ ഒരു പ്രതിയോഗിയുടെ കരുത്ത് ആവാഹിക്കുവാൻ അവയ്ക്ക് കഴിഞ്ഞു. വായുവിൽ നിന്നും വീരനായകരുടെ കരുത്തയാൾ കവർന്നെടുത്തു. ആ അടി വിജയം കണ്ടു. നവമായൊരു ഊർജ്ജത്തോടെ, ശ്രദ്ധ കേന്ദ്രീകരിക്കുവാൻ അയാൾക്കായി. വജ്രം പോലൊരു കരുത്ത് അയാളിൽ ഉറഞ്ഞ് കൂടി.

ഈ സമയത്താണ് ബ്രൂണോ അയാളുടെ ഏറ്റവും വലിയ തെറ്റ് ചെയ്തത്. അയാൾ മിസ്റ്റ്ലെറ്റൊയ്ക്ക് സമീപമെത്തി. അവൾ വരച്ചുകൊണ്ടിരുന്ന ചിത്രത്തിലേക്കൊന്നമർത്തി നോക്കി.

"ഇതെന്താണ്? നല്ല ചിത്രമാണല്ലോ! ഞങ്ങൾ കളിച്ചുകൊണ്ടിരിക്കുന്നതിന്റെ ചിത്രം വരയ്ക്കുകയാണോ? താങ്കളുടെ സുഹൃത്തിനെ വല്ലാതെ ഗൗരവക്കാരനാക്കിയിരിക്കുന്നു, അല്ലേ? ആ മാനിന്റെ തല എനിക്കിഷ്ടമായി. വളരെ സ്വാഭാവികമായിട്ടുണ്ടത്. നിങ്ങൾക്ക് സൗന്ദര്യം മാത്രമല്ല കഴിവുമുണ്ട്. സത്യമല്ലേ?"

ബ്രൂണോ സൗഹൃദം നിറഞ്ഞ സ്വരത്തിൽ ഇങ്ങനെ തുടർന്നുകൊണ്ടേയിരിക്കുന്നതിനിടയിൽ ലാവോ തന്റെ അടുത്ത ലക്ഷ്യത്തെക്കുറിച്ചാലോചിക്കുകയായിരുന്നു. അടുത്തയടി കുറച്ച് വിഷമമുള്ളതാണ്. വിഷമം പിടിച്ച ഒരു കോണിൽ നിന്നും ഒരു നീല പന്തിനെ തട്ടി അതിനെ

തിരിച്ചുവിട്ട് ലക്ഷ്യത്തിലെത്തിക്കണം. ലാവോ ഒന്ന് മുരണ്ടു നീരസം പ്രകടിപ്പിച്ചു. ബ്രൂണോ മിസ്റ്റ്ലെറ്റൊയുടെ സമീപം അവളെ ശ്രദ്ധിച്ച് നിൽക്കുന്നത് ഉപകാരപ്രദമാകുന്നുവോ എന്ന് തോന്നി.

ചില മനുഷ്യർക്കിടയിൽ മാലാഖമാരുടെ മൂലഭാഷ ഇപ്പോഴും നിലവിലുണ്ടെന്ന് ബ്രൂണോയ്ക്കറിയില്ലായിരുന്നു. പരസ്പരം ആത്മാവുകൊണ്ട് സംസാരിക്കുവാനാകുന്ന ഒരു കഴിവ്. ഇവർ രണ്ടുപേർക്കുമിടയിൽ ഇതിനിടയിൽ എന്താണ് കെട്ടിച്ചമയ്ക്കപ്പെട്ടത് എന്നും അയാൾക്ക് മനസ്സിലായില്ല. സമയത്തിലൂടെ, തത്ത്വവാദങ്ങളിലൂടെ, ജീവിതത്തിലെ ഉത്തുംഗങ്ങളായ വസ്തുക്കളിൽ അവർക്കുള്ള പരസ്പര പ്രതിജ്ഞാബദ്ധതയിലൂടെ, കെട്ടിപ്പെടുത്തതെന്തെന്ന് അയാൾക്ക് മനസ്സിലായില്ല.

അയാളിലൂടെ മിസ്റ്റ്ലെറ്റോയ്ക്ക് കാണാനാകുന്നു എന്നയാളറിഞ്ഞില്ല. ലാവോയുടെ ഏകാഗ്രതയ്ക്ക് ഇയാഗോയെപ്പോലെ തുരങ്കം വയ്ക്കുന്നതിൽ അയാൾക്ക് വൈക്ലബ്യം തോന്നി.

അവളാകട്ടെ കൗതുകകരമായ ഒരു കാര്യം ചെയ്തു. അവൾ ചിത്രത്തിലെ ബ്രൂണോയ്ക്ക് ചുറ്റും ഒരു വല വരച്ചു. അയാൾക്ക് പുറകിൽ പാറക്കഷണങ്ങൾ കൂട്ടിയിട്ടു. പിന്നെ ചുറ്റിലും പുരാണങ്ങളിലെ സ്ത്രീകളെ വരച്ചു. ലിലിത്... ലാമിയ... മെദുസ അങ്ങനെയങ്ങിനെ.

തന്റെ ശ്രദ്ധ പതറിപ്പോയതിനെ പിടിച്ച് നിർത്തുവാനുള്ള ശ്രമത്തിലാണ് ലാവോ എന്നറിഞ്ഞ ബ്രൂണോ ഒന്നുകൂടി മിസ്റ്റ്ലെറ്റൊയ്ക്ക് സമീപമെത്തി.

“സുന്ദരിയായ സ്ത്രീ, സുന്ദരമായ കല.” അയാൾ മന്ത്രിച്ചു.

പക്ഷേ വീണ്ടും ആ ചിത്രത്തിലേക്ക് നോക്കിയപ്പോൾ അയാൾ പകച്ചുപോയി.

“ഒരു പാഠം പഠിക്കുവാനുള്ള സമയമായി എന്ന് തോന്നുന്നു,” മിസ്റ്റ്ലെറ്റോ മൃദുസ്വരത്തിൽ പറഞ്ഞു.

ഇത് ലാവോ കേട്ടുവോ ഇല്ലയോ? എന്തായാലും അയാളൊന്ന് പുഞ്ചിരിച്ചു. തന്നിൽ ഒളിച്ചിരിക്കുന്ന അവ്യക്തമായ ഒരു തിന്മയെ അയാൾ തേടിപ്പിടിച്ചു. അതിനെ തന്നെ ലക്ഷ്യം വച്ച് നിന്നിരുന്ന അടി പൂർത്തിയാക്കി. പന്ത്

ലക്ഷ്യസ്ഥാനം കണ്ടു. പിന്നെ തുടർന്ന് വന്ന ഓരോ അടിയും അയാളുടെ ചേതനയുടെ വ്യക്തത ദൃശ്യമാക്കി പൊലിപ്പിച്ചു. വളരെ ലാഘവത്തോടെ പന്തുകൾ അതിന്റെ ലക്ഷ്യങ്ങളിലേക്ക് നീങ്ങിക്കൊണ്ടിരുന്നു.

കളിക്കുവാനുപയോഗിക്കുന്ന കോൽ അയാൾ സ്റ്റാൻഡിൽ വച്ചു. ബ്രൂണോയുടെ കൈ പിടിച്ച് കുലുക്കി. പന്തയത്തുക കൈപറ്റി. മിസ്റ്റലെറ്റോയെ നോക്കി ഒന്ന് തല കുലുക്കി. പിന്നെ ജനക്കൂട്ടത്തിനിടയിലൂടെ മദ്യശാലയുടെ പുറത്തേക്കെത്തി.

പുറത്തിറങ്ങുമ്പോൾ മദ്യം വിളമ്പിയിരുന്നയാൾ വിളിച്ചു.

“ആ മദ്യപാന മത്സരത്തിനെത്തിയ ആളെ പോലെയുണ്ട് താങ്കളും.”

ലാവോ തോൾ കുലുക്കി. മദ്യം വിളമ്പുന്നയാൾ ലാവോയുടെ തോളിൽ കൈവച്ചു.

“ഇത് അദ്ഭുതകരമായ ഒരു പട്ടണമാണ്.” തികഞ്ഞ ആത്മവിശ്വാസത്തോടെ അയാൾ പറഞ്ഞു.

“സുരക്ഷിതമാണോ?” ലാവോ ചോദിച്ചു.

“തീർച്ചയായും. പക്ഷേ ഇവിടെ വളരെ രസകരമായ കാര്യങ്ങൾ സംഭവിക്കാറുണ്ട്.”

“എങ്ങനെയൊക്കെയുള്ള കാര്യങ്ങൾ?”

“ജനം പലതും കാണുന്നു.”

“ഞാൻ ശ്രദ്ധിക്കാം.”

“ആഘോഷിക്കുവാനായി അതിലെ ഒരു മൊന്തയിൽ നിന്നും ഇത്തിരി കുടിക്കണോ?”

“പിന്നെയൊരിക്കലാകാം.”

മനസ്സിലായി എന്ന മട്ടിൽ അയാൾ ഒന്ന് പുഞ്ചിരിച്ചു. ഈ പട്ടണം അത്യാകർഷകമാണെന്നൊരു പാതി തോന്നൽ അപ്പോൾ ലാവോയിലുമുണ്ടായി. അത് വന്നു തുടങ്ങിയ അതേ നിമിഷത്തിൽ അയാളതിനെ മനസ്സിൽ നിന്നും കുടഞ്ഞ് കളഞ്ഞു. എന്നിട്ട് ഇരുട്ടിലേക്കിറങ്ങി.

പത്ത്

അധികം താമസിയാതെ മിസ്റ്റ്ലെറ്റൊ അയാൾക്കൊപ്പ മെത്തി. കളിയെക്കുറിച്ച് അവരിരുവരും ഒരക്ഷരം സംസാരിച്ചില്ല.

മദ്ധ്യവേനലിലെ ആ രാത്രിയിൽ അവർ നിശ്ശബ്ദം നടന്നു. തിരികെ ഇടവഴിയിലെത്തി. വലിയ ഉണ്ണിപ്പുര കളെപ്പോലെയുള്ള ആകർഷകമായ വീടുകൾ. അവർക്ക് യക്ഷിക്കഥകൾ ഓർമ്മ വന്നു. യക്ഷിക്കഥകളിലെ വിരൂപ കഥാപാത്രങ്ങളെ ഓർമ്മവന്നു. നിധി കാക്കുന്ന ഭൂത ങ്ങളെ ഓർമ്മവന്നു. ഇരുട്ടിൽ സ്വപ്നങ്ങൾ അവരെയും കടന്ന് ഒഴുകിപ്പോയി.

മനസ്സിന് സത്യത്തെ മാറ്റിമറിക്കുവാനാകും. ലാവോ ചിന്തിച്ചു തുടങ്ങി. അതിനാകെ വേണ്ടത് സത്യമായ മനോഭാവം മാത്രം. സത്യമായ മാസ്മരികത മാത്രം. ഈ രഹസ്യമറിയാവുന്നവരാരും പിന്നെ പരാജയമെന്തെന്ന് അറിയില്ല.

അവർ പ്രധാന വീഥിയിലെത്തി. മുന്നിലെ ഇരുട്ടിൽ ഒരു കളിസ്ഥലം കണ്ടു. അവിടെയുണ്ടായിരുന്ന സീ-സൊ ആകാശത്തേക്ക് നോക്കി കിടക്കുന്നു. ഊഞ്ഞാൽ കെട്ടു പിണഞ്ഞ് കിടക്കുന്നു. കുട്ടികളില്ലാത്തപ്പോൾ ഈ കളി സ്ഥലം എത്ര കൗതുകകരമായിരിക്കുന്നു എന്നത് മിസ്റ്റ്ലെറ്റൊ ശ്രദ്ധിച്ചു. ഇവിടെയിപ്പോൾ രാവ് മാത്രമാണ് കളിക്കാനെത്തിയിരിക്കുന്നത്. അതിനോടൊപ്പം നിശ്ശബ്ദ തയുടെ രൂപങ്ങളും.

ദൂരെ ഒരു പാലം കണ്ടു. അതിൽ വിളക്കുകൾ മിന്നി ക്കത്തുന്നു. ഇരുളിൽ നിന്നും തുടങ്ങി എവിടേക്കു മെത്താത്ത ഒരു പാലമാണതെന്ന് തോന്നി. അവർ അതിനെ ലക്ഷ്യമാക്കി നടന്നു. എന്നാൽ പ്രത്യേകിച്ച്

ഒരു ലക്ഷ്യവുമുണ്ടായിരുന്നില്ല ആ നടത്തത്തിന്. വായു വിൽ തങ്ങി നിൽക്കുന്ന യക്ഷിക്കഥകളാണവരെ വലിച്ചു കൊണ്ടുപോകുന്നത്. അങ്ങ് ദൂരെ മാറിക്കൊണ്ടിരിക്കുന്ന വിളക്കുകൾ, അവ ക്ഷണിച്ചുകൊണ്ടിരിക്കുന്നു.

ഇരുട്ട് ജീവനുള്ളതായിരുന്നു. അതിന് പ്രകടമായ രൂപ മുണ്ട്. അവർ ഒരു കുറ്റിക്കാട്ടിനടുത്തെത്തി. ലാവോ നടത്തം നിർത്തി. കളിക്കുന്നതിനിടയിൽ ചില ആശയ ങ്ങൾ മനസ്സിലെത്തിയിരുന്നു. അതിനെക്കുറിച്ചാലോചി ക്കണം. അവ എന്തൊക്കെയാണെന്ന് ഇപ്പോൾ പെട്ടെന്ന് ഓർമ്മയിലെത്തുന്നില്ല.

അയാൾ അനങ്ങാതെ നിന്ന് ആകാശത്തെ നക്ഷത്രങ്ങളെ നോക്കിയപ്പോൾ. അവ ചലിക്കുന്നുണ്ടെന്ന് തോന്നി. ആ ചിന്തയ്ക്കപ്പുറത്തേക്ക് പോകണമെന്ന തോന്നൽ ലാവോ യ്ക്കുണ്ടായി. തന്നിൽ സ്വയം എവിടേയെങ്കിലും സ്വസ്ഥ മാകണം, എന്നിട്ട് അവയുടെ സ്ഥാനം കണ്ടെത്തണം. പണ്ടുണ്ടായിരുന്ന അസ്തിത്വരൂപങ്ങളിൽ നിന്നും മാറണം എന്നും അയാൾ ആഗ്രഹിച്ചു.

എന്നാൽ മിസ്റ്റ്ലെറ്റോയ്ക്ക് ഇരുട്ടായിരുന്നു ആവശ്യം. ലാവോ ധ്രുവമണ്ഡലത്തിലേക്ക് കണ്ണുനട്ട് നിന്നു. അവളാകട്ടെ ഒറ്റയ്ക്കലഞ്ഞു നടന്നുനടന്ന് പാലത്തിനരി കിലേക്ക് നീങ്ങി.

ഒരു പൂവിന്റെ ഗന്ധം വരുന്നുണ്ടായിരുന്നു. അവൾ അതും കടന്ന് രാവിന്റെ സത്തയിലേക്ക് പോയി. തന്റെ സ്വന്തം സത്ത അതിൽ ലയിക്കുന്നതുവരെ.

ലാവോ ആ കുറ്റിക്കാടിനു സമീപം നിന്നു. അയാളപ്പോൾ ഒന്നും ചിന്തിക്കുന്നുണ്ടായിരുന്നില്ല. ഏതോ പ്രാകൃതാ വസ്ഥയിലേക്ക് താൻ തിരിച്ച് പോകുന്നു എന്ന തോന്നൽ മാത്രം. താൻ ആരെന്നും എന്തെന്നുമുള്ള എല്ലാ ബോധവും നഷ്ടപ്പെട്ടു. അയാളപ്പോൾ ചിന്തിക്കുകയായി രുന്നില്ല. ഉള്ളിന്റെയുള്ളിൽ നിന്നും വരുന്ന മന്ത്രണങ്ങളെ ശ്രദ്ധിക്കുകയായിരുന്നു. പുഷ്പങ്ങളുടെ സംഗീതം

ശ്രദ്ധിക്കുകയായിരുന്നു. അദൃശ്യമായ, സമയത്തിലൂടെ ഒഴുകി നടക്കുന്ന ഒരു ക്ഷേത്രത്തിൽ പ്രവേശിച്ചിരിക്കുന്നു എന്നയാൾക്ക് തോന്നി. ഭൂമി ഉരുളുന്നത് അയാൾ അറിയുന്നു.

മിസ്റ്റലെറ്റൊ അവിടെനിന്ന് പോയത് അയാൾ അറിയില്ല.

പതിനൊന്ന്

സ്വന്തം സനാതനത്വത്തിലേക്കാണ് മിസ്റ്റ്‌ലെറ്റൊ അലഞ്ഞെത്തിയത്. സ്വന്തം ശരീരത്തിൽനിന്നും ചുറ്റുപാടുകളിൽനിന്ന് തന്നെത്തന്നെ നോക്കി നിൽക്കുന്ന അനേകായിരം കണ്ണുകളിൽ നിന്നും കട്ടപിടിച്ച ഇരുട്ടിൽ അവൾ സ്വാതന്ത്ര്യമനുഭവിച്ചു. പാലത്തിനടിയിലെത്തിയപ്പോൾ ഇരുട്ടിലേക്ക് തിരിഞ്ഞുനോക്കി. ഭയം തോന്നിയില്ല. അവൾ ഇരുളിലേക്ക് നടന്ന് കയറി.

പാലത്തിന്റെ ഇരുട്ടിനുകീഴെ നടന്നപ്പോൾ സ്വന്തം ഐതിഹാസിക ലോകത്തിലെത്തി. നീല നിറമുള്ള ഒരു വയലിൽ ഒരു വെളുത്ത കുതിര നിൽക്കുന്നത് കണ്ടു. അടുത്ത നോട്ടത്തിൽ ആ കുതിര അപ്രത്യക്ഷമായി.

അവൾ വയലിന്റെ നടുക്കെത്തി. അവിടെ ഒരു സർക്കസ്സ് നടക്കുന്നുണ്ടായിരുന്നു. കുഴലുകളിൽനിന്നും ചെണ്ടകളിൽ നിന്നുമുള്ള സംഗീതം. ആ വേനൽ രാത്രിയിൽ അവിടമാകെ ഉത്സവപ്രതീതിയായിരുന്നു. സർക്കസ് അഭ്യാസികൾ പരിപാടികൾ പരിശീലിച്ചുകൊണ്ടിരിക്കുന്നു. കൂടാരത്തിനു നടുക്ക് സ്ഥാപിച്ചിരുന്ന ഒരു ഗോളത്തിൽ നിന്നും നിലാവു പോലെ വെളിച്ചം വരുന്നു. ആ വെളിച്ചത്തിലാണവർ പരിശീലിക്കുന്നത്. നർത്തകർ അവരുടെ ചുവടുകൾ പരിശീലിക്കുന്നു. അമ്മാനമാടുന്നവർ ഏഴു പന്തുകളെടുത്ത് അമ്മാനമാടി ശീലിക്കുന്നു. കത്തിയേറുകാർ വട്ടം കറങ്ങിക്കൊണ്ടിരിക്കുന്ന ലക്ഷ്യം നോക്കി എറിയുന്നു.

ചുവപ്പും മഞ്ഞയും വസ്ത്രം ധരിച്ചവർ ഒറ്റച്ചക്രമുള്ള സൈക്കിളോടിക്കുന്നു. അവർ തലയിൽ ഒരു കെട്ട് പുസ്തകം വച്ച് വീഴാതെ നോക്കുന്നു. സ്വർണ്ണ വർണ്ണമുള്ള

വസ്ത്രം ധരിച്ച പെണ്ണുങ്ങൾ കുതിരയുടെ മേൽ എഴുന്നേറ്റ് നിൽക്കുന്നു. അവരുടെ നീട്ടിപ്പിടിച്ച കൈകളിൽ വെളുത്ത കിളികൾ.

ഒരു ചൈനീസ് വിളക്കിന്റെ വെളിച്ചത്തിൽ ഒരു പെൺകുട്ടി നക്ഷത്രത്തിളക്കുമുള്ള ഒരു ദണ്ഡ് വീശുന്നു. ആ ദണ്ഡ് പക്ഷേ അവളുടെ മനസ്സിൽ മാത്രമേയുള്ളൂ. അവൾ ഒരു പതാകയുടെ വർണ്ണമുള്ള വസ്ത്രമാണ് ധരിച്ചിരിക്കുന്നത്. ദണ്ഡ് വീശി അവൾ ഒരു പഴത്തിനെ മുയലാക്കി, മുയലിനെ പക്ഷിയാക്കി, പക്ഷിയെ മാലാഖയാക്കി, മാലാഖയെ നക്ഷത്രമാക്കി, ആ നക്ഷത്രത്തെ ആകാശത്തേക്കയച്ചു. നക്ഷത്രം അവിടെയിരുന്ന് മിന്നിക്കളിച്ചു. അവൾ നടന്ന് പോയപ്പോൾ മിസ്റ്റലെറ്റൊ അവളെ നോക്കി പുഞ്ചിരിച്ചു. പെൺകുട്ടി മിസ്റ്റലെറ്റോയെ നോക്കി. അവളുടെ മുഖത്തൊരു അന്ധാളിപ്പ് കണ്ടു.

വർണ്ണവെളിച്ചങ്ങൾക്കിടയിലൂടെ തലകുത്തി മറയുന്ന ആജാനുബാഹുവിനെ അവൾ കണ്ടു. വാൽകൈറിനെ പോലെ വസ്ത്രം ധരിച്ച ഒരു കറുത്ത പെൺകുട്ടി വായുവിൽ വട്ടം കറങ്ങി, തീയിന്റെ ത്രികോണത്തിനുള്ളിലൂടെ ചാടി. അവൾ പാടുന്നുണ്ടായിരുന്നു.

അരികിൽ നീല നിറമുള്ള ഒരു കൂടാരം. അതിന്മേൽ അഞ്ച് കോണുള്ള ഒരു നക്ഷത്രത്തിന്റെ ചിഹ്നം. വാതിൽ തുറക്കപ്പെട്ടു. പാലുപോലെ വെളുത്ത കണ്ണുകളുള്ള മാന്ത്രികൻ പുറത്ത് വന്നു. അയാൾ ഒരു വെളുത്ത സ്യൂട്ടും കറുത്ത തൊപ്പിയും ധരിച്ചിരുന്നു. കൈയിൽ ചൂരലുണ്ടായിരുന്നു. അതിന്റെ ഒരുവശത്ത് കെട്ടിപ്പിണഞ്ഞ് കിടക്കുന്ന സർപ്പങ്ങളുടെ രൂപം. ഒന്ന് വട്ടം കറങ്ങിയപ്പോൾ മാന്ത്രികൻ സുന്ദരിയായ സ്ത്രീയായി. നീല സ്യൂട്ട് ധരിച്ച, അഞ്ച് കോണുള്ള നക്ഷത്രം ഒരറ്റത്ത് പിടിപ്പിച്ച, ചൂരൽ കൈയിലേന്തി ഒരു മാന്ത്രിക. അവൾ മിസ്റ്റലെറ്റോയ്ക്ക് സമീപത്തേക്ക് നൃത്തം ചെയ്ത് വന്നു.

“താങ്കളിനി വരികയേയില്ല എന്ന് ഞങ്ങൾ കരുതി” അവൾ മിസ്റ്റലെറ്റോയോട് പറഞ്ഞു.

പന്ത്രണ്ട്

താൻ പ്രതീക്ഷിക്കപ്പെട്ടിരുന്നുവെന്നോ? മിസ്റ്റ്ലെറ്റോയ്ക്ക് അവളുടെ തലയ്ക്ക് മുകളിൽ ഒരു അഗ്നിഗോളമെരിയുന്നതുപോലെ തോന്നി.

നീല സ്യൂട്ടണിഞ്ഞ മാന്ത്രിക സ്ത്രീ മിസ്റ്റ്ലെറ്റോയെ കൂടാരത്തിന്റെ മദ്ധ്യത്തിലേക്ക് ആനയിച്ചു. എന്നിട്ട് മൂന്ന് തവണ കൈകൊട്ടി.

“പാനിന്റെ പുത്രിമാരേ...ഇവിടെ ആരാണെത്തിയിരിക്കുന്നതെന്ന് നോക്കൂ..” അവൾ വിളിച്ച് പറഞ്ഞു.

ഭീമാകാരൻ തലകുത്തി മറയുന്നത് നിറുത്തി. അയാൾ കൃത്യമായി കൈകാലുകൾ നിലത്ത് കുത്തി നിന്നു. പ്രാവുകളെ വച്ച് മായാജാലങ്ങൾ കാണിച്ചിരുന്നവൻ കുറച്ചധികം നേരം വായുവിൽ പറക്കുവാൻ അവയ്ക്ക് അവസരം നൽകി. കുതിരയോടിച്ചുകൊണ്ടിരുന്ന പെൺകുട്ടികൾ ചാടിയിറങ്ങി. വായുവിലൂടെ കുതിച്ച് ചാടിക്കൊണ്ടിരുന്ന പെൺകുട്ടി അവരുടെ മദ്ധ്യത്തിലേക്ക് കറങ്ങിയെത്തി. അമ്മാനമാടുന്നവർ, കത്തിയെറിയുന്നവർ, സൈക്കിളോടിക്കുന്നവർ, നർത്തകർ എല്ലാവരും ഒന്നിനു പുറകെ ഒന്നായി അവിടെ കൂടി നിന്നു. എന്നിട്ട് അവളെ മിഴിച്ച് നോക്കി. അവരിലൊരാൾ പെട്ടെന്ന് തിരിച്ചറിഞ്ഞു.

“ഇത് മിസ്റ്റ്ലെറ്റോയല്ലേ?”

“ഇത് നമ്മുടെ മിസ്റ്റ്ലെറ്റോയാണ്!” മറ്റൊരാൾക്ക് അദ്ഭുതം.

“ഇനി കാണാനേ പറ്റില്ലെന്നാണ് ഞങ്ങൾ കരുതിയത്.”

അവർ ചുറ്റും കൂടി. മോഹിപ്പിക്കുന്ന ലോകത്തിലേക്ക് വീണ്ടും അവളെ സ്വാഗതം ചെയ്തു.

“ഞങ്ങൾക്ക് വേണ്ടി ഒരു പ്രകടനം വേണം!” ഒരാൾ പറഞ്ഞു.

“പക്ഷേ... ഞാനെന്ത് ചെയ്യും?” മിസ്റ്റ്ലെറ്റോയ്ക്ക് സംശയം.

ഉത്തരത്തിലെ നിഷ്കളങ്കത കേട്ട് അവരെല്ലാം ചിരിച്ചു. മിസ്റ്റ്ലെറ്റോയ്ക്ക് അപ്പോഴും സംഭ്രമം മാറുന്നില്ല. മാന്ത്രികൻ തന്റെ നക്ഷത്രതലയുള്ള ദണ്ഡുകൊണ്ട് അവളുടെ തലയിൽ സ്പർശിച്ചു. ആ നിമിഷം തന്നി ലുള്ള കഴിവുകളെക്കുറിച്ച് മിസ്റ്റ്ലെറ്റോയ്ക്ക് ഓർമ്മ വന്നു.

അവൾക്ക് മുന്നിൽ ഒരു വലിയ ക്യാൻവാസുണ്ടായിരുന്നു. പ്രാവിനെക്കൊണ്ട് മാന്ത്രികവിദ്യ കാണിച്ചിരുന്നയാൾ ഒരു മാന്ത്രിക ദണ്ഡ് നൽകി. ഒരായുസ്സു മുഴുക്കെ താനി താണ് ചെയ്തിരുന്നത് എന്ന മട്ടിൽ, ഒരു നിമിഷം പോലും ചെലവാക്കാതെ, മിസ്റ്റെലെറ്റൊ ആ മാന്ത്രിക ക്യാൻവാ സിൽ ചിത്രം വരയ്ക്കുവാൻ തുടങ്ങി. കണ്ണാടിയിൽ നിന്നെന്നപോലെ അവൾ വരച്ച ചിത്രങ്ങൾ ആ ക്യാൻ വാസിൽ നിന്നും പുറത്ത് വന്നു. ചിത്രങ്ങൾ, യഥാർത്ഥ വസ്തുക്കളായി പരിണമിച്ചു. അവൾ ഒരു വെളുത്ത കുതിരയെ വരച്ചു. അത് വയലിൽ ഓടിക്കളിക്കുവാൻ തുടങ്ങി. ഓടക്കുഴൽ വരച്ചു. അതെടുത്ത് ആ കറുത്ത പെൺകുട്ടിക്ക് സമ്മാനിച്ചു. ഷാമ്പേയ്ൻ കുപ്പികൾ വരച്ചു. അത് ചുറ്റിലുമുള്ളവർക്കെല്ലാം പങ്കുവച്ചു. ഒരു പുസ്തകം വരച്ചു. എന്നിട്ട് ഇതേത് പുസ്തകമാണെന്ന റിയാമോ എന്ന് ചോദിച്ചു.

“പറയൂ..” മിസ്റ്റ്ലെറ്റോ അവരോടാവശ്യപ്പെട്ടു.

“ദൈവങ്ങളെപ്പോലും അദ്ഭുതപ്പെടുത്തുന്നത്,” മാന്ത്രിക സ്ത്രീയാണ് മറുപടി പറഞ്ഞത്.

മിസ്റ്റ്ലെറ്റോ ആ പുസ്തകത്തിന്റെ പേരെഴുതി. അത് അവൾക്ക് സമ്മാനിച്ചു. പാനിന്റെ പുത്രിമാർ കൈയടിച്ചു. അപ്പോൾ മിസ്റ്റ്ലെറ്റോ “പോകാൻ സമയമായി” എന്നെ ഴുതി. അതുകണ്ട് അവരെല്ലാവരും ഒന്നിച്ച് “വേണ്ട! ഞങ്ങളോടൊപ്പം നിൽക്കൂ” എന്ന് വിളിച്ച് പറഞ്ഞു.

മിസ്റ്റ്ലെറ്റോ ക്യാൻവാസിൽ "ഞാൻ നിങ്ങളെയെല്ലാം സ്നേഹിക്കുന്നു" എന്നെഴുതി.

"ഞങ്ങളും സ്നേഹിക്കുന്നു" അവർ വിളിച്ച് പറഞ്ഞു.

അപ്പോഴവൾ "അർക്കാഡിയ" എന്നെഴുതി.

അവർ കൈയടിച്ചു. "അതേ നമുക്ക് അവിടെ വെച്ചു കാണാം!" എന്നവർ പറഞ്ഞു.

മിസ്റ്റ്ലെറ്റോ എഴുതുന്നത് നിർത്തി. മാന്ത്രികദണ്ഡ് തിരികെ കൊടുത്തു. സർക്കസ് കളിക്കാരെല്ലാം ഒത്തു കൂടി. അവളെ ആലിംഗനം ചെയ്തു. അവളെ നീല പൂക്കളുള്ള വയലിന്റെ അരികു വരെ കൊണ്ടുപോയി. മാന്ത്രിക അവളുടെ തലയിൽ വീണ്ടും നക്ഷത്ര തല യുള്ള ദണ്ഡുകൊണ്ട് സ്പർശിച്ചു.

മിസ്റ്റ്ലെറ്റോ അപ്പോൾ പാലത്തിനടിയിലായിരുന്നു. ഏറ്റവും ഇരുട്ടും അവിടെയായിരുന്നു. മനസ്സിലപ്പോൾ ഒരു സംഗീതമുണർന്നു. ഭൂതകാലത്തിൽ നിന്നും മധുര മുള്ള ഒരു പുഷ്പത്തിന്റെ സുഗന്ധമെത്തി. അവൾ രാവിന്റെ ധന്യതയിൽ നിന്നും തന്റെ സത്ത വീണ്ടെടുത്തു.

പതിമ്മൂന്ന്

അയാൾ തെരുവ് മുഴുവനും അവളെ തിരഞ്ഞ് അലയുകയായിരുന്നു. പാലത്തിനരികിലേക്കവൻ എത്തിയിരുന്നു. എന്നാൽ ഇരുട്ടിനകത്തേക്കവൾ പോകുവാൻ സാധ്യത കുറവാണെന്നയാൾ കരുതി. അയാളുടെ മനം പ്രക്ഷുബ്ധമായി. അവളെ എന്നെന്നേക്കുമായി നഷ്ടപ്പെട്ടുവോ എന്നയാൾ ഭയന്നു. പിന്നെ ശാന്തമാകുവാനും അവളെ കാത്തിരിക്കുവാനും തീരുമാനിച്ചു. എന്നിട്ടും ഭയവും കോപവും വിട്ടുമാറിയില്ല.

അവൾ കൈവിട്ടുപോയ അതേ സ്ഥാനത്ത് അയാൾ കാത്ത് നിന്നു. അയാളുടെ നോട്ടം അപ്പോഴും നക്ഷത്രങ്ങളിലേക്കായിരുന്നു. വിയോഗത്തിന്റെ ഒരു ഭാവത്തിലൂടെ അയാളുടെ രൂപം അവളിലേക്ക് എത്തി.

കണ്ടപ്പോഴേ അയാൾ വിഷമിച്ചിരിക്കുകയാണെന്ന് അവൾക്ക് മനസ്സിലായി. ഒരു പുതുമ അത്യാവശ്യമായിരുന്നു എന്ന് അയാളോട് പറയണമെന്ന് അവൾക്ക് തോന്നിയിരുന്നു. പൂർണ്ണമായി പ്രണയിക്കുവാൻ എനിക്ക് എന്നെത്തന്നെ മറികടക്കേണ്ടതുണ്ട് എന്നവൾ ചിന്തിച്ചു. അതെന്നെ കൂടുതൽ സമ്പുഷ്ടമാക്കുന്നില്ലെങ്കിൽ പിന്നെ എനിക്കെങ്ങനെ രഹസ്യം നിറഞ്ഞ ആ മണിക്കൂർ ആസ്വദിക്കുവാനാകും?

കുറ്റിക്കാടിന്റെ നിഴലിൽ ലാവോ നിന്നു. തല അവളിലെക്കൊന്ന് തിരിച്ചു. അയാൾ അപ്പോഴും വിഷമിച്ചിരിക്കുകയാണ്. എന്നാൽ ഒരു സ്ത്രീക്ക് എപ്പോഴും അവളുടേതായ നിഗൂഢതകളുണ്ട്. തന്നോട് തന്നെ ഒരു സ്ത്രീക്ക് ദുർഗ്രാഹ്യയായിരിക്കേണ്ടതുണ്ട്, എന്നാണ് മിസ്റ്റലെറ്റൊ ചിന്തിച്ചത്. സമീപമെത്തുംതോറും അയാളിൽ നിലവിലുണ്ടായിരുന്ന വിപരീതങ്ങളായ വികാരങ്ങൾ അവളറിഞ്ഞുകൊണ്ടിരുന്നു. പ്രണയമോ, നിന്ദയോ ഏതായിരിക്കും വിജയിക്കുക?

എന്തെങ്കിലും ചെയ്താൽ അത് അയാളുടെ മനോഭാവം കൂടുതൽ മോശമാകുമെന്ന് അനുഭവത്തിൽ നിന്ന് അവൾക്ക് അറിയാവുന്നതാണ്. അവൾ അയാളെ നോക്കി ഒന്ന് പുഞ്ചിരിച്ചു. എന്നിട്ട് അവനെ മറികടന്ന് തെരുവിലൂടെ നടന്നു. ഇരുട്ടിന്റെ ശില്പി ഈ വഴിയിലെ വീടുകളെയെല്ലാം രാത്രി എന്ന കരിമ്പടംകൊണ്ട് പുനർനിർമ്മിച്ചിരിക്കുന്നു.

രാത്രിയിൽ കാണുമ്പോൾ മിക്ക സ്ഥലങ്ങളും കൂടുതൽ മികച്ചതും വാസ്തവത്തിനോട് അടുത്തതുമായി കാണുന്നു. ഒറ്റപ്പെട്ട് നിൽക്കുന്ന തെരുവ് വിളക്കിനു സമീപം അവൾ എത്തി. വിളക്കിന്റെ മദ്ധ്യത്തിലെത്തിയപ്പോൾ അവൾ തിരിഞ്ഞ് നോക്കി. ലാവോ അവൾക്കരികിലേക്ക് നടന്ന് വരുന്നു. ധ്യാനനിരതമായിരുന്നു അയാളുടെ മുഖം.

ഇരുട്ടിലേക്കു നടന്ന് അവൾ അയാളെ കാത്തുനിന്നു. അവളുടെ മനസ്സിൽ അപ്പോൾ ഒരു ചോദ്യചിഹ്നമുണ്ടായിരുന്നു. പ്രേതാത്മാവ് ബാധിച്ചതുപോലെ രാവിന്റെ നാടകവേദിയിലെ, ഒറ്റതിരിഞ്ഞ, വെളിച്ചത്തിന്റെ ഒരു കൊച്ചുകുളക്കടവിൽ അയാൾ നിന്നു. അവൾ അയാളോട് സംസാരിക്കുവാൻ തുടങ്ങി. മുമ്പൊരിക്കൽ അയാൾ എഴുതിയ ചില കാര്യങ്ങൾ ഓർമ്മിപ്പിച്ചു. സ്വപ്നങ്ങളിൽ മനസ്സ് ഒരു നാടകവേദിയാകുന്നു എന്ന് അയാൾ എഴുതിയിരുന്നു. ആ വേദിയിൽ ഇപ്പോൾ അരങ്ങേറുന്നത് നമ്മുടെ നാടകമാണ്, ജീവിതപുസ്തകത്തിൽ എഴുതിപ്പിടിപ്പിച്ച നാടകം.

കേട്ടുകൊണ്ടിരുന്നപ്പോൾ അയാളിലൂടെ ഒരു വിറ കടന്നുപോയി.

"അങ്ങനെയാണെങ്കിൽ, നമ്മുടെ സ്വപ്നത്തിലുള്ളവർ നമ്മൾ തന്നെയാണ്. സ്ഥലങ്ങളും നമ്മൾ തന്നെ. അതിന്റെയെല്ലാം അർത്ഥവും നമ്മൾ തന്നെ. സന്ദേശവും അതേ. അപ്പോൾ സ്വപ്നത്തെ നമുക്ക് മാറ്റുവാനാകും. അതെ, അതിന്റെ തിരക്കഥ നമുക്ക് മാറ്റിയെഴുതുവാനാകും."

അവൾ നിർത്തി. സ്വപ്നം പോലുള്ള ഒരു സ്രോതസ്സിൽ നിന്നുമെത്തിയ തിരിച്ചറിവിൽ അവൾ അസ്വസ്ഥയായി. എന്നിട്ട് വെളിച്ചത്തിന്റെ ആ നാടകവേദിയിൽ വേരുറച്ചതുപോലെ നിന്നു. പിന്നെ തുടർന്നു:

"തുടക്കം മാറ്റുവാനാകുന്നില്ലെങ്കിൽ നമുക്ക് അന്ത്യം മാറ്റുവാനാകും എന്ന് താങ്കൾ പറയുകയുണ്ടായി. അന്ത്യം മാറ്റുവാനായില്ലെങ്കിൽ സ്വപ്നം കണ്ടുകൊണ്ടിരിക്കേ അതിന്റെ മധ്യം മാറ്റാനാകുമെന്നും അങ്ങനെയാകുമ്പോൾ അതിന്റെ അന്ത്യവും മാറുമെന്നും താങ്കൾ പറഞ്ഞു. എന്നാൽ അതിൽ എന്തോ ഒന്ന് എന്നെ വല്ലാതെ വിഷമിപ്പിക്കുന്നു."

ലാവോ നിശ്ശബ്ദനായിരുന്നു. രാവ് അവളുടെ സ്വരത്തിൽ വരുത്തിയ മാറ്റം ശ്രദ്ധിക്കുകയായിരുന്നു. ആ വാക്കുകളുടെ ധ്വനി കേൾക്കുകയായിരുന്നു അയാൾ.

"നാടക വേദി നമ്മളിൽ തന്നെയെങ്കിൽ, സ്വപ്നത്തിൽ കാണുന്നവരെല്ലാം നാം തന്നെയാണെങ്കിൽ, സ്വപ്നം നമ്മുടെ നാടകമാണെങ്കിൽ, പിന്നെ നമ്മളെന്തിനത് കാണണം?"

"കാണികളും നമ്മളാണ് എന്നതുകൊണ്ട്," കളിയാൽ വഴിപിഴപ്പിക്കപ്പെട്ട ലാവോ പറഞ്ഞു.

"കാണികളെന്തിനു വേണം?"

"നമ്മൾ എന്ത് ചെയ്യുന്നുവോ അത് ചെയ്തുകൊണ്ടും അതോർത്തുകൊണ്ടുമാണ് നമ്മളത് പഠിക്കുന്നത് എന്നതുകൊണ്ട്. മനസ്സിൽ നടക്കുന്ന സ്വപ്ന-നാടകത്തെ നിരീക്ഷിക്കുന്ന ഒരു കാണി നമ്മിലുണ്ട്. ആ കാണി ആരെന്ന് നമുക്കറിയില്ലെന്ന് മാത്രം."

ലാവോ ഒരു നിമിഷം നിർത്തി. തന്റെ ഉത്തരത്തിൽ സംതൃപ്തിയോടെ അയാൾ. തന്റെ നിശ്ശബ്ദതയെക്കുറിച്ച് അയാൾ ബോധവാനാകുന്നു. വീണ്ടുമൊരു ശ്രമം:

"ജീവിതത്തിൽ ഒരു ഭാഗം മാത്രമേ നമ്മൾ അഭിനയിക്കുന്നുള്ളൂ. ഒന്നുകിൽ കളിക്കാരനാകുന്നു അല്ലെങ്കിൽ കാണി. സ്വപ്നത്തിൽ അങ്ങനെയല്ല. നമ്മൾ ഒരേ സമയം രണ്ട്

ഭാഗങ്ങളും അഭിനയിക്കുന്നു. ഒരുപക്ഷേ ഇത് മനസ്സി ലാക്കൽ എന്ന പ്രക്രിയുടെ വേഗത വർദ്ധിപ്പിക്കുന്നു ണ്ടാകാം. പങ്കെടുക്കുന്നവരാണ് കൂടുതൽ അനുഭവമുള്ള വരാകുന്നത്. കാണി കൂടുതൽ കാണുന്നു. പങ്കെടുക്കു ന്നവർക്ക് ചിലപ്പോൾ തെറ്റുപറ്റാം. കാരണം അവർ അനു ഭവിച്ചറിയുന്നത് അവരുടെ വീക്ഷണം മാത്രമാണ്. ചില പ്പോൾ കാണിക്കും തെറ്റുപറ്റാം. കാരണം അവർക്ക് ഉത്തരവാദിത്വം എന്നൊന്നില്ലല്ലോ. ഒന്നും നഷ്ടപ്പെടു ത്താതെ കണ്ടുകൊണ്ടിരിക്കാം. ഒരു ബുദ്ധിമുട്ടും സഹി ക്കാതെ പഠിക്കാം. എന്നാൽ ഇത് രണ്ടും ഒന്നിച്ചായാൽ - അതായത് പങ്കെടുക്കുകയും കാണുകയും ഒന്നിച്ചാ യാൽ? ഒരു പക്ഷേ അതായിരിക്കും ജീവിതത്തിന്റെ യഥാർത്ഥ ചരിത്രം നിർമ്മിക്കുന്നത്."

അയാൾ വീണ്ടും നിർത്തി. മിസ്റ്റ്ലെറ്റൊ അയാൾ ക്കരികിലേക്ക് നീങ്ങി.

"സ്വപ്നം എന്നത് ജീവിതത്തിന് മേലുള്ളൊരു പൂർവ്വാ ഭിനയമെന്നോ, പരിശീലനമെന്നോ താങ്കൾ പറയുന്നത്."

"സ്വകാര്യ നാടകങ്ങൾ പോലെ."

"എന്നു വച്ചാൽ യഥാർത്ഥത്തിൽ വേദികളിൽ നമ്മൾ കാണുന്ന നാടകങ്ങൾ സ്വകാര്യ സ്വപ്നങ്ങളുടെ പൊതു വേദിയിലെ പ്രദർശനമാണെന്നാണോ?"

"ഒരു വ്യക്തിയുടെ മനസ്സാക്ഷി, അതിനെ ലോകം മുഴുക്കെ വായിക്കുകയാണ്...."

"നമ്മെയെല്ലാം സാക്ഷ്യം നിർത്തികൊണ്ട്."

"ഒരു പക്ഷേ മരിച്ച് പോകുമ്പോൾ ഡീ-കോഡ് ചെയ്യ പ്പെടുന്ന ഒരു ആത്മീയ ബ്ലാക്ക്-ബോക്സ് എല്ലാവരിലു മുണ്ടാകാം."

"എന്നു വച്ചാൽ വായിക്കപ്പെടാനായി പുസ്തകങ്ങൾക്ക് ജീവനുണ്ടാകണം എന്ന്."

"ജീവിതം ജീവിച്ച് തീർക്കുന്നതിന് സ്വപ്നം കാണണ മെന്നും."

ലാവോ ചിരിച്ചു. "നീ എന്നെക്കൊണ്ട് സംസാരിപ്പിച്ചു. നീ എവിടെപ്പോയി ഒളിച്ചിരിക്കുകയായിരുന്നു? എന്നിലുണ്ടായിരുന്ന ഒരു ബോംബ് നീ വളരെ മൃദുവായി നിർവീര്യമാക്കിയതുപോലെ എനിക്കിപ്പോൾ തോന്നുന്നു. നീ പോയത് എവിടേക്കാണ്? എന്നെ എന്തിൽ നിന്നും വഴി തിരിച്ച് വിടാനാണ് നീ ശ്രമിക്കുന്നത്?"

"ഞാൻ താങ്കളെ എത്ര സ്നേഹിക്കുന്നു എന്നതിൽ നിന്നു മാത്രം." മിസ്റ്റലെറ്റൊ വെളിച്ചത്തിന്റെ കൊച്ചുകുളത്തിലേക്കെത്തി അവനോടൊപ്പം ചേർന്നു.

പതിന്നാല്

നേർത്ത ഇരുട്ടിലൂടെ അവർ ഹോട്ടലിലേക്ക് തിരിച്ചു. നാഴിക മണിയുടെ ഗോപുരത്തിനരികിലെത്തിയപ്പോൾ ഒരു രാപക്ഷി അവരുടെ തലയ്ക്ക് മുകളിലൂടെ താഴ്ന്ന് പറന്നു. അതിന്റെ ചിറകടിയൊച്ച അവരിൽ അലൗകികമായ എന്തിന്റേയോ ഓർമ്മയുണർത്തി. അതെന്താണെന്ന് അവർക്കറിയാം, എന്നാൽ ഇപ്പോൾ ഓർത്തെടുക്കുവാനാകുന്നില്ല. അവർ ക്ഷീണിതരായിരുന്നു.

ഒരു പുതിയ വാസ്തവത്തിലേക്ക് നയിക്കപ്പെടുകയാണെന്ന അവ്യക്തചിന്ത അവരിലുണ്ടായി. രാവിൽ കുളിച്ചുകിടക്കുന്ന ഈ പട്ടണത്തെ അവർ സ്നേഹിച്ചു തുടങ്ങിയിരിക്കുന്നു. തങ്ങളുടെ സ്വന്തമാക്കിയിരിക്കുന്ന ഒരു കൊച്ചുഭാഗം. തങ്ങളും ഈ പട്ടണത്തിന്റെ സ്വപ്നങ്ങളുടെ ഭാഗമായിരിക്കുന്നു. ഈ പട്ടണത്തിന്റെ ബ്ലാക്ക് -ബോക്സിൽ ഒരിക്കൽ തങ്ങളും ഇവിടെ വന്നിരുന്നു എന്ന് രേഖപ്പെടുത്തിയിട്ടുണ്ടാകും. ഇവിടെ വന്ന് അവർ ദീർഘമായി ശ്വസിച്ചിരിക്കുന്നു. അതെ, അല്ലാതെ വെറുതെ ഇതിലൂടെ കടന്ന് പോകുകയല്ല. ഈ പട്ടണത്തിന്റെ രാവ് ഇനി എന്നും തങ്ങളെ തിരിച്ചറിയും എന്ന് ചിന്തിക്കുവാൻ അവരിഷ്ടപ്പെട്ടു.

പതിനഞ്ച്

പാലത്തിനപ്പുറത്തുനിന്നെത്തിയ മിസ്റ്റ്ലെറ്റോയിലുള്ള അപരിചിതത്വം ലാവോ ശ്രദ്ധിച്ചു. അവളിലിപ്പോൾ ജുഗുപ്സാവഹമായ ഒരു വിഷയാസക്തിയാണ്. അത് അയാൾക്ക് ചുറ്റിലും സംഭ്രമിച്ച് നിൽക്കുന്നു. അതയാളെ ഉണർത്തുന്നതോടൊപ്പം ഭയപ്പെടുത്തുകയും ചെയ്യുന്നുണ്ട്. അവളാകെ മാറിയിരിക്കുന്നു എന്ന് തോന്നി. ഏതൊക്കെയോ വിധത്തിൽ അവളിപ്പോൾ വല്ലാതെ മഹത്ത്വപ്പെട്ടിരിക്കുന്നതായും അയാൾക്ക് തോന്നി.

കുന്നിൻ മുകളിൽ നിന്നും തടാകക്കരയിൽ നിന്നും വരുന്ന ശുദ്ധവായു ആസ്വദിച്ച് അവർ തിരികെ നടന്നപ്പോൾ അയാൾ ഇടയ്ക്കിടെ ഒളികണ്ണിട്ട് നോക്കി. അവളാകട്ടെ നിശ്ശബ്ദയായി നടക്കുകയായിരുന്നു.

പതിനാറ്

നിശാവസ്ത്രം ധരിച്ച് ഉറങ്ങാൻ തയ്യാറായപ്പോൾ തന്നിലെ മാറ്റം മിസ്റ്റ്ലെറ്റോയും ശ്രദ്ധിച്ചു. അവളുടെ വായ വരണ്ടിരിക്കുന്നു. ശ്വസനവും ശരിയല്ല. ഹൃദയമിടിപ്പിൽ വ്യത്യാസമുണ്ട്. കൈ വിറയ്ക്കുന്നു. പനിക്കുന്നുണ്ടോ എന്നൊരു സംശയം. കണ്ണുകൾക്ക് ചുറ്റിലും കൗതുകകരമായ നിറങ്ങൾ നീന്തിക്കളിക്കുന്നു. തല കറങ്ങുന്നതുപോലെ.

അവൾ മെത്തയിലേക്ക് വഴുതി. ഇരുട്ടിൽ ലാവോ ശ്വസിക്കുന്ന സ്വരം കേട്ടു. അയാളിൽ നിന്നും കടുംചുവപ്പാർന്ന ചൂടുയരുന്നുണ്ടായിരുന്നു. മെത്തയിൽ അവൾക്കരികിൽ കിടന്ന അയാൾക്ക് വല്ലാതെ കനം വച്ചിരിക്കുന്നു.

അയാളുടെ കൈകൾ അവളുടെ മുലഞെട്ടിലുരസിയപ്പോൾ അവളുടെ ശരീരം പെട്ടെന്നുണർന്നു. അയാൾ അവളുടെ വയറിൽ കൈചേർത്ത് തലോടി. അവനിലേക്ക് തീയായി കത്തിപ്പടർന്നു. അവളുടെ ശരീരത്തെ അയാൾ പരോക്ഷമായ സ്പർശനങ്ങളാൽ പൊതിഞ്ഞപ്പോൾ അവളുടെ മനസ്സിൽ കയ്പും മധുരവും നിറഞ്ഞ വികാരങ്ങളൊന്നിച്ച് വേലിയേറ്റം തുടങ്ങി.

ഇത്തിരി ഹാസ്യമൊക്കെയുള്ള ഒരു ദൈവത്തിനു മാത്രമേ തന്റെ ശരീരത്തിലെ ചില ഭാഗങ്ങളിങ്ങനെ ഒളിപ്പിച്ചു വയ്ക്കുവാനാകുകയുള്ളൂ എന്നതും അതേത് ഭാഗങ്ങളൊക്കെയെന്നതും അവളറിയുവാൻ തുടങ്ങി. ഈ ലോകത്തിലേതല്ലാത്ത, ഊഷ്മളമായ ഉറവകളിലൂടെ നീന്തിയിറങ്ങുമ്പോൾ അയാൾ അവൾക്ക് മുകളിലേക്ക് തെന്നിനീങ്ങുന്നത് അവളറിഞ്ഞു. തന്റെ മാർദ്ദവത്വം കൊണ്ടും കരുത്തുകൊണ്ടും അയാൾ അവളെ പ്രണയിച്ചു. അവളുടെ കഴുത്തിൽ തലോടി, കൈക്കുമ്പിളിൽ മുഖം കോരിയെടുത്ത് ലാളിച്ചു. അവൾ പൊട്ടിത്തകരുകയും

അവളിൽ നിന്നും താളം നിറഞ്ഞ ഒരു ദീർഘരോദനം തുടർച്ചയായി ഉയരുകയും ചെയ്യുന്നതുവരേക്കും അയാൾ അത് തുടർന്നു. അത്രയും കരുത്തിന്റെ പൂജനീയ കേന്ദ്ര മായതിൽ അവൾ ആഹ്ലാദിച്ചു. അയാൾ ഉയർന്ന് താഴ്ന്നു കൊണ്ടിരുന്നു. സ്വർഗ്ഗം എന്നൊന്നുണ്ടെങ്കിൽ അതിവി ടെയാണെന്ന്, അവളുടെ ശരീരത്തിലാണെന്ന്, അവൾ ക്കുറപ്പായി. ഈ ബ്രഹ്മാണ്ഡം മുഴുക്കെ അവളിലാണ്. അവളുടെ ഓരോ ചലനവും അതിനെ പ്രകടമാക്കി.

രാത്രിയിൽ എവിടെനിന്നോ ഒരു റോക്കറ്റ് കത്തി യെരിഞ്ഞ പോലെ. അവൾ ഒച്ചവയ്ക്കുകയായിരുന്നി രിക്കണം, കാരണം അയാൾ അവളുടെ വാ പൊത്തി പ്പിടിച്ചിരുന്നു. കാരണങ്ങളൊന്നുമില്ലാതെ എല്ലാ സുന്ദര അശ്ലീലോക്തികളോടേയും അയാളെ വട്ടം ചുറ്റിപ്പിടിക്ക ണമെന്ന് അവൾക്കു തോന്നി.

പിന്നെയവൾ അടിയറവെന്തെന്ന് പഠിച്ചു. എല്ലാ അതിർ വരമ്പുകളും അവൾ ഭേദിച്ചു. അയാളുടെ നിയന്ത്രണ ങ്ങളെ നശിപ്പിച്ചു. മനഃപീഡയേക്കാൾ മഹത്തരമായ ഹർഷോന്മാദത്താൽ അയാൾ അവളിലേക്ക് പാഞ്ഞ ടുത്തു. അവളുടെ ബ്രഹ്മാണ്ഡത്തിൽ അയാൾ അപ്രത്യ ക്ഷനായി. പിന്നെ ദീർഘനേരം സ്വപ്നങ്ങളൊന്നു മില്ലാത്ത മയക്കത്തിലായി.

അഞ്ചാം പുസ്തകം

നിഴൽപോലൊരു സാന്നിധ്യം

അ*ർക്കാഡിയ*യുടെ രസവാദവിദ്യ പ്രതിക്ഷിക്കാത്ത വിധത്തിലാണ് സംഘത്തിൽ പ്രവർത്തിച്ചത്. അതിലൊന്ന് മലാസ്സോയായിരുന്നു. അവരെല്ലാം കൂടി അവനെ നിർമ്മിക്കുകയായിരുന്നോ? അവനൊരു സംഘനിർമ്മിതിയാണെന്നത് സത്യമാണോ? അവനെന്തോ ആകട്ടെ, അവരാണ് അവന് കരുത്ത് നൽകിയത്. അവരെ സ്വാധീനിക്കാൻ അവന് അവർ അധികാരം നൽകി, അവന്റെ വ്യക്തിത്വത്തെ പരിപോഷിപ്പിച്ചു, അവന്റെ പ്രാതിനിധ്യത്തിനുവേണ്ടതെല്ലാം കൊടുത്തു. അവരുടെ യാത്രയിലെ ദേവനാക്കി. അവരുടെ ഭയങ്ങളിലൂടെ, മനോരാജ്യങ്ങളിലൂടെ, രഹസ്യങ്ങളിലൂടെ, നിർവചിക്കാത്ത സർഗശേഷികളിലൂടെ, അവരെല്ലാം ചേർന്ന് അവനെ ഒരു കൊച്ചു ബ്രഹ്മാവാക്കി.

അവരുടെ ശ്വാസത്തിനോടൊപ്പം അവൻ വളർന്നു. അവാസ്തവികമായ അവന്റെ രൂപം അവരുടെ ചിന്തകളിൽ നിറഞ്ഞു. അവരുടെ ആഗ്രഹങ്ങൾ അവനു നേട്ടമായി. ഒഴുകി നടക്കുന്ന അവരുടെ സ്വപ്നങ്ങളിൽ നിന്നും അവൻ കരുത്ത് നേടി. രണ്ട് മണ്ഡലങ്ങളിലൂടെ മാറി മാറി നടന്ന് അവൻ ദൃശ്യവും അദൃശ്യവുമായി. സ്വപ്നവും ഉണർവുമെന്ന, ചിന്തകളും വാസ്തവങ്ങളുമെന്ന അവരുടെ അന്ധമായ വ്യതിയാനങ്ങൾക്കിടയിൽ നിന്ന് അതിനെ പ്രതിഫലിപ്പിച്ച്, അവൻ അധികാരിയായി. അവർ അവരോടൊപ്പം കൊണ്ടുവന്ന അധികാരി. നിയന്ത്രണങ്ങളേതുമില്ലാത്ത ആഗ്രഹങ്ങൾ കൊണ്ട് അവരുടെ യാത്രയുടെ ലക്ഷ്യത്തിലെത്തുവാനുള്ള ചാവി അവർ അവന് സമർപ്പിച്ചു.

ബുദ്ധിഹീനമായി അവരുടെ കഥകൾക്ക് രൂപം നല്കുവാനുള്ള കരുത്ത് അവർ അവനു നൽകി. പഴങ്കഥകളാൽ

ഊർജ്ജം നിറഞ്ഞ ഇടങ്ങളിലൂടെ അർക്കാഡിയയിലേക്കുള്ള യാത്രയ്ക്കിടയിൽ അവർക്ക് എന്ത് സംഭവിക്കുന്നുവോ അതിലൊക്കെ സ്വാധീനം ചെലുത്തുവാൻ അവനു കഴിഞ്ഞു.

അവരുടെ ചിന്തകൾ തീവ്രമായതിനോടൊപ്പം അവന്റെ കരുത്തും വർദ്ധിച്ചു. അവരിലൂടെ അവനിപ്പോൾ ശുദ്ധമായ ഊർജ്ജം ധരിച്ചിരിക്കുന്നു. അവരെങ്ങിനെയാണോ അതുപോലെയാണവൻ. അവർ വിപരീതചിന്തകളിൽ അമർന്നപ്പോൾ അവൻ വളർന്നു. അവർ ഉത്തുംഗ ചിന്തകളിലായപ്പോൾ അവൻ പറന്നു. അവരുടെ ബലഹീനമായ ചിന്തകളിൽ അവൻ കുസൃതിയുടെ വിത്ത് പാകി. അത്തരം ചിന്തകളെ പൊലിപ്പിച്ചു. അവയെ വാസ്തവങ്ങളാക്കി. അവയ്ക്ക് മനോരാജ്യത്തിന്റെ രൂപം നൽകി.

അവനാണിപ്പോൾ അവരുടെ അനേകാർത്ഥമുള്ള ജിന്ന്. അവന്റെ കരുത്ത് അവരുടെ ഒളിഞ്ഞു കിടക്കുന്ന സ്രോതസ്സുകളിൽ നിന്നും വരുന്നതാകയാൽ അവൻ അവരുടെ മനസ്സിന്റെ സാമ്രാട്ടായി. ഇരുട്ടും വെളിച്ചവും അവനൊരുപോലെ പഥ്യമായി, പോഷകമായി.

ഒന്ന്

അത്താഴശേഷം ജിം സാമിനോട് അതുവരേക്കും നടത്തിയ ചിത്രീകരണത്തെക്കുറിച്ചാരാഞ്ഞു. അടുത്ത ദിവസങ്ങളിലെ പദ്ധതികൾ പ്ലാൻ ചെയ്തു. സാം അപ്പോൾ വല്ലാതെ ക്ഷീണിതനായിരുന്നു. മദ്യപിക്കുകയും ചെയ്തിരുന്നു. മെത്തയിൽ കിടന്ന് *കാമു*വിന്റെ ഒരു പുസ്തകം വായിക്കുകയായിരുന്നു. അപ്പോഴാണ് ജിം വന്നത്. അടുത്ത ദിവസം ചെയ്യാനിരിക്കുന്ന ഹെലികോപ്ടറിൽ നിന്നുള്ള ചിത്രീകരണത്തെക്കുറിച്ച് അവർ സംസാരിച്ചു. മഞ്ഞുമൂടിയ മലനിരകളാണ് ഹെലികോപ്ടറിൽ നിന്നും ചിത്രീകരിക്കേണ്ടത്. ഹെലികോപ്ടറിൽ തലകീഴായി കിടക്കുക എന്ന സാഹസത്തിനായി കാത്തിരിക്കുകയായിരുന്നു സാം.

തിരികെ മുറിയിലേക്ക് പോകുന്ന വഴി ജിം ഹസ്കിന്റെ മുറിയിലും കയറി. ലണ്ടനിലുള്ള ആരോടോ സംസാരിക്കുകയായിരുന്നു അവൾ അപ്പോൾ. ജിമ്മിനെ കണ്ടതും അവൾ ഫോൺ താഴെവച്ച് ജിമ്മിന്റെ തോളിൽ തലവച്ച് കരയുവാൻ തുടങ്ങി. എന്നാൽ അത് അധിക സമയം നീണ്ടുനിന്നില്ല. ഫോണിൽ എന്ത് സംസാരിച്ചുവെന്നതിനെക്കുറിച്ചോ കരച്ചിലിനെക്കുറിച്ചോ അവൾ ഒരക്ഷരം പറഞ്ഞില്ല. അവർ അടുത്ത ദിവസത്തെ ചിത്രീകരണത്തിനു വേണ്ട യാത്രാസൗകര്യങ്ങളെക്കുറിച്ചും സാധന സാമഗ്രികളെങ്ങനെ എത്തിക്കണം എന്നതിനെക്കുറിച്ചും ചർച്ച ചെയ്തു. ഹെലികോപ്ടറും ഒരു വാനും വാടകയ്ക്കെടുക്കേണ്ടതിനെക്കുറിച്ച് ചർച്ച ചെയ്തു. ആവശ്യമുള്ള മറ്റ് വസ്തുക്കളെന്തൊക്കെയെന്ന് ചർച്ച ചെയ്തു. എല്ലാം ഭദ്രമാണെന്ന് ഉറപ്പ് വന്നപ്പോൾ ജിം ഹസ്കിനോട് എന്തെങ്കിലും സഹായം ആവശ്യമുണ്ടോ എന്ന് ചോദിച്ചു. അവൾക്ക് ഒരു കുഴപ്പവുമില്ലെന്ന് പറഞ്ഞു.

മുഖത്തൊരു പുഞ്ചിരിയുമായി അയാളെ വാതിൽ വരെ അനുഗമിച്ചു. അയാൾ പുറത്തിറങ്ങിയപ്പോൾ വാതിലടച്ചു.

ജിം മുറിയിലേക്ക് നടന്നു. എന്നാൽ എന്തോ അസ്വസ്ഥത തോന്നിയതുകൊണ്ട് ഒന്ന് നടന്ന് വരാം എന്നയാൾ കരുതി. തടാകത്തിന്റെ കരയിലൂടെ നടക്കാം. അയാൾ കരുതി. ഒരു നടത്തമാണ് അയാൾക്കിപ്പോഴാവശ്യം. അത്താഴവേളയിൽ നടന്ന ചർച്ചയുടെ രണ്ടാം ഭാഗത്തെ ചൊല്ലി മനസ്സിലെന്തോ ഒരു വേവലാതി. അത് അയാളുടെ കഴിവുകൾക്കുള്ളിൽ തന്നെയാണെങ്കിലും വേവലാതി ബാക്കിയായി. *മലാസ്സോ*യെക്കുറിച്ചുള്ള ചർച്ച അയാളെ ഇപ്പോഴും വിഷമിപ്പിച്ചുകൊണ്ടിരിക്കുന്നു. ഒരു നിഴൽ പോലെയുള്ള സാന്നിദ്ധ്യം സംഘത്തിനു മുകളിലുണ്ടാകുക, അത് അവരെ പലവിധത്തിൽ ഉപദ്രവിച്ചുകൊണ്ടിരിക്കുക എന്ന ആശയം അയാൾക്കിപ്പോഴും ഇഷ്ടപ്പെട്ടിട്ടില്ല. ഈ നിഴൽ സംഘസൃഷ്ടിയാണെന്ന ചിന്തയേ അയാൾക്കിഷ്ടമായിട്ടില്ല. സംഘത്തിന്റെ മനോഭാവങ്ങളും അവരിലുള്ള നിഷേധാത്മക ഊർജ്ജവും ഒത്തുചേർന്നാണ് അതിനെ സൃഷ്ടിച്ചത് എന്ന ആശയവും അയാൾക്കിഷ്ടമായിട്ടില്ല.

തടാകം ഇരുട്ടിൽ വെട്ടിത്തിളങ്ങുന്നു. അതയാളിൽ *അവലോണി*നെക്കുറിച്ചും *എക്സ്കാലിബർ* എന്ന വാളുയർന്ന് വന്ന മാന്ത്രികത്തടാകത്തെക്കുറിച്ചും ഓർമ്മിപ്പിച്ചു. അതേ തടാകത്തിലേക്ക് ആ വാൾ മടങ്ങിപ്പോയിരുന്നു. രാത്രിയിൽ നിന്നും മലനിരകളെ വേർതിരിച്ച് കാണാനാകുന്നില്ല. രാത്രിയുടെ ഗുണമേന്മയാണീ തടാകത്തിനിത്ര തിളക്കം നൽകുന്നത്. തടാകത്തിലെക്ക് സൂക്ഷിച്ച് നോക്കിയപ്പോൾ അതിലേക്കെടുത്ത് ചാടുവാൻ ജിമ്മിനൊരാഗ്രഹം തോന്നി. അതിന്റെ ആഴങ്ങളിലേക്കൂളിയിട്ട്, അവിടെ ചെന്നിരുന്നൊന്ന് വിശ്രമിക്കുവാൻ. ഒരുപക്ഷേ അവിടെ ചെന്നാൽ തടാകത്തിന്റെ മാലാഖയെ കണ്ടെത്താനായേക്കും. അങ്ങനെ കണ്ടെത്തിയാൽ തന്റെ വിഷമതകൾ കഴുകി കളയുവാനായേക്കും.

തടാകത്തിലേക്കെടുത്ത് ചാടി അതിന്റെ ആഴങ്ങളിൽ വിശ്രമം തേടുവാനുള്ള ഇച്ഛ ശക്തമായിരുന്നു. അതയാളെ

അദ്ഭുതപ്പെടുത്തി. ഒന്നുകൂടി പരിശോധിച്ചപ്പോൾ മരിക്കുവാനുള്ള തന്റെ ഗൂഢമായ ആഗ്രഹമാണതെന്ന് അയാളറിഞ്ഞു.

കുറച്ചധികം ദൂരം നടന്നിരിക്കുന്നു. സ്തംഭവും വിളക്കുകൾ കത്തി നിൽക്കുന്ന നൗകകളും കടന്ന് പോയിരിക്കുന്നു. അപ്പോഴാണ് ഒരു സ്വരം കേട്ടത്. സുന്ദരമായ ഒരു സ്വരം. ആരോ തന്നെ വിളിച്ചതാണോ? എന്നാൽ അയാൾ ആരേയും കണ്ടില്ല. ഇരുട്ട് പെട്ടെന്ന് കൂടി. ആ സ്വരം വീണ്ടും കേട്ടു. ഇപ്പോഴത് ദൂരെനിന്നാണ് വരുന്നത്. നേർത്തതായിരുന്നു. തടാകത്തിൽനിന്നും ഉയർന്ന് വന്നതുപോലെയുള്ള ഒരു സ്വരം. അയാൾ തിരിച്ച് നടക്കുവാൻ തുടങ്ങി. ഹോട്ടലിൽ എത്തുവാൻ തിരക്കായി. നിഴൽപോലെ ഇപ്പോൾ തന്നെ ആരോ പിന്തുടരുന്നു എന്ന് അയാൾക്ക് വ്യക്തമായിരുന്നു. നടക്കുകയല്ല, അത് തന്റെ പുറകിൽ ഒഴുകുകയാണ്. അത് മന്ത്രിക്കുന്നുണ്ട്. അയാൾ തിരിഞ്ഞ് നോക്കി. അത് അപ്രത്യക്ഷമായി. അയാൾ ഓടുവാൻ തുടങ്ങി. അപ്പോൾ തനിക്കു മുകളിൽ മേലങ്കി ധരിച്ച ഒരു രൂപത്തെ അയാൾ കണ്ടു. തന്റെ വെപ്രാളത്തിനുള്ളിൽ മുഖം മൂടി ധരിച്ചതുപോലെ ഒരു രൂപം. ഹോട്ടലിന്റെ മുൻവാതിലിലെത്തിയപ്പോൾ വലിയ സമാധാനമായി.

മുറിയിൽ കയറി വാതിൽ അടച്ച് ഭദ്രമാക്കി. സംഘത്തിന്റെ സൃഷ്ടി എന്ന സങ്കല്പത്തിൽ എന്തോ വാസ്തവമുണ്ടെന്ന് അയാൾക്കപ്പോൾ തോന്നി. *മലാസ്സോ*യാണാ സങ്കല്പമെന്ന് അയാൾ കരുതുന്നില്ല. അയാളെ സംബന്ധിച്ചിടത്തോളം *മലാസ്സോ* എന്നത് സങ്കല്പസൃഷ്ടിയല്ല, സത്യമായും നിലവിലുള്ളതാണ്.

രണ്ട്

ജിം ഉറങ്ങുവാൻ ശ്രമിച്ചെങ്കിലും കഴിഞ്ഞില്ല. അയാളുടെ മനസ്സ് ആകെ കലുഷിതമായിരുന്നു. ചെകുത്താനുമായുള്ള തന്റെ നേർക്കാഴ്ച ലാവോയോട് വെളിപ്പെടുത്തിയതിൽ വല്ലാതെ വിഷമിച്ചിരിക്കുകയാണയാൾ. താനെന്തുകൊണ്ടത് ചെയ്തു എന്ന് ഇപ്പോഴും അയാൾക്ക് മനസ്സിലാകുന്നില്ല. അത് സത്യമായും സംഭവിച്ചതാണോ? സംഭവിച്ചതുപോലെ തോന്നിപ്പിക്കുന്ന സ്വപ്നമായിരുന്നോ? അതോ വാസ്തവങ്ങളിൽ നിന്നും തന്റെ മനസ്സിനെ അകറ്റി നിർത്തുവാൻ മാത്രം ഗുണമേന്മയുള്ള ഒരു ചിന്താശക്തി മാത്രമാണോ? ഒരു ഭൂതാവേശം പോലെ വന്ന് കയറിയ മാനസികനില മൂലമാണ് അതിനെ കുറിച്ച് താൻ സംസാരിക്കുവാനിടവന്നത്. *അർക്കാഡിയ*യിലേക്കുള്ള യാത്ര മുന്നോട്ട് നീങ്ങും തോറും ആ മനോനില കൂടുതൽ മോശമായിക്കൊണ്ടിരുന്നു.

ബാസെലിൽ നിന്നുള്ള ബസ്സ് യാത്രയ്ക്കിടയിൽ, മറ്റ് ജോലികൾക്കൊപ്പം, അയാൾ ഒരു പട്ടിക തയ്യാറാക്കിക്കൊണ്ടിരുന്നു. താൻ വെറുക്കുന്ന എല്ലാ കാര്യങ്ങളും തന്റെ ജീവിതം ദുസ്സഹമാക്കുന്ന എല്ലാ കാര്യങ്ങളും എഴുതി വയ്ക്കുക എന്നത് മനസ്സിന് സുഖം നൽകുന്നതും പിരിമുറുക്കം അയയ്ക്കുന്നതുമായി അയാൾ കണ്ടിരുന്നു. അങ്ങനെ ഒരു പട്ടിക തയ്യാറാക്കുന്നത് തനിക്ക് സഹായകരമാണ്. സ്വയം തന്നിൽ നിന്ന് അത് സംരക്ഷിക്കുന്നു. ഒരു തരം മാനസികശുദ്ധീകരണം.

വളരെക്കാലമായി ഇങ്ങനെ പട്ടികയുണ്ടാക്കുവാൻ തുടങ്ങിയിട്ട്. ആദ്യ പരാജയം അനുഭവിച്ച വർഷമാണിത് തുടങ്ങിയത്. ആദ്യ സിനിമയ്ക്കായി ധാരാളം സമയവും

ഊർജ്ജവും ചെലവിട്ടിരുന്നു. എന്നാൽ അത് പ്രേക്ഷകരിൽ താത്പര്യക്കുറവ് മാത്രമുണ്ടാക്കിയപ്പോൾ, താങ്ങാൻ കഴിയാത്ത വസ്തുക്കളുടെ ഒരു പട്ടികയുണ്ടാക്കുവാൻ തുടങ്ങി. ഒരു സ്വകാര്യ പട്ടിക. ആധുനിക സമൂഹത്തിൽ വഞ്ചന കണ്ടറിയുവാനുള്ള സാമർത്ഥ്യമുണ്ടാക്കി. ജീവിതം എന്ന മാസ്മരികതയുടെ പൊലിമ കുറയ്ക്കുന്നത് വഞ്ചനയാണ്. അതിനു ശേഷം എപ്പോഴൊക്കെ പരാജയം അനുഭവിച്ചോ അപ്പോഴൊക്കെ ഇങ്ങനെ വിശദമായ ഒരു പട്ടികയുണ്ടാക്കി സ്വയം സമാധാനപ്പെടുത്തി. പിന്നെപ്പിന്നെ അത് വളരെ വിശാലമായ, വിശദമായ പട്ടികയായി മാറി. ബോവാർദിന്റേയോ പേസൂഷേയുടേയോ അത്ര ഊർജ്ജവും സാവധാനവും ലഭിക്കുകയായിരുന്നുവെങ്കിൽ അയാൾ ഒരുപക്ഷേ ലഭിച്ച ആശയങ്ങളുടെ മാത്രമല്ല, വിപരീത ചിന്തകളുടേയും ഒരു നിഘണ്ടു തയ്യാറാക്കുമായിരുന്നു.

ചിത്രീകരണം നടക്കുന്നതിനിടയിൽ അയാൾ ഈ പട്ടികയിൽ കൂട്ടിച്ചേർക്കലുകൾ നടത്തിക്കൊണ്ടിരുന്നു. ഹോട്ടലിലും തീവണ്ടിയിലുമിരുന്ന് അത് ചെയ്തിരുന്നു. അത്യുത്സാഹത്തോടെയും തികഞ്ഞ വൈദഗ്ധ്യത്തോടെയും പിന്നെയും തുടർന്നുകൊണ്ടേയിരുന്നു. പട്ടികയിൽ എഴുതി ചേർത്ത് കഴിഞ്ഞാൽ അതിനെക്കുറിച്ചുള്ള മനോരാജ്യങ്ങളിലേക്ക് അയാൾ ഉൾവലിയുമായിരുന്നു.

മൂന്ന്

തീവണ്ടിയിൽ വച്ച് തയ്യാറാക്കിയ പട്ടികയിൽ *മലാസ്സോയെ കൊല്ലൂ* എന്നത് വലിയ അക്ഷരത്തിൽ എഴുതിയിരുന്നു. പുറത്ത് പൂർണചന്ദ്രൻ പ്രകാശിക്കുന്നുണ്ടായിരുന്നു.

ആത്മവിശ്വാസത്തോടെ, കൃത്യതയോടെ പദ്ധതിയിട്ടിട്ടുള്ളവരെ ഞാൻ വെറുക്കുന്നു.

എനിക്ക് ഉൽക്കർഷേച്ഛ സഹിക്കാനാകുകയില്ല.

അധികം ധിക്കാരവും ധാർഷ്ട്യവുമുള്ള യുവാക്കളെ എനിക്ക് സഹിക്കുവാനാകില്ല, പൊങ്ങച്ചക്കാരായ വൃദ്ധന്മാരേയും.

മഴ പൊടിയാൻ തുടങ്ങുമ്പോഴേക്കും കുട നിവർത്തുന്നവരെ എനിക്ക് സഹിക്കാനാകുകയില്ല.

വല്ലാതെ സന്തോഷമുള്ളവരെ എനിക്ക് ഉൾക്കൊള്ളുവാനാകയില്ല, കൃത്യതയുള്ള ജീവിതം നയിക്കുന്നവരേയും.

പുതുതായി വിജയം നേടിയവരേയും ഇപ്പോൾ പ്രശസ്തരായവരേയും എനിക്ക് സഹിക്കാനാകുന്നില്ല.

സ്ഥായിയായ രൂപഭാവങ്ങളുള്ളവരെ സഹിക്കാനാകുന്നില്ല.

ഉയരമുള്ളവരെ കാണുന്ന മാത്രയിൽ വിഷമമുണ്ടാകുന്നു.

കുള്ളന്മാർക്ക് ആത്മവിശ്വാസം കൂടിയുണ്ടെങ്കിൽ അതെന്നിൽ ക്ഷോഭമുണ്ടാക്കുന്നു.

ആകാംക്ഷയും ഉത്സാഹവുമുള്ളവർ എന്റെ ശ്രദ്ധയെ പതറിപ്പിക്കുന്നു.

തണുത്ത കണ്ണുകളുള്ള സ്ത്രീകൾ എന്നെ ഭയപ്പെടുത്തുന്നു....

ഇങ്ങനെയൊക്കെയാണയാൾ എഴുതിയിരുന്നത്.

എന്നാൽ സത്യത്തിൽ ഇതൊന്നുമല്ല എഴുതുവാൻ ഉദ്ദേശിച്ചത്.

അതുകൊണ്ടയാൾ

മലാസ്സോയെ കൊല്ലുക

എന്നുമാത്രം എഴുതി.

പിന്നെ മറ്റാരോടും പറഞ്ഞിട്ടില്ലാത്ത കഥകൾ ലാവോയോട് പറഞ്ഞു.

*അർക്കാഡിയ*യിലേക്കുള്ള യാത്ര തുടങ്ങിയതിനു ശേഷം ജീവിതം കൂടുതൽ ശ്രുതിമധുരമാകേണ്ടതിനു പകരം തീക്ഷ്ണമായിരിക്കുന്നു.

നാല്

ഉറക്കം വരാത്തതിനാൽ ആ നിഴൽ ഇപ്പോഴും അവിടെയുണ്ടെന്നൊരു തോന്നൽ. അതിപ്പോൾ ഈ മുറിയിലുണ്ട്. അതുവരേക്കും അന്യമായിരുന്ന ഒരു മാനസിക നിലയിലേക്ക് താനെത്തിയിരിക്കുന്നു എന്ന് ജിം അറിഞ്ഞു. തിന്മകൾ കണ്ടെത്തുന്ന മാനസികനിലതന്നെ. അതത്ര അന്യമായിരുന്നില്ല. അന്യമായിരുന്നെങ്കിൽ തന്നെ അത് അയാളിൽ ഇപ്പോൾ കുടിയേറില്ലായിരുന്നു.

ആത്മാവിൽ വിരുന്നിനായി ആ മനോനിലയ്ക്ക് അനവധി വസ്തുക്കളുണ്ടായിരുന്നു. ആയുഷ്ക്കാലം മുഴുക്കെ കൂടെയുണ്ടായിരുന്ന അപകർഷതാബോധം, പരാജയങ്ങൾ, നീരസങ്ങൾ, അനിഷ്ടങ്ങൾ, അസൂയ എല്ലാത്തിലും തനിക്കുള്ള വിരുന്ന് അയാൾ കണ്ടു. തന്റെ കഴിവിനേക്കാൾ കുറഞ്ഞ അളവിൽ ജീവിച്ച് തീർത്തതിൽ നിന്നും ഊറിക്കൂടിയ പിത്തരസത്തിലും. മറ്റുള്ളവരുടെ വിജയത്തിലും അയാളുടെ ഭീരുത്വത്തിലും തനിക്കുള്ള ഭക്ഷണവും അയാൾ കണ്ടു.

മെത്തയിൽ നിന്നെഴുന്നേറ്റു. ഒരു നോട്ട് ബുക്ക് തപ്പിയെടുത്തു. തന്റെ മനസ്സിൽ നിന്നും വിട്ടുപോകാത്ത വിചാരങ്ങളെ, ബാധകളെ, ഒഴിവാക്കേണ്ടിയിരിക്കുന്നു. സ്വയം തോന്നുന്ന കോപത്തെ പുറത്തേക്ക് തള്ളേണ്ടിയിരിക്കുന്നു. തന്റെ ആന്തരികാവയവങ്ങളെ കാർന്ന് തിന്നുവാൻ അനുവദിക്കുന്നതിനു പകരം സ്വയം പ്രകടമാക്കുവാനുള്ള അവസരം അതിനു നൽകേണ്ടിയിരിക്കുന്നു. ഉറഞ്ഞ് കൂടിയിരിക്കുന്ന വിഷം പുറത്തേക്കെടുക്കേണ്ടിയിരിക്കുന്നു. അവയെ വാക്കുകളാക്കേണ്ടിയിരിക്കുന്നു. അങ്ങനെ വാക്കുകളാക്കിയാൽ അയാൾക്ക് അവയെ കാണാനാകും. ഒന്നുറങ്ങണമെങ്കിൽ ഒരു പട്ടിക തയ്യാറാക്കേണ്ടിയിരിക്കുന്നു. തന്റെ ഈ ഇടുങ്ങിയ

മാനസികാവസ്ഥയിൽ നിന്നും പുറത്തിറങ്ങുവാൻ അതല്ലാതെ ഇപ്പോൾ മറ്റ് മാർഗ്ഗങ്ങളില്ല. അത് തീർത്താൽ ഇത്തിരി ആശ്വാസം ലഭിച്ചേക്കാം. കുറച്ച് വിശ്രമവും.

അയാൾ പേനയെടുത്തു. തലയ്ക്ക് മീതെ തൂങ്ങുന്ന നിഴൽ സാന്നിദ്ധ്യത്തെ സാക്ഷി നിർത്തി, *അർക്കാഡിയ* എന്ന സ്വപ്നത്തെ സാക്ഷി നിർത്തി അയാൾ എഴുതുവാൻ തുടങ്ങി.

ജീവിതം സഹിക്കവയ്യാത്തതാക്കുന്ന വസ്തുക്കൾ:

ക്ഷമയില്ലാത്ത മനുഷ്യർ

ആദർശവാദികൾ, സ്വപ്നാടകർ, മനോരാജ്യക്കാർ

ചെറിയ പട്ടണങ്ങൾ

തങ്ങളുടെ പ്രായോഗിക വീക്ഷണവാദത്തിൽ അഭിമാനം കൊള്ളുന്നവർ

ഭൗതികവാദികൾ, യോഗികൾ, നാസ്തികർ, അവിശ്വാസികൾ

ലാവോയെ പോലെയുള്ള ലോകനിന്ദകർ

ബഹുരാഷ്ട്രവാദികൾ

ഏകാധിപതികൾ

ജനാധിപത്യത്തിൽ അന്ധമായി വിശ്വസിക്കുന്നവർ.

മൂന്നാം ലോകകടങ്ങൾ.

അജ്ഞത

മോശം വിദ്യാഭ്യാസം.

അധികവിദ്യാഭ്യാസം.

കാല്പനികത.

ക്ഷീണിതമായ ലോകം.

ഭൂതകാല പ്രകടനത്തെ മാത്രം ആസ്പദമാക്കി കാര്യങ്ങളെ വിലയിരുത്തുന്നവർ.

ചിന്തിക്കുവാൻ കഴിവില്ലാത്തവർ.

സ്വന്തം മനസ്സുണർന്ന് പ്രവർത്തിക്കാത്തവർ, ആടിനെപ്പോലെ മറ്റുള്ളവരാൽ തെളിച്ച് നടത്തപ്പെടുന്നവർ.

വായിച്ചതും കേട്ടതും മുഴുക്കെ വിശ്വസിക്കുന്നവർ.

ചെയ്യുന്നതിനോടൊന്നിനോടും സ്നേഹം തോന്നാത്തവർ

സ്വന്തം ജീവിതം ഇഷ്ടപ്പെടാത്തവർ, അവർ അതിഷ്ടപ്പെടുന്നില്ലെങ്കിലും അതിൽ മാറ്റം വരുത്തുവാനായി ഒന്നും ചെയ്യാത്തവർ

കൃത്രിമം ചെയ്യുന്നവർ

കുത്തകകൾ

മലാസ്സൊ....

അഞ്ച്

ഓരോ പട്ടികയും അവസരങ്ങൾ കുറയ്ക്കുകയാണ് ചെയ്യുന്നത്. ഇനിയും ജീവിക്കുവാനാകില്ല എന്നാണ് ഇത്തരത്തിലുള്ള പട്ടിക കാണിക്കുന്നത്. എഴുതുക എന്നത് ജീവിതത്തിന്റെ ഒരു സൃഷ്ടികർമ്മമാണ്. ചില തെല്ലാം എഴുതിവച്ചാൽ പൂർത്തീകരണത്തിന് സഹായക മാകുമെന്ന് മനശ്ശാസ്ത്രജ്ഞർ പറയുന്നു.

വർഷങ്ങൾ കഴിയും തോറും പട്ടിക അയാളറിയാതെ കൂടുതൽ കാഠിന്യമുള്ളതായി, രൂക്ഷമായി, കർശന മായി. അയാളെ ഒരു കൂട്ടിലിട്ടടയ്ക്കുകയാണ് അവയെന്ന് അയാളറിഞ്ഞില്ല. അതാകട്ടെ ജീവിതം വൈരുദ്ധ്യങ്ങൾ നിറഞ്ഞതാക്കി. അവ അയാളെ എപ്പോഴും കുത്തിനോ വിച്ചുകൊണ്ടിരുന്നു. ജീവിതം എന്ന വിശാലമായ തിര ക്കഥയിൽ നിന്നും അയാൾ ഒഴിവാകുകയായിരുന്നു. പ്രതി കാരബുദ്ധിയാൽ എല്ലാം തിരസ്കരിച്ചുകൊണ്ട്, ജീവിത ത്തിലെ സന്തോഷത്തിനെതിരെ അയാൾ നീങ്ങുകയായി രുന്നു. ഇതാകട്ടെ ആരും സംശയിച്ചതുമില്ല.

പുറമേക്ക് അയാൾ എപ്പോഴും നല്ല സൗഹൃദമുള്ളവനും സന്തോഷവാനുമായിരുന്നു. കോപിക്കാത്തവനായിരുന്നു. മനുഷ്യനെ പോലെ ഒന്ന് ദേഷ്യപ്പെടാനറിയാത്തവനായി രുന്നു. ആക്രമണത്തിനുള്ള സാധ്യതയുണ്ടെന്ന മട്ടിൽ അല്ലെങ്കിൽ ബുദ്ധിജീവിയാണു ഞാൻ എന്ന മട്ടിൽ ലോകത്തെ വിറപ്പിക്കുവാനാകുന്ന കോപം അയാളി ലാരും കണ്ടിട്ടില്ല. ജിം ഭീരുവായിരുന്നു. അതിനാൽ തന്നെ നല്ലവനും.

ജിമ്മിന്റെ ഈ സൗമ്യസ്വഭാവത്തിനുള്ളിൽ എന്താണുള്ള തെന്ന് ലാവോ സംശയിച്ചു. അതിനെയൊന്ന് തകിടം മറിച്ചു കാണുവാൻ ആഗ്രഹിച്ചു. അത് എന്തോ മറച്ചു

പിടിക്കുന്നു. അതെന്താണന്നെതിനെക്കുറിച്ച് ഒരു സൂചന പോലും ലഭിച്ചില്ല. യഥാർത്ഥ വികാരങ്ങളെ അധികം അടിച്ചമർത്തിയാൽ അത് അതിനെ ഞെരുക്കിയൊതുക്കുന്നതിനു തുല്യമാകും. കോപത്തിനു കീഴെ കോപം. മുഖം മൂടിക്ക് പുറകിൽ മറ്റൊരു മുഖം മൂടി.

തന്റെ പട്ടികയിൽ മാത്രമേ മറച്ചുവയ്ക്കുന്നവയുടെ ആഴവും പരപ്പും ജിം തുറന്നു കാണിച്ചുള്ളു.

അയാൾ സ്നേഹിച്ചിരുന്ന വസ്തുക്കളെക്കുറിച്ചോ തനിക്ക് വേണ്ടതിനെക്കുറിച്ചോ ആയിരുന്നില്ല ആ പട്ടിക.

അതൃപ്തിയുടെ പ്രതിഫലനമായിരിക്കുന്നു അയാൾക്ക് ജീവിതം. തിന്മകൾക്ക് ഒരു മുഖംമൂടി. അതുകൊണ്ടാണ് *അർക്കാഡിയ*യിലേക്കുള്ള യാത്ര അയാളിഷ്ടപ്പെട്ടത്. മുഖംമൂടികളിൽ ഒരു ദ്വാരമിടുവാൻ അയാൾ ആഗ്രഹിക്കുന്നു. അസംതൃപ്തിയുടെ കണ്ണാടിച്ചില്ലുകൾ തച്ചുടയ്ക്കുവാനും എന്തിലെങ്കിലും വിശ്വസിക്കുവാനും അയാൾ ആഗ്രഹിക്കുന്നു. പ്രവർത്തിക്കണം, ലോകത്തെ ശരിയാക്കണം ജീവിതത്തെ വീണ്ടും പ്രണയിക്കണം എന്നും.

ജിം താൻ സ്വയം കുടുങ്ങിയിരിക്കുന്നു എന്നറിഞ്ഞിരുന്ന എല്ലാ തീരാപ്പകകളിലേക്കും രൂപങ്ങളേതുമില്ലാത്ത കരുത്തിലേക്കും *മലാസ്സോ* നുഴഞ്ഞ് കയറിയിരിക്കുന്നു. അപ്പോഴാണ് *മലാസ്സോ* വരുന്നത് - ജിം തനിക്കാകുമെന്ന് കരുതിയിരുന്ന അവസാന സ്വതന്ത്ര പ്രവർത്തിയിൽ കൃത്രിമം ചേർക്കുന്ന *മലാസ്സോ*. അവസാന സ്വതന്ത്ര പ്രവൃത്തി. അയാളുടെ സിനിമയായിരുന്നു

അയാളുടെ വ്യസനം അപ്പോൾ ഇരട്ടിച്ചു. *അർക്കാഡിയ*യിലേക്കുള്ള യാത്രയും *മലാസ്സോ*യും അതിന്റെ വിപരീത ഫലങ്ങളായി.

ആറ്

ജിമ്മിന് പുതിയ ഒരു പ്രചോദനമുണ്ടായിരിക്കുന്നു. പട്ടികകളുണ്ടാക്കിയതുകൊണ്ട് മാത്രം കാര്യമില്ലെന്ന് അയാൾ തിരുമാനിച്ചിരിക്കുന്നു.

ജിമ്മിനെപ്പോലെയുള്ള ഒരാൾ താനുണ്ടാക്കിക്കൊണ്ടിരുന്ന പട്ടികയിൽ നിന്നും പിൻവലിയുമ്പോൾ പിന്നെ അയാൾക്ക് ചെയ്യുവാനുള്ളത്. ആത്മഹത്യയോ കൊലപാതകമോ മാത്രമാകുന്നു. നിരാശ അല്ലെങ്കിൽ പ്രവൃത്തി. തന്റെ കർമ്മമണ്ഡലത്തിന്റെ പ്രധാന ശത്രു *മലാസ്സോ*യാണെന്ന് അയാൾ കണ്ടെത്തിയിരിക്കുന്നു. അതിനാൽ ജിം തന്റെ ആ പഴയ മാർഗ്ഗത്തിന്റെ അവസാനത്തിലെത്തിയിരിക്കുന്നു ഇപ്പോൾ. ഒന്നുകിൽ ഒരു പുതിയ പാത നിർമ്മിക്കണം അല്ലെങ്കിൽ നശിച്ചില്ലാതാകണം. അതുകൊണ്ടായിരിക്കണം അയാൾ മനക്കരുത്തിനെക്കുറിച്ചും ഇച്ഛാശക്തിയെക്കുറിച്ചും ഇത്രയും താത്പര്യത്തോടെ സംസാരിച്ചത്.

*അർക്കാഡിയ*യുടെ രസവാദവിദ്യ അയാളെ ഭ്രാന്ത് പിടിപ്പിക്കുന്നു. നിരന്തരം ശല്യപ്പെടുത്തിക്കൊണ്ടിരിക്കുന്നു.

എന്തെങ്കിലും ചെയ്തേ മതിയാകൂ. ഒന്നും ചെയ്യാതിരുന്നാൽ മരിച്ച് പോകും. ചെകുത്താൻ എന്ന പ്രഹേളിക എന്തെന്നറിയുവാനായി അയാൾക്ക് *ഫൗസ്റ്റിനെ*പ്പോലും അതിശയിപ്പിക്കേണ്ടിയിരിക്കുന്നു.

ഏഴ്

താൻ പ്രണയിക്കുകയാണെന്ന് ജൂട്ട് പലപ്പോഴും സ്വപ്നം കണ്ടിട്ടുണ്ട്. എന്നാൽ ഒരിക്കൽ പോലും പ്രണയിച്ചിട്ടില്ല. ചിലരുമായി അടുപ്പമുണ്ടായിട്ടുണ്ട്. പ്രണയിക്കുന്നതുപോലെ അഭിനയിച്ചിട്ടുണ്ട്. എന്നാൽ യഥാർത്ഥ പ്രണയം എന്നൊരു അനുഭവം ഇതുവരേക്കുമുണ്ടായിട്ടില്ല. അങ്ങനെ കാലമേറെ കഴിഞ്ഞപ്പോൾ പ്രണയിക്കുന്നു എന്ന അഭിനയവും അവസാനിപ്പിച്ചു. വികാരങ്ങൾ കട്ടപിടിച്ചുണ്ടായ ഒരു ആവരണത്തിനകത്തേക്കവൾ ഉൾവലിഞ്ഞു. അതവൾ മനസ്സിലാക്കുന്നതിനു മുമ്പേ അവളുടെ മനസ്സ് വരണ്ട് പോയിരുന്നു. അതിനാൽ അതിനെക്കുറിച്ചും വികാരമൊന്നുമുണ്ടായില്ല. അമ്മയുടെ മരണം പോലും അവളിൽ ഒരു വികാരവുമുണ്ടാക്കിയില്ല. അമ്മയുമായി അവൾ അത്ര അടുപ്പത്തിലായിരുന്നുമില്ല.

മനസ്സ് വരണ്ട് പോയത് ആദ്യമൊന്നും അവളെ വിഷമിപ്പിച്ചില്ല. അവളത് ശ്രദ്ധിച്ചത് വളരെ അപൂർവ്വമായി മാത്രം. അവൾ ഒരു പ്രായോഗികമതിയാണ്. അതുകൊണ്ട് അവളെന്താണോ അതായി അവളെ അവൾ സ്വീകരിച്ചു. മറ്റൊന്നിനോട് താരതമ്യപ്പെടുത്തിയില്ല. ഒന്നിന്റെ പുറകെയും പോയില്ല. പരാതി പറഞ്ഞില്ല. ആരെന്ത് പറയുന്നു ചെയ്യുന്നു എന്നത് ശ്രദ്ധിച്ചതുമില്ല.

എന്നാൽ ചിലപ്പോൾ, ചില പ്രവൃത്തികൾക്ക് മദ്ധ്യേ, എഴുതിക്കൊണ്ടിരിക്കുന്നതിനിടയിൽ, വീട്ടിലേക്ക് നടന്ന് പൊയ്ക്കൊണ്ടിരിക്കുന്നതിനിടയിൽ, അവൾ പെട്ടെന്ന് നിൽക്കും. എന്നിട്ട് ശൂന്യതയിലേക്ക് തുറിച്ച് നോക്കും. കണ്ണിൽ വെള്ളം നിറയുന്നതുവരേക്കും അവളങ്ങനെ നിൽക്കും.

ഈയിടെയായി ബോധപൂർവ്വമല്ലാതെയുള്ള ഇത്തരം കരച്ചിലുകൾ അധികമായി വരുന്നു. ചിലപ്പോൾ സംഭ്രമിപ്പിക്കുന്നു. അവൾ അപ്പോൾ ഒരു എഡിറ്റോറിയൽ

മീറ്റിങ്ങിലാകും. വരാനിരിക്കുന്ന പദ്ധതികളുടെ രൂപരേഖകൾ കേട്ടുകൊണ്ടിരിക്കുകയാകും. അതിനിടയിൽ അവളറിയാതെ കണ്ണ് നിറയും. പലപ്പോഴും മറ്റാരെങ്കിലും ചോദിക്കുമ്പോഴേ തന്റെ കണ്ണ് നിറഞ്ഞിരിക്കുകയാണെന്ന് അവളറിയുകയുള്ളൂ. അവളപ്പോൾത്തന്നെ വനിതകൾക്കായുള്ള ശൗചാലയത്തിലെത്തി മുഖം കഴുകും.

എന്താണ് തനിക്കനുഭവപ്പെടുന്നത് എന്നറിയാത്ത ഒരു വികാരത്തിലാണവൾ എന്ന് തോന്നിപ്പോകും. ആരോ പുറകിലിരുന്ന്, വികാരങ്ങളുടെ വേലിയേറ്റം സൃഷ്ടിച്ച് വിടുന്നതുപോലെ. ഒരു മാനസികരോഗ വിദഗ്ധനെ കാണുവാനായി മേലുദ്യോഗസ്ഥർ അവളെ ഉപദേശിച്ചിരുന്നു. എന്നാൽ അവൾ അത് നിരസിച്ചു. തനിക്ക് പ്രശ്നങ്ങളൊന്നുമില്ലെന്ന് അവൾ വിശ്വസിച്ചു. അമിതമായി ജോലി ചെയ്യുന്നതിനാലാണിത് എന്നവൾ ന്യായം പറഞ്ഞു. അതുപോലെ മറ്റു പല കാരണങ്ങളും കണ്ടെത്തി.

ഒരു ദിവസം ഒരു യോഗത്തിനിടയിൽ *അർക്കാഡിയ*യിലേക്കൊരു യാത്ര എന്ന നിർദ്ദേശമെത്തി. ജൂട്ട് അപ്പോൾ ആ പ്രസന്റേഷനിൽ പറയുന്നത് ശ്രദ്ധിക്കുകയായിരുന്നു. പെട്ടെന്ന് അവളുടെ കണ്ണുകൾ നിറഞ്ഞൊഴുകുവാൻ തുടങ്ങി.

"ഇത്ര ശക്തമായൊരു വികാരം ഇതിനെക്കുറിച്ച് താങ്കൾക്ക് അനുഭവപ്പെടുന്നുവെങ്കിൽ താങ്കൾ ഇതേറ്റെടുക്കണം എന്ന് ഞാൻ അഭിപ്രായപ്പെടും" അവളുടെ മേലുദ്യോസ്ഥൻ അഭിപ്രായപ്പെട്ടു.

അവൾ കരയുകയാണെന്ന് അപ്പോഴും അവളറിഞ്ഞിരുന്നില്ല. അവൾ മറ്റുള്ളവരോട് മാപ്പ് പറഞ്ഞ്, ശൗചാലയത്തിൽ കയറി, മുഖം കഴുകി തിരികെ എത്തിയപ്പോഴേക്കും തീരുമാനമെടുത്ത് കഴിഞ്ഞിരുന്നു. ഈ യാത്ര അവൾ തിരഞ്ഞെടുത്തതല്ല. യാത്ര അവളെ തിരഞ്ഞെടുക്കുകയായിരുന്നു. ഒരു യാത്ര എന്ന ആശയത്തെ തന്നെ അവൾ വെറുത്തിരുന്നു. യാത്രകൾ വൈകാരികത നിറഞ്ഞതാണെന്ന് അവൾ കരുതിയിരുന്നു. അങ്ങനെ വൈകാരികതയിൽ മുങ്ങിത്താഴുന്നതിലും നല്ലത് മരണമാണെന്നും അവൾ കരുതിയിരുന്നു.

എട്ട്

ജൂട്ടിന് വളരെ അസാധാരണമായ ചിലത് ആ സായാഹ്നത്തിൽ സംഭവിച്ചു. ഹോട്ടൽ ഉടമ ഹാൻസുമായി അവൾ പ്രണയത്തിലായി. ആദ്യനോട്ടത്തിൽ തന്നെ. അയാളുടെ പ്രസന്നമായ മുഖം അവൾക്കിഷ്ടപ്പെട്ടു. തിളങ്ങുന്ന കണ്ണുകളും മീശയും ഇഷ്ടമായി. അയാളുടെ പഴയ ലോകവും കൊച്ചു പട്ടണത്തിൽ നിന്നുള്ള നല്ല മര്യാദകളും അവൾക്കിഷ്ടപ്പെട്ടു. ഹോട്ടലിലെത്തിയ നിമിഷത്തിൽ, അയാൾ അവരോടെല്ലാം പുഞ്ചിരിച്ചു. അതിലെന്തോ പ്രത്യേകതയുണ്ടെന്ന് അവൾക്ക് തോന്നി. ആ പുഞ്ചിരി കണ്ടപ്പോൾ അതുവരേക്കും അവൾക്ക് തോന്നാത്ത എന്തോ ഒരു വികാരം അവളിലുണർത്തി.

അയാളുടെ ശ്ലാഘനീയമായ സാന്നിദ്ധ്യം അവളിൽ ലജ്ജയുണർത്തി. അയാളുടെ കണ്ണുകൾ തന്നിൽ പതിക്കുന്നത് അവളറിഞ്ഞു. ശരീരം ചൂട് പിടിക്കുന്നതും. അപ്പോൾ അവിടെ നിന്നും രക്ഷപ്പെടണമെന്നൊരു തോന്നലുണ്ടായി. അതേ നിമിഷം ഈ അനുഭവത്തിൽ നിന്നും ഒരിക്കലും പുറത്ത് വരാത്തവണ്ണം അവിടെ തന്നെ നിൽക്കുവാനാകണേ എന്നും. അയാളുടെ നോട്ടത്തിൽ നിന്നും ഒരിക്കലും പുറത്ത് കടക്കരുത് എന്നും. അവൾ സംസാരിക്കാൻ ശ്രമിച്ചപ്പോഴൊക്കെ വാക്കുകൾ തൊണ്ടയിൽ കുരുങ്ങിക്കിടന്നു, വായ വരണ്ടുണങ്ങി.

സ്വന്തം വികാരങ്ങളിൽ സംഭ്രാന്തി പൂണ്ട അവൾ, താനേതോ വശീകരണത്തിനടിമപ്പെട്ടിരിക്കുന്നു എന്ന് ചിന്തിച്ചു.

ഒമ്പത്

ഉത്തമരായ എല്ലാ ജനങ്ങളേയും പോലെ താനൊരു സുന്ദരിയാണെന്ന് അവൾ കരുതിയതേയില്ല. തന്റെ അനാഡംബരത്വത്തെ വിളിച്ചുപറയുവാൻ എന്ന മട്ടിൽ അവൾ ഒട്ടും ചന്തമില്ലാത്ത കണ്ണട ധരിച്ചു. അവളെ പുകഴ്ത്തുക എന്നത് വളരെ വിഷമം പിടിച്ച ഒരു കാര്യമായിരുന്നു. അതുകൊണ്ട് തന്നെ പുരുഷന്മാർ അവൾ അപ്രാപ്യയും എന്നാൽ പ്രബലയുമാണെന്ന് കരുതി. അവൾ അവരെ ഭയക്കുവാൻ തുടങ്ങുന്നതിനു മുമ്പേ അവർ അവളെ ഭയന്നു. അവളുടെ വ്യക്തിത്വമെന്ന കൽച്ചുമരിനടുത്ത് അവരെത്തിയപ്പോൾ അവർക്കത് വ്യക്തമാകുകയും ചെയ്തു.

അവളുടെ മനസ്സിനെ സ്വാധീനിക്കുവാൻ ആർക്കുമായില്ല. അവൾ ധീരയും അഭേദ്യയും അക്ഷോഭ്യയുമായിരുന്നു. ദൃഢമായ തന്റെ സ്വഭാവഗുണങ്ങളെ ഒരു ഗദപോലെ അവൾ കൊണ്ടുനടന്നു. അവൾ ഏത് സംഘത്തിലായാലും ആ സംഘത്തിന്റെ നെടുംതൂണുകളിലൊന്നായി. ഇടപഴകുവാൻ അവസരം ലഭിച്ചവർ പലരും അവളെ കൂട്ടിയോജിപ്പിച്ചുണ്ടാക്കിയ കരുത്തുള്ള ഒരു വാഹനത്തോട് ഉപമിച്ചിരുന്നു. അവളാകട്ടെ പിടിച്ചടക്കുവാൻ അസാധ്യമായ തരം ചിത്രങ്ങളെ പ്രചോദിപ്പിച്ചുകൊണ്ടിരുന്നു.

പത്ത്

യാത്ര എന്ന ആശയത്തെ അവൾ സ്വകാര്യമായി പുച്ഛത്തോടെ മാത്രമേ കണ്ടിരുന്നുള്ളൂ. ഇപ്പോഴിതാ അവൾ അതിൽ ഒരു തരം കർമ്മഫലമെന്നതുപോലെ അകപ്പെട്ടിരിക്കുന്നു. മറ്റുള്ളവരിലാരിലെങ്കിലുമാണീ വികാരം കണ്ടെത്തിയതെങ്കിൽ അവൾ എതിനെ ആക്ഷേപഹാസ്യത്തോടെ നേരിടുമായിരുന്നു. അതുമാത്രമേ അവളിൽ നിന്നും പ്രതീക്ഷിക്കാമായിരുന്നുള്ളൂ.

എന്നാൽ, ഈ യാത്രാമദ്ധ്യത്തിൽ, ക്ഷീണിതയായി, ഭാരമേറിയ മാറാപ്പുകളുമായി ഒരു ഹോട്ടൽ ലോബിയിലെത്തിയതും ഹാസ്യമിഷ്ടപ്പെടുന്ന, സുന്ദരമായ മീശയുള്ള ഒരു മദ്ധ്യവയസ്കൻ സഹായിക്കാനെത്തിയതും അയാളിൽ താൻ തട്ടിത്തടഞ്ഞ് നിൽക്കുന്നതും അവളെ അമ്പരപ്പിച്ചു.

അവൾ കൈകൾ കൂട്ടിപ്പിടിച്ചു. തനിക്കൊരു ശക്തമായ താങ്ങ് വേണ്ടിയിരിക്കുന്നു എന്നവൾക്ക് തോന്നിച്ചതുപോലെയായിരുന്നു ആ കൂട്ടിപ്പിടുത്തം. ഒട്ടും ഭാരമില്ലാത്തതുപോലെ അയാൾ അവളുടെ നാല് സഞ്ചികളും തൂക്കിയെടുത്തു. ഇടനാഴിയുടെ അങ്ങേത്തലയ്ക്കലേക്ക് നടന്നു നീങ്ങിയപ്പോൾ, അവൾക്ക് അയാളെക്കുറിച്ച് മതിപ്പ് തോന്നി.

“നിന്റെ കവിളിൽ സൗന്ദര്യം തിരികെ കൊണ്ടുവരാനായി ഞാനൊരു വിന്റേജ് സ്വിസ് ബ്രാൻഡിയെടുത്തുകൊണ്ടുവരാം” കുസൃതി നിറഞ്ഞ ചിരിയോടെ അയാൾ പറഞ്ഞു.

ആമത്തോടുകൾകൊണ്ടുള്ള കണ്ണടയ്ക്ക് പുറകിലെ കണ്ണുകളിൽ അയാൾ നിറഞ്ഞ പുഞ്ചിരിയോടെ അവളെ നോക്കിയപ്പോൾ, ബ്രഹ്മാണ്ഡത്തിലെ മറ്റെല്ലാതിൽ നിന്നും അവളെ വേർപെടുത്തിയെടുത്തപ്പോൾ, എന്നോ മറന്ന് പോയ തന്റെ സ്ത്രൈണത തന്നിലുണരുന്നു. ഒരു

വലിയ പെട്ടി വിഴുപ്പിൽ നിന്നും ഒരു മുത്തുമണി ഉയർത്തിയെടുക്കുന്നതുപോലെയായിരുന്നു അയാളുടെ ആ നോട്ടം.

പെട്ടെന്ന് തന്റെ കൈകൾക്ക് എന്ത് ജോലി കൊടുക്കണമെന്ന് അവൾക്കറിയാതായി. കൈകൾക്ക് മാത്രമല്ല കത്തിക്കാളുന്ന അവളുടെ കവിളുകൾക്കും കണ്ണുകൾക്കും. കാലുകൾ നിലമെവിടെ എന്ന് പരതുകയാണെന്ന് തോന്നി. അവൾ ഇടനാഴിയിൽ നിന്നും ഓടിയകലുവാൻ വെമ്പി. അവളുടെ കഴുത്തപ്പോൾ ചുകന്ന് തുടങ്ങി.

പുറത്തെ ഇരുട്ടിലെത്തിയപ്പോൾ അവിടെ കൂട്ടിയിട്ടിരുന്ന മറ്റുള്ളവരുടെ ഭാണ്ഡക്കെട്ടുകളിൽ തട്ടിത്തടഞ്ഞ് അവൾ വീണു. മറ്റുള്ളവർ പറഞ്ഞത് അപ്പോൾ അവൾ കേട്ടില്ല. അതുവരേക്കും കേട്ടിട്ടില്ലാത്ത ഒരു പ്രത്യേക സംഗീതമായിരുന്നു അവളുടെ കാതുകളിലപ്പോൾ ഒഴുകിയെത്തിയത്. പുതിയ വികാരങ്ങൾ അവളുടെ ഉദരത്തിൽ ഇക്കിളിപ്പെടുത്തുന്നുണ്ടായിരുന്നു. തന്റെ ഉള്ളിലുള്ള എന്തോ ഇപ്പോൾ പൊട്ടിത്തകരുമോ എന്ന് തോന്നിപ്പോയി. അവൾ ഭയന്നു. ആ ഭയപ്പാടിൽ തനിക്ക് എന്തോ പ്രശ്നമുണ്ടെന്ന തീരുമാനത്തിൽ അവൾ എത്തിച്ചേർന്നു. പിന്നെ വളരെ വിഷമിച്ച് തന്റെ വികാരങ്ങളെ നിയന്ത്രണത്തിലാക്കുവാൻ അവൾക്ക് കഴിഞ്ഞു.

പതിനൊന്ന്

ഭാണ്ഡക്കെട്ടുകൾ കൂട്ടിയിട്ടിരിക്കുന്നതിനരികത്തു നിന്ന് ലാവോയും സാമും സംസാരിക്കുന്നത് അവൾ കണ്ടു. അവൾ അടുത്ത് വന്നപ്പോൾ അവരിരുവരും തല തിരിച്ച് അവളെ നോക്കി പുഞ്ചിരിച്ചു. എന്നാൽ ആ പുഞ്ചിരിയിൽ എന്തോ അസാധാരണത്വമുണ്ടായിരുന്നു. അവർ കളിയാക്കുകയായിരുന്നോ? ചിരി കൃത്രിമമായിരുന്നോ? മറ്റ് ചില മുഖങ്ങളിലും അവൾ ഇതേ ചിരി കണ്ടു. അവളെ നോക്കുന്ന പുരുഷന്മാരെല്ലാം ഇതുപോലെ ചിരിക്കുന്നു.

ആരോ തന്നെ കളിയാക്കുന്നു അല്ലെങ്കിൽ കബളിപ്പിക്കുന്നു എന്നൊരു തോന്നൽ. എന്നാൽ അതെന്താണെന്ന് അവൾക്ക് മനസ്സിലായില്ല. എന്നാൽ അത് ഇവിടെ എവിടെയോ ഉണ്ട്. അവരെല്ലാം അതിലുണ്ട്. ആരോ അവളെ വിഡ്ഢിയാക്കുന്നുണ്ട്. അവൾ ഇപ്പോൾ അപമാനിക്കപ്പെടും. ഇത് ഒരു കളിതമാശയല്ല എന്ന് അവളുടെ മനസ്സ് ഉറപ്പിച്ച് പറഞ്ഞു. അതിലും മോശമായ എന്തോ ആണത്. ആരോ അവളെ വശീകരിച്ചിരിക്കുന്നു. തനിക്ക് മേൽ ആഭിചാരം നടത്തിയിരിക്കുന്നു.

ജൂട്ടിന്റെ ഗാംഭീര്യമാർന്ന മുഖഭാവത്തിനു കീഴെ അന്ധവിശ്വാസമുള്ള ഒരു പ്രകൃതം പതിയിരിക്കുന്നുണ്ടായിരുന്നു. അന്ധവിശ്വാസമുള്ളവർ അതീവ സംവേദകത്വമുള്ളവരാകുന്നു. വശീകരണ മന്ത്രം പ്രയോഗിച്ച പുരുഷന്മാരെക്കുറിച്ചുള്ള കഥകൾ അവളുടെ കാതിൽ മുഴങ്ങി. വശീകരിച്ച് സ്ത്രീകളെ തങ്ങളുടെ അടിമകളാക്കിയവരുടെ കഥകളായിരുന്നു അവ. ഈജിപ്തിൽ നിന്നും സ്പെയിനിൽ നിന്നും ആഫ്രിക്കയിൽ നിന്നും യക്ഷിക്കഥകൾ പറയുന്ന നാട്ടുവൈദ്യരിൽ നിന്നും നാടോടികളിൽ നിന്നും പ്രണയപാനീയൗഷധങ്ങൾ ലഭിക്കും എന്ന് അവൾ കേട്ടിട്ടുണ്ട്. അതു നൽകി, സ്ത്രീകളെ വശീകരിച്ച്, പിന്നെ ഉപയോഗശൂന്യമെന്ന നിലയിൽ തള്ളിക്കളയപ്പെട്ട കഥകളും അവൾ കേട്ടിട്ടുണ്ട്. ആ സ്ത്രീകൾ അലഞ്ഞ് നടക്കുന്നു. തങ്ങളെ വശീകരിച്ച പുരുഷന്മാരെ തേടി അലയുന്നു. അവരെ തിരികെ ലഭിക്കുവാനായി എന്തും ചെയ്യാൻ തയ്യാറാകുന്നു.

പന്ത്രണ്ട്

അങ്ങനെ താൻ ഏതോ ഒരു വശീകരണത്തിലാണെന്ന് അവൾ ഗൗരവമായി ചിന്തിച്ചുകൊണ്ടിരുന്നപ്പോൾ, പെട്ടെന്ന്, *മലാസ്സോ* എന്നൊരു പേര് അവളുടെ മനസ്സിലേക്കെത്തി. അത് അവളിൽ ഒരു ഉൾക്കിടിലമുണ്ടാക്കി. അവളപ്പോൾ തടാകത്തിന്റെ അരികിലായിരുന്നു. അവിടെ നിന്ന് അങ്ങ് ദൂരെയുള്ള മലനിരകളെ നോക്കുകയായിരുന്നു. എന്നാൽ മലനിരകൾക്ക് പകരം കാണാനായത് ഇരുട്ടിനെ മാത്രമായിരുന്നു.

അവൾ തലയാട്ടി. താനെങ്ങിനെ ഈ തടാകക്കരയിലെത്തി എന്നദ്ഭുതപ്പെട്ടു. തടാകം അവൾക്ക് വളരെ ഇഷ്ടമായി. അതിന്റെ ഉപരിതലം വെട്ടിത്തിളങ്ങുന്നു. ആ തിളക്കം അതിന്റെ ആഴങ്ങളിലേക്കിറങ്ങിപ്പോകുന്നു. അവളുടെ കവിളിലപ്പോൾ കണ്ണീർചാലുകളുണ്ടായിരുന്നു. എന്നാൽ അതവളറിഞ്ഞില്ല. ചുറ്റിൽ നിന്നും ചില ശബ്ദങ്ങൾ വന്നത് അവളറിഞ്ഞു. തടാകത്തിൽ നിന്നാണാ ശബ്ദങ്ങൾ വരുന്നതെന്ന് അവൾക്ക് തോന്നി.

“ജൂട്ടിനെന്തോ പറ്റിയിരിക്കുന്നു.”

“അവൾ വെറുതെ ശൂന്യതയിലേക്ക് നോക്കിയിരിക്കുന്നു.”

“ഒരുപക്ഷേ അവസാനം പ്രകൃതി അവളിലേക്ക് പ്രവേശിച്ചിരിക്കുന്നു എന്ന് തോന്നുന്നു.”

“അങ്ങനെയൊന്ന് സംഭവിക്കാൻ എന്ത് ചെയ്യണം എന്ന് ചിന്തിക്കാറുണ്ട് ഞാൻ.”

“ഒന്നുകിൽ ഈ തടാകമാകണം അതിന്റെ കാരണം, അല്ലെങ്കിൽ പ്രണയം.”

“തടാകം തന്നെയാകണം. എന്നിലും അത് അതേ പ്രഭാവം ചെലുത്തുന്നുണ്ട്. എനിക്കതിൽ മുങ്ങിച്ചാകണം എന്ന് തോന്നി. അതിൽ മുങ്ങിച്ചത്ത് എന്നെത്തന്നെ പുതുക്കിയെടുക്കണം.”

“എനിക്ക് തോന്നുന്നത് പ്രണയമാണെന്നാണ്.”

അതുകേട്ട് അവരെല്ലാം ഒന്നിച്ച് ചിരിക്കുന്നു. ആ ചിരി പരിഹാസമായിരുന്നോ അതോ ഹാസ്യമായിരുന്നോ എന്ന് പറയുക വയ്യ.

വൈകാരികതയെ സ്പർശിച്ചുള്ള സംഭാഷണത്തിൽ കുപിതയായി, ജൂട്ട് നിയന്ത്രണത്തിലാക്കുവാൻ ശ്രമിച്ചു. അവൾ ഹോട്ടലിലേക്ക് തിരിച്ച് നടന്നു. അപ്പോൾ ആ സന്ധ്യാവെളിച്ചത്തിൽ പ്രോപറും സാമും കുറച്ച് ദൂരെ നിൽക്കുന്നത് അവൾ കണ്ടു. അവർ അവളെ കണ്ടിട്ടില്ല, ശ്രദ്ധിച്ചിട്ടില്ല. അവൾ സാവധാനത്തിൽ ഹോട്ടലിലേക്ക് തിരികെ നടന്നു. സുന്ദരനായ ഹോട്ടലുടമയുടെ വശീകരണത്തിൽ താൻ അടിമപ്പെടുകയില്ലെന്ന് അവൾ തീരുമാനിച്ചു.

അയാളെ നോക്കരുത്. അതാണ് ചെയ്യേണ്ടത്. എന്നാൽ ഇത് വളരെ വിഷമമാണെന്ന് അവൾക്ക് മനസ്സിലായി. എല്ലാവരും സുഖമായി ഹോട്ടലിലെ മുറികളിലെത്തി എന്ന് ഉറപ്പാക്കേണ്ടത് അവളുടെ ജോലിയാണ്. അതുകൊണ്ട് തന്നെ അയാളുമായി സംസാരിക്കാതിരിക്കാൻ പറ്റില്ല.അയാളുമായുള്ള സംഭാഷണങ്ങൾ കഴിയുന്നതും ഒഴിവാക്കുവാൻ അവൾ ശ്രമിച്ചു. അപ്പോഴും അയാൾ സുന്ദരനാണെന്ന് ചിന്തിക്കാതിരിക്കുവാൻ അവൾക്കായില്ല. അയാളുടെ തലയ്ക്ക് മീതെ അവളുടെ വ്യക്തിത്വത്തിന്റെ പൂർണ്ണ കരുത്ത് ചെലുത്തി, തന്റെ ഇഴഞ്ഞ മിതഭാഷിത്വത്തിൽ അയാളെ മെതിച്ചരയ്ക്കാനാകുമോ? അവൾ ശ്രമിച്ചു. എന്നാൽ അയാളിൽ അത് ഒരു ഭാവമാറ്റവുമുണ്ടാക്കിയില്ല. പകരം അവളുടെ പരുഷരീതികളിൽ അയാൾ ഭ്രമിച്ചുപോയതുപോലെ തോന്നി. അയാൾ കൂടുതൽ മൃദുവായി. ഈ ശ്രമങ്ങൾ അവളെ കുരുക്കിയിട്ടിരുന്ന വശീകരണത്തിൽ നിന്നും പുറത്ത് കടത്തിക്കുന്നതിനു പകരം അതിനെ കൂടുതൽ ആഴമുള്ളതാക്കി മാറ്റി. ഭാഗ്യമെന്ന് പറയട്ടെ, അവളുടെ കണ്ണട മാത്രം കണ്ണിലെ വികാരങ്ങളെ മറച്ച് വച്ചു. എല്ലാവർക്കും മുറികൾ ലഭിച്ചുവെന്നും മുറിയുടെ ചാവി ലഭിച്ചുവെന്നും ഉറപ്പ് വരുത്തി അവൾ മുകളിലെ നിലയിലേക്ക് പോയി.

പതിമ്മൂന്ന്

തടാകത്തിനഭിമുഖമായി വലിയ ബാൽക്കണിയുള്ള വിശാലമായ ഒരു മുറിയാണ് ഹാൻസ് തനിക്കായി നീക്കി വച്ചത് എന്നത് അവളെ സന്തോഷിപ്പിച്ചു. കിങ്ങ്സൈസി ലുള്ള കട്ടിലും മാർദ്ദവമേറിയ സോഫയും വെട്ടിത്തിളങ്ങുന്ന കുളിമുറിയുമുള്ള ആ മുറി സുഖകരവും ആഡംബരവും നിറഞ്ഞതുമായിരുന്നു. മുറിയും അന്തരീക്ഷവും അവളുടെ കോപത്തെ ഒന്നു തണുപ്പിച്ചു.

തടാകത്തിന്റെ അങ്ങേക്കരയിൽ, ഇരുണ്ട ആകാശത്തേക്ക് കയറിപ്പോകുന്ന മിന്നിക്കൊണ്ടിരുന്ന വെളിച്ചങ്ങൾ അവളെ ബാൽക്കണിയിലേക്കാകർഷിച്ചു. മലനിരകളുടെ നിഴലി ലേക്ക് അവൾ മിഴിയണയാതെ നോക്കി. ദീർഘമായൊന്ന് ശ്വസിച്ചു. കാറ്റ് കൊത്തുപണികൾ ചെയ്ത തടാകത്തിൽ തട്ടിത്തെറിച്ചു വന്ന മണിയൊച്ച ഹൃദയത്തിൽ സുന്ദരധ്വനി യുണർത്തി.

അവളുടെ മനസ്സിൽ ഓർമ്മകളുടെ വേലിയേറ്റമുണ്ടായി – ദുഃഖം നിറഞ്ഞ ബാല്യത്തെക്കുറിച്ചുള്ള ഓർമ്മകൾ. യക്ഷി ക്കഥകളിലും അവയിൽനിന്ന് രക്ഷപ്പെടണമെന്നുള്ള സ്വപ്ന ങ്ങളിലും കഴിഞ്ഞുപോയ ബാല്യം. ഈ ലോകമെന്തെന്ന് തിരിച്ചറിയുവാനാകാത്ത കാലത്ത്, എന്നോ ഒരിക്കൽ, പച്ച നിറമുള്ള ഒരു വസ്തു താനുമായി സൗഹൃദം സ്ഥാപിച്ചി രുന്നു എന്ന് അവ്യക്തമായൊരു ഓർമ്മയുണ്ട്. അത് അവളെ അദ്ഭുതപ്പെടുത്തി. അങ്ങനെ സംഭവിച്ചിട്ടുണ്ടോ അതോ താനിപ്പോൾ അങ്ങനെ ആലോചിച്ചതാണോ എന്നൊരു അദ്ഭുതം. അവൾ ആലോചിച്ചുകൊണ്ടിരുന്നു. അപ്പോൾ അങ്ങ് ദൂരെയെവിടേയോ ഭൂതകാലത്തിൽ നിന്നും ഒരു നിമിഷം അവളെ തേടിയെത്തി. ഇതുവരേക്കും ആ നിമിഷം തന്റേതല്ലെന്നും മറ്റാരുടേയോ ആണെന്നുമുള്ള ധാരണയി ലായിരുന്നു അവൾ.

അക്കാലത്ത് അവൾ വായിച്ചുകൊണ്ടിരുന്ന പുസ്തകത്തിൽ നിന്നും ഒരു മാലാഖ പറന്ന് പുറത്ത് വന്നു. അതുപറയാൻ അവൾ അമ്മയുടെ അരികിലേക്കോടിയെത്തി. അമ്മയുടെ മറുപടി വളരെ പരുഷമായിരുന്നു. ക്രൂരമായിരുന്നു. അതു കേട്ട് ആ മാലാഖ ജനലിലൂടെ പുറത്തേക്ക് പറന്ന് പോയി. പിന്നെയവൾ ഒരിക്കലും ആ മാലാഖയെ കണ്ടിട്ടില്ല. അത് അപ്രത്യക്ഷമായി. അതിനു ശേഷം അസ്വാഭാവികമായോ അല്ലെങ്കിൽ അദ്ഭുതകരമായോ ഇതുവരേക്കും ജൂട്ട് ഈ ലോകത്തിൽ കണ്ടിട്ടില്ല.

മാസ്മകരികതയിൽ അവൾക്കുണ്ടായിരുന്ന വിശ്വാസം അന്ന് തകർന്നുപോയി. നോവലുകൾ, കവിതകൾ, നാടകങ്ങൾ എന്നിവയും ചിന്തകളിൽ നിന്നുണരുന്ന മറ്റു കലാരൂപങ്ങളും സമയം പാഴാക്കുന്നവയാണെന്ന ചിന്തയുമായി അവൾ വളർന്നു. കഠിനാദ്ധ്വാനത്തിൽ മാത്രമായി അവളുടെ വിശ്വാസം.

പതിന്നാല്

തന്നിൽ നിന്നും ഒരിക്കൽ അകന്ന് പോയ മാലാഖയെ ക്കുറിച്ചുള്ള ഓർമ്മ അവളിലേക്കോടിയെത്തി. ബാൽക്കണി യുടെ കൈപ്പിടിയിൽ ചാരി നിന്ന അവൾ തടാകത്തിൽ വെളിച്ചം നൃത്തം ചെയ്യുന്നത് കണ്ടു നിന്നപ്പോൾ കരയാൻ തുടങ്ങി.

തണുത്ത ഇളം കാറ്റ് അവളുടെ കവിളിൽ മുത്തമിട്ടു. മല നിരകളുടെ നിഴലിലേക്ക് കണ്ണുകളുയർത്തിയപ്പോൾ ഒരു നിഴൽ അവളിലൂടെ കടന്ന് പോയോ എന്നൊരു സംശയം തോന്നി. പെട്ടെന്ന് എല്ലായിടത്തും മേഘങ്ങൾ നിറഞ്ഞു. അവളിൽ ഭയത്തിന്റെ നെഞ്ചിടിപ്പ് നിറഞ്ഞു. ഈ കൈപ്പിടി കളിൽ പിടിച്ച് കയറണമെന്നും തടാകത്തിലേക്ക് വീഴണ മെന്നുമുള്ള ഒരാഗ്രഹം എവിടെനിന്നെറിയാതെ അവളി ലേക്കെത്തി. മുങ്ങിമരിക്കാനുള്ള ഒരാഗ്രഹമാണ് അത്. അവൾ തടാകത്തിലേക്കുതന്നെ തുറിച്ച് നോക്കി നിൽക്കുക യായിരുന്നു. ഇരുണ്ട തേനിന്റെ നിറമുള്ള ഇരുട്ട് സന്തോഷ ത്തിലൂടെ ഒരു സ്വരം ഒഴുകി വന്നു:

“സന്തോഷമായിരിക്കുമ്പോൾ മരിക്കുക. ഇവിടെ നിന്ന് കുത്തനെയുള്ള ഇറക്കമാണ്. ചാടൂ!”

ആ സ്വരം സാന്ത്വനം നൽകുന്നുണ്ട്. രാവിന്റെ സൗന്ദര്യം അവളെ മദിച്ചു. തടാകത്തിന്റേയും മലനിരകളുടേയും ഗാംഭീര്യം, ഇരുട്ടിനെ തോരണം ചാർത്തി നിൽക്കുന്ന ഒരായിരം വിളക്കുകൾ എല്ലാം അവളുടെ മനസ്സിനെ മഥിച്ചു.

“ചാടൂ!” ആ സ്വരം വീണ്ടും പ്രലോഭിപ്പിക്കുന്നു.

ഒരു നിമിഷത്തേക്ക് അവൾ വിസ്മൃതിയുടെ നിർവൃതി എന്തെന്നറിഞ്ഞു.

“മരണം സുന്ദരമാണ്. ജീവിതം മുഴുക്കെ നീ കാത്തിരുന്നിരുന്നത് അതിനെ മാത്രമാണ്. യുവത്വത്തിൽ തന്നെ മരിക്കൂ. അതെളുപ്പമാണ്. ചാടൂ!” ആ സുന്ദരസ്വരം മന്ത്രിച്ചു.

അതെളുപ്പമാണ്. താൻ എടുത്ത് ചാടുന്നത് അവൾക്ക് കാണാനാകുന്നു. കാറ്റ് അവളെ തഴുകി മുകളിലേക്കൊഴുകുന്നത് അവളറിയുന്നു. ഒരു നർത്തകിയെപ്പോലെ അവൾക്ക് ഉയർന്ന് ചാടാം. തടാകത്തിന്റേയും ആകാശത്തിന്റേയും ഇരുണ്ട ലാവണ്യത്തിൽ അവൾ മരിക്കും. ആ അസുലഭ നിമിഷത്തിനായി ജീവിതത്തിലെ ഏറ്റവും നല്ല മുഹൂർത്തം തന്നെ അവൾ തിരഞ്ഞെടുക്കും. സന്തോഷപൂർവ്വമുള്ള മരണം എന്നത് അപൂർവ്വമായ അനുഗ്രഹമാകും. അവൾ കയറുവാൻ തുടങ്ങി. കൈപ്പിടികളുടെ തണുപ്പ് അവളറിഞ്ഞു. അപ്പോൾ റോസാപൂക്കളുടെ സുഗന്ധവുമായി ഒരു കാറ്റ് എവിടേനിന്നോ അവൾക്കരികിലെത്തി. ഏതോ ഇച്ഛാശക്തിയുടെ പ്രയത്ന സാഫല്യം. അവൾ ബാൽക്കണിയുടെ അരികിലേക്ക് തട്ടിത്തടഞ്ഞ് വീണു.

പതിനഞ്ച്

തന്റെ ചെവിയിൽ മന്ത്രിച്ചുകൊണ്ട് ആരോ പുറകിലുണ്ട്. പാതി പ്രതീക്ഷയുമായി അവൾ തിരിഞ്ഞ് നോക്കി. ആരുമുണ്ടായിരുന്നില്ല. ആ രാത്രിയിൽ അപ്പോൾ *മലാസ്സോയു*ണ്ടായിരുന്നോ എന്നൊരു സംശയം.

"എനിക്ക് എന്താണ് സംഭവിച്ചുകൊണ്ടിരിക്കുന്നത്?" അവൾ ഉച്ചത്തിൽ അദ്ഭുതപ്പെട്ടു.

തന്റെ ഇരുമ്പുകവചം ഇങ്ങനെ പൊളിഞ്ഞ് വീഴുന്നത്, പ്രണയവും മരണവുമൊത്തുള്ള തന്റെ ഈ ശൃംഗാരം, അവളിൽ ആശയക്കുഴപ്പമുണ്ടായി. എന്നാൽ അതിനൊരു മധുരമുണ്ട്. എന്താണ് സംഭവിച്ചുകൊണ്ടിരിക്കുന്നത് എന്നവൾക്ക് മനസ്സിലാക്കാനാകുന്നില്ല.

അവൾ മുറിയിൽ തിരിച്ചെത്തി. തന്റെ ബാഗിലുള്ളതെല്ലാം പുറത്തേക്കെടുത്ത് ഒതുക്കി വയ്ക്കുവാൻ തുടങ്ങി. തന്റെ വസ്ത്രങ്ങളെ ഇതിനു മുമ്പ് കണ്ടിട്ടേയില്ല എന്ന മട്ടിൽ നോക്കുവാൻ തുടങ്ങി. പിന്നെ കുളിമുറിയിലേക്ക് കടന്നു. തലയിൽ വെള്ളം വീണപ്പോൾ സുഖം തോന്നി. വസ്ത്രം ധരിച്ച് താഴേക്ക് അത്താഴത്തിനായിറങ്ങി. തന്റെ മനോഭാവം നിയന്ത്രിക്കാനായി ഇടയ്ക്ക് ചില ആശ്ചര്യഭാവങ്ങൾ പ്രകടിപ്പിച്ചതൊഴിച്ചാൽ അത്താഴമേശയിൽ അവൾ മൗനം പാലിച്ചു. യാത്രയുടെ രസവിദ്യ അവളിൽ പ്രവർത്തിച്ചു തുടങ്ങിയത് ആരും ശ്രദ്ധിച്ചില്ല.

പതിനാറ്

മാറുന്ന മാനസികനിലയുള്ളവൾ - അതാണ് റിലി. അവൾക്കത് നിയന്ത്രിക്കാനാകുന്നില്ല. അവളുടെ മുഖത്തെപ്പോഴും വികാരങ്ങൾ അലതല്ലുന്നതിന്റെ രഹസ്യം അതായിരുന്നു. മാടപ്രാവിന്റേതുപോലെ ദീനമായ നോട്ടവും ഒരു കലാകാരിയുടേത് പോലെ ഊർജ്ജസ്വലമായ മുഖമാണവളുടേത്. ദുഃഖച്ഛായയുള്ള, മധുരമൂറുന്ന, കണ്ണുകൾ. എപ്പോഴും സന്തോഷിക്കുവാനറിയുന്ന ഒരു അനാഥയെപ്പോലെയായിരുന്നു അവൾ.

ചടുല നീക്കങ്ങളുള്ളവൾ. ആൺകുട്ടികളുടേതുപോലെയുള്ള പെരുമാറ്റ രീതി. എന്ത് ജോലിയേല്പിച്ചാലും ചെയ്യുവാൻ തയ്യാർ. അത് അവളെ ഒരു നല്ല ക്യാമറ സഹായിയാക്കി.

പെട്ടെന്ന് നിർവചിച്ചെടുക്കാനാകില്ല. നിന്ന നിൽപിൽ അപ്രത്യക്ഷയാകുവാനുള്ള അപാരമായ ഒരു കഴിവുണ്ട് റിലിക്ക്. ആരുമറിയാതെ, നിങ്ങളുടെ കണ്ണുകൾക്ക് മുന്നിൽ വച്ച്, അവൾ നിശ്ശബ്ദം വായുവിലലിഞ്ഞ് പോകും.

തന്റെ നേരെ മുന്നിൽ നിൽക്കുന്ന അവളെ കണ്ടുകിട്ടുവാൻ സാം പലപ്പോഴും ബുദ്ധിമുട്ടിയിട്ടുണ്ട്. അത് അവൾക്ക് മാത്രമറിയാവുന്ന ഒരു സൂത്രവിദ്യയാണ്. അവൾ നിങ്ങളുടെ കണ്ണിലേക്കുറ്റു നോക്കും. എന്നിട്ട് അപ്രത്യക്ഷയാകും. നിങ്ങൾ അവളെ തിരയുവാൻ തുടങ്ങിയാൽ അവൾ അതേ നിമിഷത്തിൽ നിങ്ങളുടെ മുന്നിൽ പ്രത്യക്ഷപ്പെടുകയും ചെയ്യും. ഒരു മാന്ത്രികയുടെ കയ്യടക്കത്തോടെയാണവൾ ഇതെല്ലാം ചെയ്യുന്നത്.

ഹൃദയത്തെ ആനന്ദിപ്പിക്കുവാൻ അപാരമായ കഴിവുണ്ട്, ഒരു കുറുക്കന്റെ സൂത്രമുണ്ട്, മരുഭൂമിയിൽ കാണുന്ന

പാമ്പുകളുടെ വേഗതയുണ്ട്, ഒരു ചാട്ടയുടേതുപോലെ പൊടുന്നനെ പൂർവ്വസ്ഥിതി പ്രാപിക്കുവാനുള്ള നൈസർ ഗ്ഗികതയുമുണ്ട്, അവൾക്ക്.

സങ്കീർണ്ണമായ അസ്തിത്വം എന്നാണ് സാം അവളെ ക്കുറിച്ച് കരുതുന്നത്. ഇതുപോലെ ഒരുവളെ അയാൾ ഇതിനു മുമ്പ് കണ്ടിട്ടില്ല. അവളുടെ മാതാപിതാക്കൾ ജീവിച്ചിരിപ്പുണ്ട്. പൂർണ്ണആരോഗ്യത്തോടെയുണ്ട്. എന്നിട്ടും കണ്ടാൽ അവളൊരു അനാഥയാണെന്ന് തോന്നും. സുന്ദരനായ ഒരു കാമുകനുണ്ടായിരുന്നു അവൾക്ക്. എന്നിട്ടും കാണുമ്പോൾ അവളൊരു ആൺ കുട്ടിയല്ലേ എന്ന് സംശയം തോന്നും. സെക്സിയായുള്ള ഒരു പാവാടയിട്ട്, മേയ്ക്കപ്പ് ചെയ്താൽ അവൾ മനം മയക്കുന്ന സുന്ദരിയാകും. ചോദ്യങ്ങളില്ലാതെ എല്ലാ ഉത്തരവുകളും അവൾ ശിരസ്സാവഹിക്കും എന്നാലും കണ്ടാൽ അവളൊരു അരാജകവാദിയല്ലേ എന്ന തോന്നലുമുണ്ടാകും.

മറ്റുള്ളവരിൽ പോലും ആത്മവിശ്വാസം നിറയ്ക്കുന്ന പുഞ്ചിരിയുമായി അവൾ അവളുടെ മാസ്മരിക ജോലി കൾ ചെയ്തുകൊണ്ടേയിരുന്നു. തന്നെക്കുറിച്ച് അവൾ ഒരിക്കലും ആരോടും വിശദീകരിച്ചില്ല. എന്നും അവൾ പുതിയ വിദ്യകൾ ശീലിക്കുന്നുണ്ടോ എന്ന് തോന്നി പ്പോകും. അവളെ നിർമ്മിച്ചത് മാംസത്താലേയല്ല, വെള്ളി കൊണ്ടാണെന്നതുപോലെയായിരുന്നു അവളുടെ ഓരോ ചലനങ്ങളും. വെള്ളിയല്ലെങ്കിൽ അതുപോലെ പെട്ടെന്ന് രൂപം മാറാവുന്ന മറ്റെന്തെങ്കിലും വസ്തു ഉപയോഗിച്ച്. ഒരു ഭൗതിക വസ്തുവിനേക്കാൾ ഒരു ആത്മാവാണ് അവൾ. മെലിഞ്ഞ ഒരു ശരീരത്തിൽ കുടുങ്ങിപ്പോയ പാതി മാലാഖ.

അവളുടെ മുഖത്തെ ഭാവവുമില്ലായ്മ പ്രത്യേകിച്ച് സംഭ്ര മവും വല്ലായ്മയും വരുത്തുന്നതായിരുന്നു. ഒരു ദിവസം മുഴുവൻ സംഘത്തിലുണ്ടെങ്കിലും തന്നെ ആരും ശ്രദ്ധിച്ചില്ലെന്ന് വരാം എന്നതാണ് ആ ഭാവം. പിന്നെ യൊരിക്കൽ ആ ദിവസത്തെക്കുറിച്ച് ഓർത്തെടുത്താൽ,

അവരുടെ ഓർമ്മയ്ക്ക് തീർപ്പ് കല്പിക്കുവാനാകാത്ത ഒരു സാന്നിദ്ധ്യവുമായിരുന്നു അവൾ.

അവൾ സമയത്തിന് പഴുതുകളിട്ടു. തന്റെ അസാന്നിദ്ധ്യത്തെ ധർമ്മാചാരമാക്കി, ഒരു തരം കരുത്താക്കി. നിഷ്പക്ഷത എന്ന മുഖം മൂടി നൽകിയ നാടകീയ കരുത്തിനെ അവൾ ദുർഗ്രഹമായ ശൂന്യതയാക്കി.

ഓരോ തവണയും തനിക്ക് റിലിയെ വീണ്ടും കണ്ടെത്തേണ്ടതുണ്ടെന്ന് സാം തിരിച്ചറിഞ്ഞു. പൂർത്തീകരിക്കാത്ത ഒരു പെയ്ന്റിങ്ങ്പോലെയായിരുന്നു അവൾ. വല്ലഭത്വങ്ങളാൽ ജീവസ്സുറ്റത്. ഓന്തിനെപ്പോലെ ഏതൊരു മാനസികാവസ്ഥയ്ക്കുമനുസരിച്ച് നിറം മാറുവാൻ അവൾക്കാകുമായിരുന്നു. വ്യക്തിയുടെ അടുത്ത നീക്കം എന്തായിരിക്കും എന്ന് പ്രതീക്ഷിക്കുവാനുള്ള ആശ്ചര്യകരമായ കഴിവ് അവളിലുണ്ടായിരുന്നു. ചിലപ്പോൾ അത് സംഭവിക്കുന്നതിന്റെ ഏതാനും നിമിഷങ്ങൾക്ക് മുമ്പ് അവൾ അത് അഭിനയിച്ച് കാണിക്കുമായിരുന്നു.

റിലിയേക്കാൾ *മലാസ്സോ*യുമായി ഇത്രയും സമരസപ്പെട്ട മറ്റൊരാളില്ലായിരുന്നു.

പതിനേഴ്

സാം ആദ്യമായി റിലിയെ കണ്ടുമുട്ടിയത് ഇപ്പോഴും ഉത്തരം ലഭിക്കാത്ത പ്രഹേളികയാണ്.

തനിക്കൊരു സഹായിയെ വേണമെന്ന സാമിന്റെ പരസ്യത്തിനു അഞ്ചാമതായി പ്രതികരിച്ചത് അവളായിരുന്നു. സാമിന്റെ ഫോണിലെ ആൻസറിങ്ങ് മെഷീനിൽ അവൾ സന്ദേശം അയച്ചു.

“ഞാൻ റിലി. താങ്കളുടെ ക്യാമറ സഹായി അപേക്ഷകരിൽ ഞാൻ അഞ്ചാമത്തേതാണല്ലേ? ഞാൻ ചുവന്ന വസ്ത്രം ധരിച്ചെത്തും. ഗുഡ് ബൈ. ഒരു കാര്യം പറയാൻ വിട്ട് പോയി. സ്വർണ്ണമത്സ്യത്തെക്കുറിച്ച് ഒരു വേവലാതിയിലാണ് ഞാൻ. താങ്കൾക്ക് സ്വർണ്ണമത്സ്യങ്ങളെ ഇഷ്ടമാണോ?”

സാമിന്റെ ഫ്ളാറ്റിൽ വച്ചായിരുന്നു അഭിമുഖം. ആ ദിവസം നാലുപേരെത്തി. എന്നാൽ അതിൽ ചുവന്ന വസ്ത്രം ധരിച്ചവർ ആരുമുണ്ടായിരുന്നില്ല. നാലുപേരിൽ രണ്ട് പേർ പുരുഷന്മാരും രണ്ട് പേർ സ്ത്രീകളുമായിരുന്നു. നാലുപേർക്കും ആ ജോലി ലഭിക്കണമെന്ന ആഗ്രഹമുണ്ടായിരുന്നു. അഭിമുഖം കഴിഞ്ഞപ്പോൾ ഇതിൽ ആരായാലും കുഴപ്പമില്ല എന്ന് സാം മനസ്സിൽ പറഞ്ഞു. എങ്കിലും എന്തോ ഒരു അസ്വസ്ഥത അയാളെ അലട്ടി.

അയാൾ അഞ്ചാമത്തെ വ്യക്തിയെ പ്രതീക്ഷിച്ചിരുന്നു. ഇടയ്ക്കിടെ വാതിൽക്കലെത്തി. തന്റെ ആൻസറിങ്ങ് മെഷീൻ പരിശോധിച്ചു. ജനലിലൂടെ പുറത്തേക്ക് നോക്കി. ആരേയോ പ്രതീക്ഷിക്കുന്നതുപോലെ, എന്തോ ഒരു വിഷമം. അവസാനം ദേഷ്യം വന്നു. കോപം അടിച്ചമർത്തുന്നതിനായി ഒന്ന് നടന്ന് വരാം എന്ന് തീരുമാനിച്ചു.

പുറത്തിറങ്ങിയപ്പോൾ ഇടനാഴിയിൽ ലിഫ്റ്റിനു സമീപം ഒരു ആൺകുട്ടി കാലിന്മേൽ കാലുകയറ്റി ഇരിക്കുന്നത് കണ്ടു. അവന്റെ കൈയിൽ ഒരു പ്ലാസ്റ്റിക് ഉറയുണ്ടായിരുന്നു. അതിലൊരു സ്വർണ്ണമത്സ്യവും. വെട്ടിത്തിളങ്ങുന്ന ആ സ്വർണ്ണമത്സ്യത്തെ തന്നെ നോക്കിയിരിക്കുകയാണ് അവൻ. മുഖത്ത് പാതി വിടർന്ന ഒരു പുഞ്ചിരിയുണ്ട്. ആ ചെറിയ മീനിന്റെ വട്ടം വട്ടം ചുറ്റിയുള്ള നീക്കങ്ങളിൽ രസകരമായ എന്തോ അവൻ കാണുന്നു.

സാം അടുത്തെത്തിയപ്പോൾ അവൻ എഴുന്നേറ്റ് നിന്നു. ലിഫ്റ്റിന്റെ വാതിൽ തുറന്നു. അവൻ അയാളേക്കാൾ മുമ്പ് അതിനകത്ത് കയറി. എന്നാൽ സാം അകത്ത് കയറിയപ്പോൾ ലിഫ്റ്റിനകത്ത് ആരുമില്ല! തനിക്ക് വെറുതെ തോന്നിയതായിരിക്കും എന്ന് കരുതി അയാൾ പുറത്തിറങ്ങി. ചുറ്റിലും നോക്കി. അവിടെ ആരുമുണ്ടായിരുന്നില്ല. നിലത്ത് മിഠായിയുടെ ഒരു ഒഴിഞ്ഞ കൂട് കിടപ്പുണ്ടായിരുന്നു. അടുത്തൊന്നും വേറെ വാതിലില്ല. അടിയന്തിരാവശ്യങ്ങളിൽ പുറത്തിറങ്ങാനുള്ള വാതിൽ ഇടനാഴിയുടെ അങ്ങേതലയ്ക്കലാണ്. അതുവരേക്കും ഇത്ര പെട്ടെന്ന് എത്തണമെങ്കിൽ അസ്വാഭാവികമായ വേഗതയുണ്ടാകണം.

ആശ്ചര്യത്തോടെ സാം ലിഫ്റ്റിലേക്ക് തിരിച്ച് കയറി. താഴേക്കിറങ്ങുവാനുള്ള ബട്ടണിൽ വിരലമർത്തി. എന്നാൽ ലിഫ്റ്റ് മുകളിലേക്ക് കയറി. അഞ്ചാം നിലയിലേക്ക്. വാതിൽ തുറന്നപ്പോൾ സാമിന് തലകറങ്ങുന്നത് പോലെ തോന്നി. ആ പയ്യൻ ഇതാ ലിഫ്റ്റിനു മുന്നിൽ കാലിന്മേൽ കാലു കയറ്റി വച്ചിരിക്കുന്നു. പക്ഷേ ഇപ്പോൾ അവന്റെ കൈയിൽ സ്വർണ്ണമത്സ്യമില്ല. അവനിപ്പോൾ ധരിച്ചിരിക്കുന്നത് ചുവന്ന ട്രൗസറാണ്. അവൻ ഉറങ്ങുകയാണ്.

സാമിന് തന്നെ ഈ അന്ധാളിപ്പിൽ നിന്നുമൊന്ന് ഉണർത്തുവാനാകുന്നതിനു മുമ്പ് ലിഫ്റ്റിന്റെ വാതിലടഞ്ഞു. അടഞ്ഞ് വരുന്ന വാതിലിന്റെ വിടവിലൂടെ ആ പയ്യൻ എഴുന്നേറ്റോടുന്നത് കണ്ടുവെന്ന് അയാൾക്ക് ആണയിടുവാനാകും. അതിനു ശേഷം ഒന്നും സംഭവിക്കാതെ ലിഫ്റ്റ് താഴത്തെ നിലയിലെത്തി.

പതിനെട്ട്

സ്ടോക്ക് ന്യൂയിങ്ങ്ടണിലെ നല്ല വെയിലുള്ള ഒരു ദിവസമായിരുന്നു അത്. ആകാശത്തിൽ സ്വർണ്ണ നിറം മാത്രം കാണാമായിരുന്നു. ഒന്ന് നടക്കാനാണ് സാം ഇറങ്ങിയത്. എന്നാൽ അധികം ദൂരെപ്പോകാതെ, തെരുവ് കച്ചവടക്കാർക്ക് സമീപം അയാൾ നിന്നു. വേനലിൽ പോലും അപൂർവ്വമായി ലഭിക്കുന്ന ഒരു ദിവസം. അതു കൊണ്ടുതന്നെ താഴേക്കിറങ്ങിയപ്പോൾ ക്യാമറ കൈയിൽ വയ്ക്കാത്തതിൽ അയാൾക്ക് ദുഃഖം തോന്നി.

പാവകളെ വിൽക്കുന്ന ഒരു കട കണ്ടു. അവിടെ വെളുത്ത നിറമുള്ള ഒരു കാറുണ്ട്. അതിന്മേൽ *അർക്കാഡിയ* എന്നെ ഴുതിയിട്ടുണ്ട്. ചുവന്ന അക്ഷരങ്ങളിലാണതെഴുതിയിരി ക്കുന്നത്. അയാൾ ആ കടയിലേക്ക് നടന്നു. അപ്പോൾ അതിനടുത്തൊരു കടയിൽ സ്വർണ്ണമത്സ്യങ്ങളെ വിൽ ക്കുന്നത് കണ്ടു. കുമിളകൾ പൊട്ടിവിരിയുന്ന അക്വേറി യത്തിൽ അവ കിടന്ന് വട്ടം കറങ്ങുന്നതും. അവിടെ നിന്ന് തിരിച്ച് നടക്കാൻ തുടങ്ങിയപ്പോൾ ആകാശത്തു നിന്നെന്നപോലെ ഒരു ശബ്ദമെത്തി.

“അപ്പോൾ, സ്വർണ്ണമത്സ്യങ്ങളെ ഇഷ്ടമാണോ?”

സാം എന്തോ പറയാൻ തുനിഞ്ഞു. ചുറ്റിലും നോക്കി. പക്ഷേ അടുത്തൊന്നും ആരുമില്ല. ജനം ഒന്നുകിൽ കാഴ്ചകൾ കണ്ട് നടക്കുന്നു. അല്ലെങ്കിൽ അവർക്ക് വാങ്ങേണ്ടവയ്ക്കായി തിരക്ക് കൂട്ടുന്നു. കടയിലെ, ചുവന്ന മുഖമുള്ള ഒരു സഹായി, തെരുവിനപ്പുറത്തിരുന്ന് ഷൂസിന്റെ ചരടുകൾ കെട്ടുവാനായി കുമ്പിട്ടിരിക്കുന്ന ഒരു പെൺകുട്ടിയെ നോക്കുന്നു. അത് കണ്ടപ്പോൾ സാമിന്റെ ഹൃദയമിടിപ്പ് വർദ്ധിച്ചു.

“എന്റെ ലാസിയക്കൊരു കൂട്ടിനായി ഞാൻ മൂന്നെണ്ണ ത്തിനെക്കൂടി വാങ്ങി.”

അതെ, ഇതാ അവൻ അഥവാ അവൾ. തന്റെ കണ്ണുകൾക്ക് മുന്നിൽ. മാംസം കൊണ്ടുള്ളൊരു മരീചിക പോലെ.

"നിങ്ങളെല്ലേ....?" സാം വീണ്ടും എന്തോ പറയാൻ തുനിഞ്ഞു. തുടങ്ങിയത് പൂർത്തിയാക്കുന്നതിനു മുമ്പേ അവൾ അപ്രത്യക്ഷയായിരുന്നു. സാം തിരിഞ്ഞ് നോക്കി. അപ്പോൾ അവൾ പുറകിൽ നിൽക്കുന്നത് കണ്ടു. അവൾ തന്റെ പുറകിലെ സഞ്ചി കെട്ടിയുറപ്പിക്കുകയായിരുന്നു.

സാമെന്തെങ്കിലും പറയുന്നതിനു മുമ്പ് അവൾ പറഞ്ഞ് തുടങ്ങി. "നിങ്ങൾ ഒരു ക്യാമറ സഹായിയെയാണ് അന്വേഷിക്കുന്നതെങ്കിൽ ഞാൻ തയ്യാർ. ജർമ്മനിയിലെ ബ്ലാക്ക് ഫോറസ്റ്റുകാരിയാണ്. ഇപ്പോൾ താമസം ലണ്ടനിൽ. ഞാൻ മതിയോ?"

സംസാരിക്കുന്നതിനിടയിൽ അവൾ വിറയ്ക്കുന്നുണ്ടായിരുന്നോ എന്ന് തോന്നി.

ഏതോ വശീകരണത്തിനടിപ്പെട്ടതുപോലെ അയാൾ അവളെ ഉടൻ നിയമിച്ചു.

സഹായിയായി ഒരു പെൺകുട്ടിയെ നിയമിച്ചിരിക്കുന്നു എന്ന് ജിമ്മിനെ അറിയിച്ചു. അവൾ അപരിചിതയാണെന്നത് മാത്രം അയാൾ മറച്ച് വച്ചു. തന്റെ രഹസ്യായുധമാകും അവൾ. ചിത്രീകരണത്തിനിടയിലെ തന്റെ വിധിവൈപരീത്യങ്ങൾക്കിടയിൽ താനുപയോഗിക്കുന്ന ഭാഗ്യദാതാവ്. കഠിനാദ്ധ്വാനിയായിരുന്നു അവൾ. കഴിവുള്ളവളായിരുന്നു. യന്ത്രം കണക്കെ പണിയെടുക്കുന്ന സഹായി. വിശ്വസ്തയായ കാവൽ നായയെപ്പോലെ. പലപ്പോഴും അപ്രത്യക്ഷയാകുവാൻ വേണ്ട കൗശലങ്ങൾ കണ്ടുപിടിക്കുന്നതിൽ അതീവ വൈദഗ്ധ്യമുള്ളവൾ. അവൾ പിന്നെ ഒരു ഭാഗ്യദാതാവിലും കവിഞ്ഞെന്തൊക്കെയോ ആയി.

പത്തൊമ്പത്

ബി എന്ന പട്ടണത്തിലെ ഹോട്ടലിൽ അവരെത്തിയപ്പോൾ റിലിയിൽ ചില മാറ്റങ്ങളുണ്ടായി. അവൾ പണ്ടത്തേതിനേക്കാൾ പ്രത്യക്ഷയായി തുടങ്ങി. മുമ്പ് അവളെ ശ്രദ്ധിക്കാത്തവർ പോലും അവളോട് ചോദ്യങ്ങൾ ചോദിക്കുവാൻ തുടങ്ങി. ഇരിക്കുന്നിടത്തേക്ക് ഇത്തിരി നേരം തുറിച്ച് നോക്കിയിരുന്നാൽ അവളെ തൊട്ടറിയുവാനാകും എന്ന് ലാവോ കണ്ടെത്തി.

തനിക്കു സംഭവിച്ച ഈ ചെറിയ മാറ്റം റിലിയും ശ്രദ്ധിച്ചിരുന്നു. അവൾക്കത് വിഷമമുണ്ടാക്കി. സ്വസ്ഥതയില്ലാത്തവളാക്കി. മറ്റുള്ളവരുടെ നോട്ടങ്ങളിൽ നിന്നും തെന്നി നീങ്ങുവാൻ അവൾ ശ്രമിച്ചുകൊണ്ടിരുന്നു. കണ്ണുകൾ അവളിൽ നിക്ഷേപിക്കപ്പെടുന്നു എന്നറിയുമ്പോഴെല്ലാം അവൾ ഒളിച്ചിരിക്കുവാൻ ശ്രമിച്ചു. എന്നാൽ ഈ ശ്രമങ്ങളെല്ലാം അവളെ ശ്രദ്ധിക്കുന്നവളാക്കി, കൂടുതൽ പ്രത്യക്ഷയാക്കി.

“നിനക്ക് എന്ത് പറ്റീ?” അന്ന് അത്താഴത്തിനിരിക്കുമ്പോൾ ജിം പെട്ടെന്ന് അവളോട് ചോദിച്ചു.

“എനിക്കറിയില്ല,” എന്ന് മാത്രമേ റിലിക്ക് പറയുവാനായുള്ളൂ. “ചുറ്റിലും എന്തോ ഉണ്ട്. എനിക്കറിയാവുന്ന ആരോ അടുത്തുള്ളതുപോലെ, എന്നാൽ എനിക്ക് അയാളെ കാണാനാകുന്നില്ല. എന്റെ ചർമ്മത്തിൽ ആരോ ചൂടുവച്ചിരിക്കുന്നതുപോലെ.”

അതിനുശേഷം അന്ന് ജിം അവളെ കാണുകയുണ്ടായില്ല. അത് പറഞ്ഞുകൊണ്ടിരിക്കേ അവൾ പെട്ടെന്ന് അനങ്ങാതായി. അനങ്ങാതെയിരിക്കുമ്പോൾ അവളെ കാണുക എന്നത് കൂടുതൽ ബുദ്ധിമുട്ടായിരുന്നു.

ജിം ആകട്ടെ വീണ്ടും ഇച്ഛാശക്തിയെക്കുറിച്ചുള്ള തന്റെ പ്രഭാഷണത്തിലേക്ക് മടങ്ങിപ്പോകുകയും ചെയ്തിരുന്നു.

ഇരുപത്

ഒട്ടും താത്പര്യമില്ലാതെ മൊഴിഞ്ഞ ചില വാക്കുകൾ ഒഴിച്ചു നിർത്തിയാൽ അത്താഴമേശയിൽ റിലി മിക്കവാറും മൗനിയായിരുന്നു.

അവൾ എഴുന്നേറ്റ് പോയത് ആരും ശ്രദ്ധിച്ചില്ല. ഇരുട്ടിലേക്കിറങ്ങി. അവൾ തടാകക്കരയിലെ ഒരു ബഞ്ചിലിരുന്നു. കരയിലുരസുന്ന തിരകളുടെ മൃദുവായ സ്വരത്തിന് കാതോർത്തു. കാണാനാകാത്ത ആ വ്യക്തിയുടെ സാന്നിദ്ധ്യം അവളറിയുന്നുണ്ട്. മലമടക്കുകളിൽ നിന്ന് കാറ്റ് ഇറങ്ങി വന്നു. അവളുടെ ചർമ്മത്തിലെ ചൂട് കുറഞ്ഞു വന്നു.

ഇരുപത്തിയൊന്ന്

അന്ന് രാത്രി, മെത്തയിൽ കിടന്ന്, പ്രോപർ ആദികാലത്തിലേക്കു തിരിച്ചുപോയി. എന്നിട്ട് കാലത്തിന്റെ മറുകരയിൽ നിന്നു വരുന്ന ശബ്ദവീചികൾക്കായി ചെവിയോർത്തു.

മലനിരകളുടെ സ്വരത്തിലേക്ക്, കാറ്റിന്റെ സ്വരത്തിലേക്ക്, ഭൂമിയുടെ അരികിൽ താളമിടുന്ന വെള്ളത്തിന്റെ സ്വരത്തിലേക്ക്, അയാൾ കാതു കൂർപ്പിച്ചു. തടാകം. അതിന്റെ സംഗീതം. പാറയുടെ മുകളിലെ ജലനൃത്തം. മലനിരകളിൽ വളഞ്ഞ് പുളഞ്ഞോടുന്ന കാറ്റ് - എല്ലാം അയാൾ കേൾക്കുകയാണ്.

അയാൾ മദ്യപിച്ചിരുന്നു. ആ ലഹരിയിൽ താനെത്തിപ്പെട്ടിരിക്കുന്ന പുതിയ സ്വരങ്ങൾ അയാൾ ഒപ്പിയെടുത്തു. കേട്ട സ്വരങ്ങളിൽ നിന്നും ആ ലോകത്തിനൊരു രൂപം നൽകി. സ്വരങ്ങളാണയാൾക്ക് ലോകത്തെ നിർമ്മിച്ചു നൽകുന്നത് - കാണപ്പെടുന്ന ലോകങ്ങളേക്കാൾ രസകരമായ ലോകമാണത്. പ്രോപറിനെ സംബന്ധിച്ചിടത്തോളം കേൾവിയിൽ വിശ്വാസം സമർപ്പിതമാണ്. കേൾവിയാണ് അസ്തിത്വത്തെ നിർണ്ണയിക്കുന്നത്. നേരിട്ട് കാണുകയെന്നത് അയാളിൽ ആ വസ്തുവിനെക്കുറിച്ചുള്ള ആദരവിനെ കുറച്ചു. അതിന്റെ മാസ്മരികതയും ഇല്ലാതാക്കി.

അങ്ങ് ദൂരെയുള്ള ഒരു ഗ്രാമത്തിൽ നിന്നും കാറ്റ് പാടുന്നതു കേട്ടു. തടാകത്തിന്റെ അങ്ങേക്കരയിലെ പാറയിൽ ആഞ്ഞടിക്കുന്ന കാറ്റിന്റെ സ്വരം. അയാൾ അനങ്ങാതെ കിടന്നു.

ഇരുപത്തിരണ്ട്

കേട്ടുകേട്ടിരിക്കെ - ബാല്യകാലത്തിന്റെ ഓർമ്മകൾ നിറയുന്നു. ഊഞ്ഞാലോർമ്മ. മുതുമുത്തച്ഛനായി തീർന്ന ക്ലോക്കിന്റെ പെൻഡുലമാടുന്നത് ഓർമ്മ. പുറത്തെ മൈതാനത്തിനു കുറുകെ ഒരു കൊക്ക് പറക്കുന്ന ഓർമ്മ. വേനലിൽ, കുന്നിൻ മുകളിലിരുന്ന് പാടിയിരുന്ന കിളികളുടെ പാട്ട്. പാറക്കല്ലുകളിൽ തട്ടിച്ചിതറിപായുന്ന പുഴ. വേനൽ ചൂടിൽ മാത്രം നിശ്ശബ്ദയാകുന്ന ചീവീടുകൾ. വെൽഷിലെ ചതുപ്പിൽ ചിറകിട്ടടിക്കുന്ന താറാവുകൾ.

മറ്റുള്ളവർ തങ്ങളുടെ മനോരാജ്യങ്ങളിലലിഞ്ഞ് ചേരുന്നതുപോലെ പ്രോപർ തന്റെ കേൾവിയിലലിഞ്ഞു. അതിലും വലിയൊരു ആനന്ദം അയാളനുഭവിച്ചിട്ടില്ല. ചില നേരങ്ങളിൽ ഒരു വിശ്വാസി അനുഭവിക്കുന്ന ആനന്ദത്തിനു തുല്യമായിരുന്നു അത്. ചിലർ ആരാധിക്കുവാനായി പള്ളിയിൽ പോകുന്നു. എന്നാൽ പ്രോപർ പുഴക്കരയിലെത്തുന്നു, അല്ലെങ്കിൽ കാട്ടിൽ വെറും നിലത്ത് കിടക്കുന്നു, എന്നിട്ട് ഉതിരുന്ന സ്വരങ്ങളിലൂടെ സംഗീതമാസ്വദിക്കുന്നു.

ദൂരെനിന്ന് വരുന്ന സ്വരങ്ങളെ അയാൾ കണ്ണുകളടച്ച് കിടന്ന് ആസ്വദിക്കും. ഒരു തൂവൽ വീഴുന്ന സ്വരം. ദൂരെയെവിടെയോ മൂളിപ്പാട്ട് പാടി പറക്കുന്ന തേനീച്ചയുടെ സ്വരം. നദിക്കരയിലെ തിരകളുടെ സ്വരം. ദൂരെ കാട്ടിൽ മേയുന്ന കാറ്റിന്റെ സ്വരം. തുറന്ന ആകാശത്തിന്റെ മർമ്മരം. എന്തിനേറെ സുതാര്യമായ സൂര്യവെളിച്ചമെത്തുന്ന സ്വരം പോലും അയാൾ കേട്ടു.

സൂക്ഷ്മമായവയെ ശ്രദ്ധിച്ച് ശ്രദ്ധിച്ച് അയാൾക്ക് ഭൂമിയും ആകാശവും തമ്മിലുള്ള, വെള്ളവും വായുവും തമ്മിലുള്ള അന്തരം തിരിച്ചറിയാതായി. കേൾക്കുക എന്നതിന്റെ വിശാലതയിൽ എല്ലാം അലിഞ്ഞ് ചേർന്നു. അസ്തിത്വത്തിന്റെ വിശാലതയിലേക്കെത്തിച്ചേർന്നിരുന്നു അയാൾ.

ഇരുപത്തിമൂന്ന്

അതിവിശാലമായ ഒരു ലോകത്തെ ഹോട്ടൽ മുറിയിൽ കിടന്ന് കേൾക്കുകയായിരുന്നു അയാൾ. മേഘങ്ങളിലൂടെ പോകുന്ന ഒരു വിമാനത്തിലിരുന്ന് കാണുന്ന അസ്തമയം പോലെ.

അയാൾ ഓരോ ഇടങ്ങളിലേയും സ്വരങ്ങളറിഞ്ഞു. അനന്തമായ അരുവിപോലെ ഒഴുകുന്ന മലനിരകളുടെ സംഗീതം കേട്ടു. തടാകത്തിന്റെ ഉപരിതലത്തിൽ ഒരു മാസ്മരികത വലയം വയ്ക്കുന്നതറിഞ്ഞു. അതവളായിരുന്നു. തന്റെ സ്വപ്നങ്ങളിലെ അവൾ. അയാളറിയാതെ അവൾ കാറ്റിലലിഞ്ഞുപോയിരിക്കുന്നു.

മുറികൾക്കപ്പുറത്തൊരു മുറിയിൽ ആരോ ഇണചേരുന്ന സ്വരം. അത് കേൾക്കുന്നതുവരേക്കും അയാൾ ഈ സ്വരങ്ങളെല്ലാം ആസ്വദിച്ചുകൊണ്ടേയിരുന്നു. എന്നാൽ ഈ പുതിയ സ്വരം അയാളുടെ മനോനില വഷളാക്കി. അപ്പോൾ ആ സ്വരം വീണ്ടും വന്നു. കപടമായ ഒരു മർമ്മരം. *അർക്കാഡിയ*യിലേക്കുള്ള യാത്ര തുടങ്ങിയ അന്ന് മുതൽ ഈ മർമ്മരം അയാളെ വേട്ടയാടുന്നു.

ഹൈദിലെ കളിസ്ഥലങ്ങളിൽ മുള്ളുവാക്കുകൾ പറയുന്ന കുട്ടികളെപ്പോലെ അവസാനമില്ലാത്തതുപോലെ അത് തുടർന്നുകൊണ്ടേയിരുന്നു. നിധി കണ്ടെത്തൂ.... നിധി കണ്ടെത്തൂ... നിധി കണ്ടെത്തൂ.

ആറാം പുസ്തകം

സ്വർഗ്ഗീയ രത്നങ്ങൾ

ഭാഗം ഒന്ന്

ഒന്ന്

അവർ ഉറക്കമുണരുന്നു. നിറംപിടിപ്പിച്ച ചില്ലുകളിലൂടെ വെയിൽ കുത്തിയൊഴുകുന്നതുപോലെ, ഉറക്കത്തിൽ നിന്നും പുറത്തേക്കിറങ്ങുന്നു. സമുദ്രത്തിന്റെ ആഴങ്ങളിൽ നിന്നും വരുന്ന ഡോൾഫിനെപ്പോലെ.

കണ്ണുകൾ തുറക്കുന്നത് ഹോട്ടൽ മുറിയുടെ അന്തരീക്ഷ ത്തിലേക്ക്. മരപ്പാളികൾ പാകിയ തറയിലെ തിളക്കം. വെളുത്ത മച്ച്. ഇളം നീല നിറമുള്ള ചുമരുകളിലെ ചിത്ര പ്പണികൾ.

ഉറക്കം അവരുടെ അന്തർബോധത്തെ ശുദ്ധീകരിച്ചിരി ക്കുന്നു. എല്ലാതിനും പുതുമ. ഓരോ നാരിലും ആ പുതുമയുണ്ട്, ആവേശമുണ്ട്. അന്ന് പ്രഭാതമാകുന്നതു വരേക്കും തങ്ങൾ ജീവിച്ചിട്ടേയില്ല എന്ന മട്ടിൽ.

വെയിൽ എല്ലാ നിറങ്ങളേയും അത്യുജ്ജ്വലമാക്കിയിരി ക്കുന്നു. തടാകത്തിൽ നിന്നുമെത്തുന്ന ആശ്ചര്യകരമായ വെളിച്ചവും മലനിരകളിൽ നിന്നെത്തിയ ധവളാഭയും അവരെ ആനന്ദത്തിലാറാടിച്ചു. അവരിൽ നിന്നും സ്വരം പുറത്തെത്താതായി..

രണ്ട്

അങ്ങനെയൊരു ദിവസത്തിന്റെ സാരസർവ്വസ്വത്തിലേക്കെങ്ങനെ ഉണരുവാനാകും?

ഒരുവന്റെ ചിത്തവൃത്തിയിലുള്ള ചെറു ദൂഷ്യങ്ങളാൽ മലീമസമാക്കപ്പെടാതെ ഈ പ്രഭാതം വാഗ്ദാനം ചെയ്യുന്ന സൗന്ദര്യം എങ്ങനെ ശരിയാംവണ്ണം സ്വീകരിക്കും? അതിന്റെ മാസ്മരികത എങ്ങനെ ഊറ്റിക്കുടിക്കുവാനാകും?

ജനലിലൂടെ ഒഴുകിയെത്തുന്നത് സന്തോഷമാണെന്ന് അവർക്ക് തോന്നി. അവരുടെ ഉള്ളിന്റെയുള്ളിലേക്ക് സ്വർണ്ണരശ്മികൾ കോരിയൊഴിക്കപ്പെടുന്നു. ഒരുവന്റെ ശരീരത്തെ തേജോമയമാക്കുന്ന പ്രഭാതമാണിത്. *ഫൗസ്റ്റ്* നൽകിയ അതിഭയങ്കരമായ രോദനം ഓർമ്മയില്ലേ:

ഈ നിമിഷത്തെ എന്നിൽ അനശ്വരമാക്കൂ.

മൂന്ന്

അങ്ങനെയൊരു പ്രഭാതത്തിലേക്ക് കൺമിഴിച്ച ലാവോയ്ക്കും മിസ്റ്റ്ലെറ്റൊയ്ക്കും തങ്ങൾ മറ്റൊരു ഉത്പത്തി പുസ്തകത്തിലെ ആദമും ഹവ്വയുമാണെന്ന് തോന്നി. ആദമിനേയും ഹവ്വയേയും പോലെ, അവർ നിഷിദ്ധമായ ആപ്പിൾ കഴിച്ചിട്ടില്ല. യുഗയുഗാന്തരങ്ങളായി അലഞ്ഞ് നടക്കുവാനായി അവരെ പുറം തള്ളിയിട്ടില്ല. ഇതിനെ പ്രകൃതിയുടെ കോപവും പ്രതികാരവും എന്നാണ് ജേക്കബ് ബോഹ്മെ വിളിച്ചത്.

ദൈവകൃപയുടേയും സൗഭാഗ്യത്തിന്റേയും ഫലമാണിതെന്ന ബോധത്തോടെ അവരുണർന്നു. ചരിത്രം എന്നത് ഒരു പേക്കിനാവാണ്. സന്തോഷം എന്നത് സത്യമായ സത്യവും. അവർ നിശ്ശബ്ദരായി, വളരെ മന്ദം മന്ദം ഓരോന്നും ചെയ്യുവാൻ തുടങ്ങി. ഒന്ന് ശബ്ദിച്ചാൽ, കാലൊന്നമർത്തി വച്ചാൽ അനുഗൃഹീതമായ ഈ ദിനത്തിൽ തങ്ങൾ തിന്മയെ ഊതിക്കയറ്റുമോ എന്നവർ ഭയന്നു. ഹൃദയത്തിൽ പുഷ്പങ്ങൾ ശേഖരിച്ച് അവർ പ്രഭാതകൃത്യങ്ങളിലേർപ്പെട്ടു.

അന്ന് ലാവോയ്ക്ക് ഒഴിവ് ദിനമായിരുന്നു. സംഘത്തിലെ ശേഷിച്ചവർ ചിത്രീകരണത്തിനായി പോയി. ലാവോയ്ക്കും മിസ്റ്റ്ലെറ്റോയ്ക്കും അതുകൊണ്ട് തന്നെ അന്നത്തെ ദിനം മുഴുക്കെ തങ്ങൾക്കായി തങ്ങളുടെ പുതിയ കണ്ടുപിടുത്തങ്ങൾക്കായി, വീണ് കിട്ടി.

ഉറക്കം വീണ്ടെടുത്ത പൂന്തോട്ടമായിരുന്നു പ്രഭാതം.

നാല്

ഹോട്ടലിന്റെ സമീപത്തുകൂടി ഒരു ആവിക്കപ്പൽ ഉച്ചത്തിൽ ഹോണടിച്ചു പോകുന്നത് അവർ കണ്ടു. അപ്പോൾ അവർ തടാകക്കരയിലെത്തിയിരുന്നു. വെള്ളത്തിനിപ്പോൾ നീലയും സ്വർണ്ണവും കലർന്നൊരു നിറമാണ്.

അന്തരീക്ഷം വിശുദ്ധവും വായു ഊർജ്ജവും നൽകുന്നതുമായിരുന്നു. അവർ ബോധപൂർവ്വം ശ്വസിച്ചു. തടാകത്തിൽ നിന്നും മലനിരകളിൽ നിന്നുമെത്തിയ ശുദ്ധവായു ആവോളം വലിച്ചെടുത്തു. ശ്വാസകോശങ്ങൾ നിറഞ്ഞ് കവിഞ്ഞപ്പോൾ അവർ ദീർഘമായി ഉച്ഛ്വസിച്ചു.

ദീർഘമായ നിശ്വാസം മനസ്സിനെ ശുദ്ധമാക്കി. അസാധാരണമായ എന്തിനെയും നേരിടുവാൻ അവരെ തയ്യാറാക്കി - അവധിയുടെ ആദ്യദിവസത്തിലെത്തിയ കുട്ടികളെപ്പോലെ അല്ലെങ്കിൽ തോട്ടത്തിലേക്ക് കളിക്കാൻ പോകുവാനായി വിളിച്ചുണർത്തപ്പെട്ടവരെപ്പോലെ.

നടത്തത്തിന്റെ താളത്തിനനുസരിച്ചവർ ശ്വസിച്ചു. അതിലൂടെ വർഷങ്ങളായി തങ്ങൾ പുലർത്തിയ അവഗണനയേയും അവർ ശുദ്ധീകരിച്ചു. നഗരങ്ങളിലാകുമ്പോൾ ആരും ഇങ്ങനെ ദീർഘമായി ശ്വസിക്കാറില്ല, ലാവോ ചിന്തിച്ചു. അവിടെ ശ്വസനത്തിനാഴമില്ല, ജീവിതത്തിനും. നിങ്ങൾ എങ്ങനെ ശ്വസിക്കുന്നുവോ അതുപോലെയാണ് നിങ്ങളുടെ ജീവിതവും. മലനിരകളിൽ നിന്നെത്തുന്ന വായു വലിച്ചെടുക്കുവാനായി താൻ ഒന്നുകൂടി ഉയരം വച്ചിരിക്കുന്നു എന്നയാൾക്കു തോന്നി.

തടാകത്തിനരികിലെ വെളിച്ചത്തിന്റെ ഒരു സത്യം മിസ്റ്റ് ലെറ്റോയെ രൂപാന്തരപ്പെടുത്തുന്നതായി തോന്നി. ആ വെളിച്ചത്തിൽ അവൾ നടന്നു. മലനിരകളിലേക്കായിരുന്നു അവളുടെ നോട്ടം. എങ്കിലും മലനിരകളെ അവൾ കണ്ടില്ല.

അവർ ഷൂസ് അഴിച്ചു. മൃദുവായ പുല്ലിൽ നഗ്നപാദരായി നടന്നു. തടാകക്കരയിലെ തുഷാരബിന്ദുക്കളും വെളിച്ചവും അവരെ ആനന്ദിപ്പിച്ചു.

അഞ്ച്

നിങ്ങൾ എത്ര ശ്രദ്ധ കൊടുക്കുന്നുവോ അത്രയും സൗന്ദര്യം വർദ്ധിക്കുന്ന ചില വസ്തുക്കളുണ്ട്. മിസ്റ്റലെറ്റൊ ആലോചിക്കുകയായിരുന്നു. പട്ടണത്തിലെ വിചിത്രങ്ങളായ വീടുകൾ അവരാസ്വദിച്ചു. ചെറിയ സുന്ദരമായ ഒരു പള്ളി ലാവോ കണ്ടു. ആ പ്രഭാതത്തിൽ എന്തോ ഒരു പ്രത്യേകത അനുഭവപ്പെട്ടു. അതൊരു നവസൂചകമായി അവർ കരുതി.

വഴി മുറിച്ച് കടന്നു. പള്ളിയെ ലക്ഷ്യമാക്കി നടന്നു. പ്രധാന വാതിൽ പൂട്ടിയിട്ടിരിക്കുന്നത് കണ്ട് നിരാശയായി. ഇത്രയും പ്രാധാന്യമൊന്നുമില്ലാത്ത ഒരു വാതിലിലൂടെയാകുമോ തങ്ങൾക്കുള്ള സന്ദേശമെത്തുക? പള്ളിയുടെ പുറകിലേക്ക് നടന്നു. അവിടെ സെമിത്തേരിയായിരുന്നു.

വരിവരിയായുള്ള ശവകുടീരങ്ങൾ. പലവിധത്തിലുള്ള, സുന്ദരങ്ങളായ സ്മാരകശിലകളും ഫലകങ്ങളും. മാർബിൾ കൊണ്ടുണ്ടാക്കിയവ, കരിങ്കല്ലുകൊണ്ടുണ്ടാക്കിയവ. മരിച്ചുപോയവരുടെ ജനന മരണ തിയതികൾ കൊത്തിവച്ചിരിക്കുന്നു. അതുകൂടാതെ ബൈബിളിൽ നിന്നൊരു വചനം. അതല്ലെങ്കിൽ ഒരു വിലാപഗാനം. സ്മാരകഫലകങ്ങളിൽ ഗ്രീക്ക് അല്ലെങ്കിൽ മാൾട്ട് മാതൃകകളിൽ കുരിശ് കൊത്തിവച്ചിട്ടുണ്ടായിരുന്നു. ചിലരത് കല്ലാശാരിയെക്കൊണ്ട് നിർമ്മിപ്പിച്ചിരിക്കുന്നു. കല്ലറകൾക്കിടയിലെ ഇടങ്ങളിലെല്ലാം റോസാച്ചെടികളോ, ലില്ലി ചെടികളോ, പൂക്കളുണ്ടാകുന്ന മുൾച്ചെടികളോ വച്ചു പിടിപ്പിച്ചിരിക്കുന്നു. ഓർക്കിഡുകൾ വച്ചുപിടിപ്പിച്ചവരുമുണ്ട്. അവിടത്തെ അടുക്കും ചിട്ടയും ശരിക്കും വിസ്മയിപ്പിക്കുന്നതായിരുന്നു.

ഇവിടെ മരണം എന്നതിനെ അതീവ തേജസ്സോടെ വിരാജിക്കുന്നു. എല്ലാ കല്ലറകളിന്മേലും മരിച്ചുപോയവരുടെ വർണ്ണചിത്രങ്ങൾ മിനുക്കി വച്ചിട്ടുണ്ട്. ജീവനുള്ള നിറങ്ങളിൽ ഒരുക്കിയിരിക്കുന്ന ഈ ചിത്രങ്ങൾ അതിന്റെ

വാസ്തവികതയാൽ ഭൂതകാലത്തെപ്പോലും ഭയപ്പെടുത്തുന്നു. ഓരോ കല്ലറയ്ക്ക് മുന്നിലും പുതിയ പൂക്കൾ സമർപ്പിക്കപ്പെട്ടിരിക്കുന്നു. മൺമറഞ്ഞുപോയവരുടെ ചിന്തകൾ ജീവനോടെ നിലനിർത്തിയിരിക്കുന്നു. അതിൽ പണ്ടെങ്ങോ മരിച്ചവരും സമീപകാലത്തുള്ളവരും ഉൾപ്പെടുന്നു.

ചില സ്മാരകഫലകങ്ങൾ പൈതങ്ങളുടെ കഥകൾ പറഞ്ഞു. അല്ലെങ്കിൽ കൊച്ചുകുഞ്ഞുങ്ങളുടേയോ യുവതീയുവാക്കളുടേയും. യുദ്ധത്തിൽ മരിച്ചവരുടേയും കടലിൽ മരിച്ച വൃദ്ധരുടേയും ജീവിതം തുടങ്ങുംമുമ്പേ മരണം തട്ടിക്കൊണ്ടുപോയ യുവജനങ്ങളുടേയും കഥകളും അവർക്കു പറയുവാനുണ്ട്. ഒരു സ്ത്രീ പ്രണയത്തിനുവേണ്ടി മരിച്ചതാണ്. ഒരാൾ ശാന്തിക്ക് വേണ്ടിയും. മിക്കവരും കാലമായപ്പോൾ വിളി വന്നവരാണ്. ചില കല്ലറകളിന്മേൽ മരിച്ചവരുടെ അർദ്ധകായ പ്രതിമ മാർബിളിൽ നിർമ്മിച്ച് വച്ചിരിക്കുന്നു. എല്ലാ കല്ലറകളിന്മേലും കെടാവിളക്കുകൾ എരിയുന്നുണ്ട്.

ഇതുവരേക്കും അവർ കണ്ടിട്ടുള്ളതിൽ വച്ച് ഏറ്റവും ആനന്ദിപ്പിക്കുകയും വശീകരിക്കുകയും ചെയ്യുന്ന ശ്മശാനമായിരുന്നു അത്. ഓർമ്മകൾക്ക് സമൂഹം ഒന്നായി നൽകിയിരിക്കുന്ന സമ്മാനം. അതിന്റെ വളഞ്ഞുപുളഞ്ഞ ഇടവഴികൾ സന്താപത്തിന്റെ വിവിധ മുഖങ്ങൾ. സന്താപത്തെ ഒരു കലാരൂപമാക്കുകയായിരുന്നു ആ ശ്മശാനം.

ആറ്

മിസ്റ്റ്ലെറ്റോയും ലാവോയും അസാധാരണമായ ആ സെമിത്തേരിയിലൂടെ അലഞ്ഞ് നടന്നു. മരിച്ചവർ ജീവിച്ചിരിക്കുന്നവരേക്കാൾ ഭാഗ്യവാന്മാരാണെന്ന് തോന്നി. മരണം എന്നത് സന്തോഷകരമായ ഒരിടമാണെന്നും.

അപ്പോൾ ഒരു ശവകുടീരത്തിനടുത്ത് കറുത്ത വസ്ത്രം ധരിച്ച ചില സ്ത്രീകൾ കണ്ണീരൊഴുക്കുന്നത് കണ്ടു. പണി തീരാത്ത ഒരു സ്മാരകശിലയ്ക്ക് മുന്നിൽ നിന്ന് അതിന്മേലുള്ള ഒരു ഫോട്ടോഗ്രാഫിലേക്ക് നിശ്ശബ്ദം നോക്കി നിൽക്കുകയായിരുന്നു അവർ.

അവർക്ക് തിരിച്ച് പോകാൻ സമയമായിരിക്കുന്നു. ജനങ്ങൾ ദുഃഖിക്കുന്നിടത്ത് വിനോദസഞ്ചാരികളാകുവാൻ അവർക്ക് താത്പര്യമില്ല. അവർ ഇരുവരുടേയും മാതാപിതാക്കൾ ഇപ്പോഴും ജീവിച്ചിരിപ്പുണ്ട്. അതുകൊണ്ടായിരിക്കണം ഒരുപക്ഷേ മരണദുഃഖം എന്നാൽ എന്താണെന്ന് അവർക്കറിയാത്തത്. അവർ അപ്പോൾ സന്തോഷകരമായ ഒരു സ്വപ്നത്തിലായിരുന്നു. എന്നാൽ അവർക്കതറിയില്ലായിരുന്നു.

ആ സ്ത്രീകളുടെ കണ്ണീരു കണ്ടപ്പോൾ നഷ്ടത്തിന്റെ തണുത്ത നിഴൽ അവർ ദൂരെ കണ്ടു, അനുഭവിച്ചു. മരണത്തിന്റെ മൈതാനത്തിൽ കളിക്കുന്ന കുട്ടികളാണു തങ്ങൾ എന്ന് അവർക്കു തോന്നി.

ദീപ്തമായ ഒരു ദിവസത്തിലേക്ക് ഇരുണ്ട ചിന്തകൾ കടന്ന് വന്നു.

ഏഴ്

അവർ സെമിത്തേരിയിൽ നിന്നിറങ്ങി. വഴി മുറിച്ച് നിശ്ശബ്ദം നടന്നു. സെമിത്തേരി അവരെയാകെ മാറ്റിയിരിക്കുന്നു.

മിസ്റ്റ്ലെറ്റൊ ആദ്യമായി മലനിരകളെ കണ്ടു. അതു തന്നെ ലാവോയും കണ്ടു. അവിചാരിതമായി എന്തോ സമ്മാനം ലഭിച്ചതുപോലെ രണ്ടുപേരും ഒന്നിച്ച് ആശ്ചര്യപ്പെട്ടു.

മരണം ശുദ്ധീകരിച്ച കണ്ണുകളാൽ മിസ്റ്റ്ലെറ്റൊ നീല നിറമാർന്ന മലനിരകളെ കണ്ടു. അതിനുമുകളിൽ ഉയർന്ന് നിൽക്കുന്ന പരുപരുത്ത പാറക്കെട്ടുകളെ കണ്ടു. പുകമൂടിയതുപോലെയുള്ള ശിഖരങ്ങളെ കണ്ടു. പാറക്കെട്ടുകളുടെ മുഖങ്ങളിൽ മഞ്ഞും കല്ലും കട്ടപിടിച്ചിരിക്കുന്നു. നീലിച്ച ആകാശമാണ് അതിന് അതിരിടുന്നത്. മലനിരകൾക്ക് മുകളിലുള്ള കാർമേഘങ്ങൾക്കിടയിലൂടെ വെളുവെളുത്ത വെളിച്ചം കുത്തിയൊഴുകിയെത്തി.

ദൂരെ മലനിരകൾ പുകയുടെ നീലനിറമാർന്ന നിഴലുകളാകുന്നതും അവൾ കണ്ടു. ഒരു പദാർത്ഥം ആത്മാവിൽ അലിഞ്ഞ് ചേരുന്നതുപോലെ, അഥവാ, ആത്മാവ് ഘനീഭവിച്ച് പദാർത്ഥമാകുന്നതുപോലെ. അവളിൽ അപ്പോൾ വികാരങ്ങളുടെ വേലിയേറ്റമുണ്ടായി. ഗൃഹാതുരത്വം എവിടെനിന്നെന്നറിയാതെ അവളെ തേടിയെത്തി. കാരണം അവളുടെ വീടും ഇതുപോലെ ദുർഗ്രാഹ്യമായിരുന്നു, നിഗൂഢമായിരുന്നു. ദൂരെദൂരെ എവിടേയോ എന്തിലോ അലിഞ്ഞില്ലാകാതാകുന്ന മലനിരകളുമായി ആ വീടിനും ബന്ധമുണ്ടായിരുന്നു. അവൾ ഒരു നിമിഷം ലാവോയുടെ ചുമലിൽ തലവച്ചു. തന്റെ മാനസികനില വീണ്ടെടുത്തു.

എട്ട്

"മരിച്ചവരിലേക്ക് ഈ നഗരം ലയിച്ചുചേരുന്നു" ലാവോ പെട്ടെന്ന് പറഞ്ഞു. അപ്പോൾ അവർ നടത്തം പുനരാരംഭിച്ചിരുന്നു.

അതുകഴിഞ്ഞ് അയാൾ നിശ്ശബ്ദനായി. അയാളുടെ വാക്കുകൾ അവളുടെ മനസ്സിൽ അനേകം ചിന്തകളെ തട്ടിയുണർത്തി. മൗനം വാക്കുകൾക്ക് കരുത്തേകുന്നു എന്ന് അവൾക്കറിയാം. മൗനവുമായി ഇടപഴകുക എന്ന കല അവർ ഇപ്പോൾ നിരന്തരമുള്ള സംസ്കരണത്തിലാണ്.

"നാം മരണത്തിന്റെ ആത്മാവിനെ കണ്ടെത്തുമ്പോൾ, നേരിടുമ്പോൾ, അത് അതിന്റെ നിഗൂഢതകൾ വെളിപ്പെടുത്തുന്നു എന്ന് എനിക്ക് തോന്നുന്നു," കുറച്ച് കഴിഞ്ഞ് ലാവോ വീണ്ടും പറഞ്ഞു.

അപ്പോൾ മൗനിയാകുവാനുള്ള മിസ്റ്റ്ലെറ്റൊയുടെ അവസരമായിരുന്നു. പുല്ലിൽ, മഞ്ഞിൽ, നടന്നുകൊണ്ടിരുന്നപ്പോൾ അവർ അവരുടെ നാസികയിലൂടെ എത്ര ശ്വസിച്ചുവോ അത്ര തന്നെ പാദങ്ങളിലൂടേയും ശ്വസിച്ചു.

ലാവോ ദൂരേക്ക് നോക്കി. അവിടെ പാറക്കെട്ടുകളും ആകാശവും തമ്മിൽ വേർതിരിച്ചറിയുവാനാകുന്നില്ല.

"മലനിരകളിലെ ഇതുപോലെയുള്ള പട്ടണങ്ങൾ ഇപ്പോൾ പഴംകഥകളിലേക്ക് അപ്രത്യക്ഷമായിക്കൊണ്ടിരിക്കുകയാണ്," അയാൾ പറഞ്ഞു.

"മരിച്ചവരോട് എന്ത് സുന്ദരമായാണത് പെരുമാറുന്നത്. ജനിച്ച പൈതങ്ങളോടെന്നതുപോലെ," മിസ്റ്റ്ലെറ്റൊ പറഞ്ഞു.

"ഈ മൗനം അവിടെ പ്രതിഫലിക്കുന്നു. മഞ്ഞിന്റെ ആ ശിഖരങ്ങളിൽ."

അവർ നടക്കുകയായിരുന്നു. ഒരു ദീർഘമൗനത്തിനു ശേഷം അവൾ അതുപോലെ ദീർഘമായൊന്ന് ശ്വസിച്ചു.

"എന്താണ് പറഞ്ഞത്?" ലാവോ ചോദിച്ചു.

"നമ്മളിപ്പോൾ ഈ പട്ടണത്തിന്റെ കണ്ണാടിയിലേക്ക് കയറിയിരിക്കുന്നു. എന്റെ കണ്ണിൽ സൗന്ദര്യം നിറയുന്നു," മിസ്റ്റലെറ്റൊ പറഞ്ഞു

അവരിരുവരും ചിരിച്ചു. അജ്ഞാതമായ പ്രചോദനം എവിടെനിന്നോ വന്നതുപോലെ.

"നറുമണമായി, സുന്ദരമായ പൂക്കളും നമ്മുടെ ചിന്തകളിൽ സ്ഥാനം പിടിക്കുന്നു," ലാവോ പറഞ്ഞു.

"മലനിരകളിൽ നിന്നും പാഞ്ഞെത്തുന്ന കാറ്റിനെ നമ്മൾ കേൾക്കുന്നതുപോലെ നമ്മൾ അവരെക്കുറിച്ച് ചിന്തിക്കുന്നതെല്ലാം മരിച്ചവർ കേൾക്കുന്നു," മിസ്റ്റലെറ്റൊ പറഞ്ഞു.

"നമ്മിൽ ഹാജരില്ലാത്തത് എന്തോ അതാണ് ഏറ്റവും സന്നിഹിതമായുള്ളത്, അതെവിടെയാണെന്നറിയില്ലന്നേയുള്ളൂ."

"മരിച്ചവരെ ജീവനോടെ നിലനിർത്തുവാൻ നല്ല അദ്ധ്വാനം തന്നെ വേണം. ജീവിച്ചിരിക്കുന്നവരെ മനസ്സിൽ നിലനിർത്തുന്നതുപോലെ തന്നെ."

അവർ ഒരു സ്തംഭത്തിനരികിലെത്തിയിരുന്നു. അതിനപ്പുറത്ത് വെട്ടിത്തിളങ്ങുന്ന തടാകവും മേഘങ്ങൾ കിരീടം ചാർത്തിയ മലനിരകളുമായിരുന്നു.

ഒമ്പത്

"ഈ സൗന്ദര്യമെല്ലാം നീ എന്ത് ചെയ്യും? മഞ്ഞ് കട്ടപിടിച്ച പർവ്വതശിഖരങ്ങൾ, വെള്ളിപോലെയുള്ള തടാകം, വെയിൽ, ഈ പ്രഭാതം?" ലാവോ ചോദിച്ചു. "ഇതെന്റെ ഹൃദയം നിറയ്ക്കുന്നു. ഇതൊക്കെ വച്ച് എന്തെങ്കിലും ചെയ്താൽ കൊള്ളാമെന്നുണ്ടെനിക്ക്. എന്നാൽ അതെന്താണെന്ന് മാത്രമറിയില്ല."

"എനിക്കറിയാം." മിസ്റ്റ്ലെറ്റൊ പറഞ്ഞു. "ഇത് ഒരു തരം നിരാശയാണ്. സൗന്ദര്യം ചിലപ്പോഴെങ്കിലും എന്നെ നിരാശപ്പെടുത്താറുണ്ട്."

"സൗന്ദര്യമാണ് മരണത്തെക്കുറിച്ച് എന്നെ പലപ്പോഴും ചിന്തിപ്പിക്കുന്നത്."

"മരിക്കാൻ മാത്രം സന്തോഷത്തിലാകാമോ താങ്കൾക്ക്?"

"ഇത് രണ്ടും തമ്മിൽ എന്തെങ്കിലും ബന്ധമുണ്ടോ?"

"മരണമാണ് ഏറ്റവും വലിയ സന്തോഷം എന്ന് ചിലർ പറയുന്നു. നമ്മൾ ഓർത്ത് ദുഃഖിക്കുന്നത് മരിച്ചവരെക്കുറിച്ചല്ല, പകരം ജീവിച്ചിരിക്കുന്ന നമ്മളെക്കുറിച്ചാണെന്ന്."

അവർ തടാകത്തിലേക്ക് നോക്കി നിന്നു.

"ഏറ്റവും നന്നായി സൂക്ഷിക്കപ്പെട്ട രഹസ്യമാണത്."

"മരണം എത്ര സുന്ദരമാണെന്ന് നമ്മൾ മനസ്സിലാക്കിയിരുന്നെങ്കിൽ നമ്മളതിനെ ഭയക്കില്ലായിരുന്നു."

"നമുക്ക് കൂടുതൽ ധൈര്യം തോന്നുമായിരുന്നു."

"നമുക്ക് നമ്മുടെ ജീവിതം ജീവിക്കുവാൻ."

പിന്നെ ഇരുവരും നിശ്ശബ്ദരായി. നടത്തം നിർത്തിയില്ല. അവരുടെ ശ്വസനം അപ്പോൾ സാവധാനത്തിലായിട്ടുണ്ടായിരുന്നു. എന്നാൽ അതിന്റെ ആഴം വർദ്ധിച്ചിരുന്നു. അവസാനം മിസ്റ്റ്ലെറ്റോയാണ് മൗനം അവസാനിപ്പിച്ചത്.

"മരണമാണ് ജീവിതത്തിന്റെ താക്കോൽ എന്നെനിക്ക് തോന്നുന്നു."

"അല്ലെങ്കിൽ ജീവിതം മരണത്തിന്റെ രഹസ്യം സൂക്ഷിക്കുകയുമാകാം."

"അവരിരുവർക്കും പരസ്പരം ആവശ്യമുണ്ടാകാം. ഇരുട്ടും വെളിച്ചവും പോലെ."

"എന്നാൽ അതിലേതാണ് വെളിച്ചം? ഏതാണ് ഇരുട്ട്?"

"ഇരുട്ട് ജീവിതമല്ലേ?"

"എന്ന് വച്ചാൽ മരണമാണ് വെളിച്ചമെന്ന്."

"അതെ. നമ്മൾ ഇരുട്ടിലാണ് ജീവിക്കുന്നത്."

"പിന്നെ വെളിച്ചത്തിൽ മരിക്കും."

"ഇരുട്ടിൽ നമ്മൾ വെളിച്ചം കണ്ടെത്തേണ്ടതുണ്ട്."

"അപ്പോൾ നമ്മൾ വീണ്ടും തുടങ്ങും."

"ഉയർന്നും വീണ്ടും വീണും."

"പർവ്വതത്തിന്റെ ശിഖരങ്ങളിലെത്തുംവരെ."

"അതിനു മുമ്പ് ഉച്ചഭക്ഷണം വേണ്ടേ?"

"കുറച്ച് വീഞ്ഞാകാം."

"ഒരു ഉച്ചയുറക്കവും."

"പിന്നെ കുറച്ച് വായനയും."

"ചുംബനവുമായിക്കോട്ടെ."

അവർ ഒന്നിച്ച് ചിരിച്ചു. വള്ളക്കടവ് വരെ നടന്നു. ബോട്ട് വരുന്നതും കാത്ത് നിന്നിരുന്ന വിനോദസഞ്ചാരികളുമായി കുറച്ച് നേരം ഇടപഴകി. തടാകത്തിന്റെ കരയിലുള്ള ഗ്രാമങ്ങളിലേക്ക് പോകാൻ തയ്യാറെടുത്ത് നിൽക്കുകയായിരുന്നു വിനോദസഞ്ചാരികൾ.

അവർ തെരുവിലൂടെ നടന്നു. കുടിലുകൾ കണ്ടു. വീടുകളുടെ ത്രികോണമുഖപ്പുകൾ കണ്ടു. തടികൊണ്ടുണ്ടാക്കിയ കർഷക വീടുകൾ കണ്ടു.

അധികമൊന്നും നടന്നിട്ടുണ്ടാകില്ല. തിരിഞ്ഞ് നോക്കിയപ്പോൾ അവർ പ്രതീക്ഷിച്ചതിലും വളരെ ദൂരെയായിരിക്കുന്നു പള്ളി. അത് പുറകോട്ട് നീങ്ങിപ്പോയതുപോലെ.

അവർ പിന്നേയും നടന്നു. ഉച്ചഭക്ഷണ സമയമാകുമ്പോഴേക്കും തിരികെ ഹോട്ടലിലെത്താം എന്ന തീരുമാനത്തിലെത്തി. തിരിഞ്ഞ് നടക്കുവാൻ തുടങ്ങിയപ്പോൾ കണ്ടു. ചുറ്റിലുമുള്ളതെല്ലാം മാറിയിരിക്കുന്നു. അവർക്ക് വഴി തെറ്റിയിരിക്കുന്നു.

പത്ത്

ആകാശത്ത് മേഘങ്ങളൊന്നുമില്ലെങ്കിലും അന്തരീക്ഷം മ്ലാനമായിരിക്കുന്നു. മുകളിൽ പരുഷമായ സ്വരങ്ങൾ എത്തുന്നത് അവരറിഞ്ഞു. പിന്നെ ചുറ്റിലുമുള്ളവയെല്ലാം ഒന്നിച്ച് ഒച്ചവയ്ക്കുന്നു. അടുത്തെവിടേയോ നിന്ന് ഒരു ഗായക സംഘം ഉച്ചത്തിൽ പാടുന്നു. വഴിനീളെ പഴയ കാറുകൾ നിർത്തിയിട്ടിരിക്കുന്നു. ലാവോയും മിസ്റ്റലെറ്റോയും പരിഭ്രാന്തരായി.

അവർ ഒരു വെള്ളക്കാറിനു സമീപമെത്തി. മേലാപ്പില്ലാത്ത ഒരു കാർ. അതിന്റെ മുൻസീറ്റിൽ ഊതനിറമുള്ള പുഷ്പങ്ങൾ വച്ചിരിക്കുന്നു. അതിനോടൊപ്പം ഒരു കാർഡുമുണ്ട്. അതിലെന്തോ എഴുതിയിട്ടുണ്ട്. അത് വായിച്ച് അർത്ഥം മനസ്സിലാക്കുവാനുള്ള സമയം അവരുടെ പക്കലില്ലായിരുന്നു. പെട്ടെന്ന് സമീപത്ത് ഒരാൾ നിൽക്കുന്നത് അവർ ശ്രദ്ധിച്ചു. നല്ല ഉയരമുള്ള, മാന്യമായി വസ്ത്രം ധരിച്ച ഒരാൾ. ചാരനിറമുള്ള തൊപ്പിയാണയാൾ ധരിച്ചിരിക്കുന്നത്. വിജയിയായ ഒരു പണമിടപാടുകാരനെപോലെ അയാളുടെ പല്ലുകൾ ഒരു മാതളനാരകത്തിലാഴ്ന്നതേയുണ്ടായിരുന്നുള്ളൂ. ആ സമയത്താണവർ ഹോട്ടലിലേക്കെത്തുവാനുള്ള വഴി ചോദിക്കുന്നത്. അവരെ അദ്ഭുതപ്പെടുത്തിക്കൊണ്ട് അയാൾ തല തിരിച്ച് ചിരിക്കുവാൻ തുടങ്ങി. ഒരു വല്ലായ്മയുടെ ചിരി. മാതളനാരകത്തിന്റെ ചുവന്ന മണികൾ ആ വായിൽ അവർ കണ്ടു. അയാൾ ചിരിച്ചുകൊണ്ടേയിരുന്നപ്പോൾ ആ കാർഡിലെഴുതിയത് വായിക്കുവാനുള്ള അവസരം അവർക്ക് ലഭിച്ചു.

അധികഅധികാരം

യേശുവിനുണ്ട്

അവൻ മരണത്തിൽ നിന്നും ഉയിർത്തെഴുന്നേറ്റു

യേശുവിനേക്കാൾ

മരണത്തിനു മുമ്പ്.

പതിനൊന്ന്

ലാവോയും മിസ്റ്റ്ലെറ്റോയും പരസ്പരം നോക്കി. ചോദ്യം കേട്ടിട്ടില്ലെന്ന് ധരിച്ച് അവർ ചോദ്യമാവർത്തിച്ചു. അയാൾ ചിരി നിർത്തി. അവരെ അനുകമ്പയോടെ നോക്കി.

"ഈ പട്ടണത്തിൽ നിങ്ങൾ ഒരിക്കലും ഒരു ഹോട്ടലിൽ എത്തിച്ചേരില്ല മക്കളേ," അയാൾ പറഞ്ഞു. എന്നിട്ട് പാതി തിന്ന മാതള നാരകത്തിൽ ഒരു കടികൂടി കടിച്ചു. "ഒരു ഹോട്ടലിലും ഒഴിവുണ്ടാകില്ല. എല്ലാ കാലത്തും എല്ലാ ഹോട്ടലുകളും ഇവിടെ നിറഞ്ഞ് കവിയും."

അവരുടെ മുഖത്തെ ആശ്ചര്യം അയാൾ കണ്ടിട്ടുണ്ടാകണം. അയാളുടെ സ്വരം കൂടുതൽ ആർദ്രമായി. "എല്ലാവരും ഇവിടേക്കെത്തുന്നു. ധനികർ, പ്രശസ്തർ, ബുദ്ധിമാന്ദ്യമുള്ള വർ, പ്രിയമകളേ എല്ലാവരും ഇവിടെയെത്തുന്നു. സിനിമാ താരങ്ങൾ, ഷിപ്പിങ്ങ് മേഖലയിലെ വലിയ ശക്തികൾ, സുന്ദരിമാർ, അമേരിക്കയിലെ വ്യാപാര സാമ്രാജ്യങ്ങളുടെ അധിപന്മാർ, അവർ പോകുന്നിടത്തേക്കെല്ലാം പോകുന്ന അനേകായിരങ്ങൾ, എല്ലാവരും ഇവിടെയെത്തുന്നു. നിങ്ങൾ പണമല്ല ദൈവത്തിനെ തന്നെ കൊടുക്കാമെന്ന് പറ ഞ്ഞാലും ഒരൊറ്റ മുറിയും ഒഴിവുണ്ടാകില്ല."

അവരുടെ മുഖത്തെ സംഭ്രാന്തിയുടെ കനം വർദ്ധിച്ചു. അയാൾ ശോകത്തോടെ മന്ദഹസിച്ചു.

"നോക്കൂ, ഞാൻ പോകുകയാണെന്ന് നിങ്ങൾക്ക് കാണാമല്ലോ. എനിക്ക് മതിയായി."

ഒരു കറുത്ത ഉറുമാലെടുത്ത് മുഖം തുടച്ചു. അയാൾ ഗൗരവ സ്വഭാവമുള്ളവനായി.

"ഈ പട്ടണം നശിച്ചിരിക്കുന്നു," അയാൾ തുടർന്നു. "ധനി കരും പ്രശസ്തരും ചേർന്ന് ഇതിനെ നശിപ്പിച്ചിരിക്കുന്നു. അമിതമായി ഇതിനെ ദൃശ്യവൽക്കരിച്ചിരിക്കുന്നു; ദുരുപ യോഗം ചെയ്യപ്പെടുന്നു. പ്രശസ്തി നൽകേണ്ടി വരുന്ന വില യാണത്, അതിഭീകരമായ വില."

ലാവോയും മിസ്റ്റ്ലെറ്റോയും പരസ്പരം നോക്കി.

"നിങ്ങൾ എന്താണ് ചിന്തിക്കുന്നത് എന്ന് എനിക്കറിയാം." അയാൾ തുടർന്നു. അത് പറയുമ്പോൾ അയാളുടെ മുഖത്ത് ഒരു പുഞ്ചിരിയുണ്ടായിരുന്നു. മനസ്സിലെ ചിന്തയെ പ്രതി ഫലിപ്പിക്കുന്ന പുഞ്ചിരി. "എന്നാൽ അത് സത്യമാണ്. ആദ്യം ധനികർ. പിന്നെ ശേഷിച്ചവർ. അവർക്കൊക്കെ ഭ്രാന്തായിരുന്നു. അവർ എന്താണ് ചെയ്തതെന്ന് നിങ്ങൾക്കറിയാമോ?" അയാൾ അവരിരുവരേയും രൂക്ഷമായി നോക്കി.

"ഈ പ്രദേശത്തെ ഉറവയെല്ലാം അവർ കുടിച്ച് വറ്റിച്ചു. ഇവിടം വരണ്ടതാക്കി. ഇവിടത്തെ പൂക്കളെ പിച്ചിചീന്തി. സെമിത്തേരിയെ വ്യഭിചരിച്ചു. പള്ളികളിൽ കൂത്താടി. സ്രവങ്ങളെല്ലാം ഊറ്റിക്കുടിച്ചു. കാമാസക്തി പരത്തി. അതെ, അതാണ് ചെയ്തത്."

അയാൾ അവരെ ദയനീയമായി നോക്കി.

"അതിനുശേഷം അടുത്ത പട്ടണം തിരയും. ഒരു തടാകക്കരയിലോ കടൽക്കരയിലോ ഉള്ള പട്ടണം. അഴുക്ക് പുരളാത്ത ഒരു പട്ടണം. അവിടെ ചെന്ന് ഇതെല്ലാം ആവർത്തിക്കും. ആദ്യം അതിനെ പ്രശസ്തമാക്കും. പിന്നെ നശിപ്പിക്കും. ഇതാ ഞാനിപ്പോൾ പോകുന്നു. എനിക്ക് മതിയായി."

മാതളനാരകത്തിന്റെ അവസാന തുണ്ട് അയാളുടെ വായിൽ അപ്രത്യക്ഷമായി. അയാൾ അവർക്ക് ഒരു സൽസ്വഭാവിയുടെ പുഞ്ചിരി സമ്മാനിച്ചു.

"നിങ്ങളിരുവർക്കും നന്മ നേരുന്നു. അതിക്രമിച്ച് കയറി വരുന്ന ഈ അന്ധകാരത്തിൽ ഒന്ന് തല ചായ്ക്കാൻ നിങ്ങൾക്ക് എവിടെയെങ്കിലും ഒരു ഇടം ലഭിക്കട്ടെയെന്ന് ഞാൻ ആഗ്രഹിക്കുന്നു. കണ്ടിട്ട് നിഷ്കളങ്കരാണെന്ന് തോന്നുന്നു - അറവുശാലയിലേക്ക് കൊണ്ടുപോകുന്ന ആടുകളെപ്പോലെ. പ്രശസ്തിയുടെ വീഞ്ഞിനെക്കുറിച്ച് ബോധമുണ്ടാകുക. അതിന്റെ ലഹരിയെക്കുറിച്ച്. അതിന്റെ ഭ്രാന്തിനെക്കുറിച്ച്."

അയാൾ തൊപ്പിയുയർത്തി അവരെ അഭിവാദ്യം ചെയ്തു. വെള്ളക്കാറിനകത്ത് കയറി ഓടിച്ചുപോയി. ഒരു മരുപ്പച്ചയിൽ നിന്നും മറ്റൊന്നിലേക്ക് അയാൾ പോകുന്നു. ഒരു ധൂളിപോലുമുയർത്താതെ.

പന്ത്രണ്ട്

ആ മനുഷ്യൻ പറഞ്ഞതിന്റെ പൊരുൾ മനസ്സിലാകാതെ അവർ നടന്ന് നീങ്ങി. അപരിചിതമായ തെരുവിലൂടെ നടന്നു നടന്ന് അവർ ഹോട്ടലിലെത്തി. ഹോട്ടലിന്റെ മുന്നിൽ മദ്യപിച്ച് ബഹളമുണ്ടാക്കുന്ന തെമ്മാടികളെ കണ്ട് അവർ അദ്ഭുതപ്പെട്ടു. ചായം തേച്ചതുപോലെ ആ കെട്ടിടം ശോഭിച്ച് നിൽക്കുന്നു. വലിയ അക്ഷരത്തിൽ കവാടത്തിൽ പേരെഴുതിവച്ചിട്ടുണ്ട്. ശുദ്ധവായു ചുറ്റിലും പാറിക്കളിക്കുന്നുണ്ട്. ഇവിടെ നിന്നിറങ്ങുമ്പോൾ ഇത്രയും വലിയ അക്ഷരത്തിൽ പേരെഴുതിയ ബോർഡ് അവിടെയില്ലായിരുന്നു. ചുറ്റിലും പൂന്തോട്ടത്തിലും വാതിൽക്കലുമെല്ലാം സ്ത്രീപുരുഷന്മാർ വട്ടം കൂടി നിന്ന് ഒച്ചയിടുന്നു. പുരുഷന്മാർ സ്യൂട്ടും സ്ത്രീകൾ സിൽക്കിന്റെ വസ്ത്രങ്ങളുമണിഞ്ഞിരിക്കുന്നു. അവരെല്ലാം ഒന്നിച്ച് സംസാരിക്കുന്നു. ഒന്നിച്ച് മദ്യപിക്കുന്നു. ഒന്നിച്ച് ചിരിക്കുന്നു. മെഴുകു തേച്ച് വൃത്തിയാക്കിയതുപോലുള്ള മീശയുള്ള, കൈയിൽ ഷാമ്പെയ്ൻ നിറച്ച ഗ്ലാസുള്ള ഒരാൾ, മിസ്റ്റ്‌ലെറ്റോയും ലാവോയും കടന്ന് പോകുന്നത് കണ്ടു. അയാൾ തന്റെ കൂട്ടുകാരോട് എന്തോ പറഞ്ഞു. അവരെല്ലാം ഒന്നിച്ച് ലാവോയ്ക്കും മിസ്റ്റ്‌ലെറ്റോയ്ക്കും നേരെ തിരിഞ്ഞു. ഇതുപോലെയുള്ള രൂപങ്ങളെ ഇതിനു മുമ്പൊരിക്കലും കണ്ടിട്ടില്ല എന്ന മട്ടിൽ നോക്കുവാൻ തുടങ്ങി.

“നമുക്ക് പോകാം. അതായിരിക്കും നല്ലത്.” ലാവോ പറഞ്ഞു. “വന്ന സമയം ശരിയല്ലെന്ന് തോന്നുന്നു.”

അവർ വന്ന വഴിയേ തിരിച്ച് നടന്നു. തങ്ങളുടെ സംഭ്രമം മറയ്ക്കുവാൻ അവർ ശ്രമിക്കുന്നുണ്ടായിരുന്നു.

പതിമ്മൂന്ന്

പാതിയോട്ടത്തിലും പാതി നടത്തത്തിലുമായിരുന്നു അവർ. ആ സ്തംഭം കാണാനാകുന്നതുവരേക്കും ഓടിയും നടന്നും സമയം പോയി. പിന്നെ പാദരക്ഷ കളഴിച്ച് പുല്ലിൽ നടന്നു. ആ കൊച്ചുപള്ളി വീണ്ടും കണ്ടു. വഴി മുറിച്ച് കടന്ന് മാർബിളും കരിങ്കല്ലും കൊണ്ട് നിർമ്മിച്ച കുഴിമാടങ്ങളും ശിലാഫലകങ്ങളുമുള്ള സെമിത്തേരിയെ ലക്ഷ്യമാക്കി നടന്നു. വളവുതിരുവുകളില്ലാത്ത പാതയിലൂടെ നടന്നു. ഊതനിറമുള്ള പൂക്കളും മരിച്ചവരുടെ ചിത്രങ്ങളും കണ്ടു. സ്മാരകശിലകളിൽ കൊത്തിവച്ചിരിക്കുന്ന തിയതികൾ വായിച്ചു.

സെമിത്തേരിയിലെത്തിയപ്പോൾ മനസ്സിനിത്തിരി ശാന്തി ലഭിച്ചു - കത്തിച്ചുവെച്ച വിളക്കുകളും പൂക്കളും അന്തരീക്ഷത്തിന്റെ അഭൗമസൗന്ദര്യവും.

അവർ കല്ലുകളെ തൊട്ട് നോക്കി. അപ്പോൾ വിരൽ തുമ്പുകളിൽ ഇക്കിളിയുയരുന്നതറിഞ്ഞു. തിളക്കപ്പെടുത്തിയ ഒരു പുരുഷന്റെ ചിത്രം ആദ്യം കണ്ടത് മിസ്റ്റ്ലെറ്റോയായിരുന്നു. അതിന്മേൽ ഇങ്ങനെ എഴുതിയിരിക്കുന്നു:

ടോം വൂൾനോത്ത്

ഇൻവസ്റ്റ്മെന്റ് ബാങ്കർ

ഒരു കാർ അപകടത്തിൽ മരിച്ചു

അതിവേഗം നമ്മെ വിട്ട് പോയി

1888–1928

പെട്ടെന്ന് കാറ്റ് അനങ്ങാതായി. അവരുടെ തലയിൽ വെളിച്ചം നിറഞ്ഞു. വെളിച്ചത്തിന്റെ മാസ്മരികത തിരിച്ചെത്തി.

പതിന്നാല്

സ്ഫടികം പോലെ മലനിരകൾ തിളങ്ങി. തടാകം മിന്നിമിന്നി പ്രകാശം പരത്തി.

ഘനീഭവിച്ച് നിന്നിരുന്ന ഒരു സമ്മർദ്ദത്തിൽ നിന്നും അവർ മുക്തരായിരിക്കുന്നു. കുഴിമാടങ്ങളിലെ ചിത്രങ്ങളെ അവർ ബഹുമാനപുരസ്സരം ശ്രദ്ധിക്കുവാൻ തുടങ്ങി.

മരിച്ചവർക്കെല്ലാം നിശ്ശബ്ദമായ അനുഗ്രഹം ചൊരിഞ്ഞു കൊണ്ട് അവർ സെമിത്തേരിയിൽ നിന്നിറങ്ങി. വഴി മുറിച്ച് കടന്നു. പുല്ലിൽ നഗ്നപാദരായിനടന്നു. സാവധാനത്തിൽ ശ്വസിച്ചു.

തങ്ങളുടെ ഈ അനുഭവങ്ങളെക്കുറിച്ച് അവരൊന്നും സംസാരിച്ചില്ല. എന്നാൽ അവിചാരിതമായി, അസാധാരണമായി ഒന്നും സംഭവിച്ചിട്ടില്ലെ എന്നതുപോലെ അഭിനയിച്ചു. അന്തരീക്ഷത്തിൽ ഒഴുകി നടന്നിരുന്ന സ്വപ്നങ്ങളുടെ സുഗന്ധത്തിലൂടെ അവരൊന്ന് അലഞ്ഞു നടന്നു എന്ന് മാത്രം അവർ ചിന്തിച്ചു.

അവർ കണ്ണുകൾ മലനിരകളിലുറപ്പിച്ച് നിർത്തി. ഹോട്ടലിലെത്തുന്നതു വരേക്കും ആ കണ്ണുകൾ അവിടെ നിന്ന് പറിച്ചെടുത്തില്ല. ഉച്ചഭക്ഷണമായി സലാഡും പൊള്ളിച്ച മീനും ഒരു ഗ്ലാസ് സാസെറേയും കഴിച്ചു. അദ്ഭുതവും ആശ്ചര്യവും നിറഞ്ഞ ഒരു ലോകം ഉറക്കത്തിൽ മുക്കിക്കളയുവാനായി മുകളിലേക്ക് കയറി.

ഭാഗം രണ്ട്

ഒന്ന്

ഉച്ചത്തിൽ നിലവിളിച്ചുകൊണ്ടാണ് ലാവോ ഉറക്കമുണർന്നത്. ഉറക്കത്തിൽ എന്തൊക്കെയോ പിറുപിറുക്കുന്നുണ്ടായിരുന്നു. അയാൾ വായുവിൽ കൈകാലിട്ടടിക്കുകയും എന്തിനേയോ പിടിച്ചെടുക്കുവാൻ ശ്രമിക്കുകയും ചെയ്തുകൊണ്ടിരുന്നു.

മിസ്റ്റ്ലെറ്റോ അപ്പോഴേക്കും ഉറക്കമുണർന്നിരുന്നു. അവൾ മലനിരകളുടെ ചിത്രം വരയ്ക്കുകയായിരുന്നു. ലാവോ തന്റെ പേക്കിനാവിൽ നിന്നും ഉണർന്നപ്പോൾ അവൾ ശാന്തമായി അയാളോട് പ്രതികരിച്ചു. അയാൾ എഴുന്നേറ്റ് ചുറ്റിലും നോക്കി. തന്റെ പരിസരം താനുറങ്ങിയപ്പോഴുണ്ടായിരുന്നത് തന്നെയല്ലേ എന്ന മട്ടിലായിരുന്നു ആ നോട്ടം. അങ്ങനെയൊരു ഉറപ്പ് വരുത്തിയതിനു ശേഷം അയാൾ തടാകത്തിലേക്ക് നോക്കി. അതിനു ശേഷം *ഗൊയ്ഥേ*യുടെ *ഫൗസ്റ്റി*ന്റെ രണ്ടാം ഭാഗം കൈയിലെടുത്ത് വായിക്കുവാൻ തുടങ്ങി.

അയാൾ എഴുന്നേറ്റു എന്നുറപ്പായപ്പോൾ മിസ്റ്റ്ലെറ്റൊ ബാൽക്കണിയിലേക്ക് നീങ്ങി. മലനിരകൾ പൂർണ്ണമായും ഒന്നുകൂടി കാണുവാൻ തീരുമാനിച്ചു. ക്രമം തെറ്റാതെ ശ്വസിച്ച് ചിത്രം വരയ്ക്കുന്നതിനിടയിൽ ആ മലനിരകളിൽ പതുക്കെ അവൾ അപ്രത്യക്ഷയായി, കാഴ്ചയുടെ ശാശ്വത സ്മാരക രൂപത്തിലേക്ക്, വശീകരിക്കുന്ന സൗന്ദര്യത്തിലേക്ക്. സൗന്ദര്യത്തിൽ അലിഞ്ഞ് ചേർന്ന ശുദ്ധമായ ഒരു പദാർത്ഥമായി അവൾ മാറി.

ലാവോയാകട്ടെ പുസ്തകത്തിലെ സങ്കീർണ്ണമായ ഒരു യാത്ര യിലേർപ്പെട്ടിരിക്കുകയായിരുന്നു. അവരിപ്പോൾ ജർമ്മനി യിലെ ഇമ്പീരിയൽ കൊട്ടാരത്തിലാണ്. സാമ്പത്തിക പ്രശ്ന ങ്ങൾ രാഷ്ട്രത്തെ അലട്ടിക്കൊണ്ടിരിക്കുന്നു. മെഫിസ്റ്റോ ഫെലസ് കടലാസുപണം കണ്ടെത്തിയിരിക്കുന്നു. അയാൾ ഭാവിയിലെ വാസ്തവമാണ് പ്രതീക്ഷിക്കുന്നത്, കണ്ടെത്തി യിരിക്കുന്നത്. ചക്രവർത്തി തിരുമനസ്സ് ട്രോയിലെ ഹെലനെ കാണാൻ താത്പര്യമറിയിച്ചിരിക്കുന്നു. ഇത് സംഭവ്യമാ ക്കുവാൻ *ഫൗസ്റ്റ് മെഫിസ്റ്റോഫെലസി*നോട് ആവശ്യപ്പെട്ടി രിക്കുന്നു.

രണ്ട്

ആ പുരാതന ലോകത്തിലേക്ക് ലാവോ വായനയിലൂടെ യാത്ര ചെയ്തു. *ഫൗസ്റ്റ്* ഇപ്പോൾ ബോധരഹിതനാണ്. അബോധാവസ്ഥയിൽ അവർ മഹത്തായ അധോ ലോകത്തിലേക്ക് ആ യാത്ര ചെയ്യുന്നു. ഈജിപ്തിന്റേയും ഗ്രീസിന്റേയും സങ്കലനമാണീ അധോലോകം. അവിടെ സ്ഫിങ്ക്സിന്റെ ഓരം ചാരി സൈറനുകൾ മുഴങ്ങുന്നു. കഴുകന്റെ ചിറകും തലയും സിംഹത്തിന്റെ ശരീരവുമുള്ള ഗ്രിഫിൻ എന്ന രാക്ഷസനോടൊപ്പം പാതി മനുഷ്യനും പാതി കുതിരയുമായ സെന്റോറുകളേയും ജലകന്യക കളേയും കാണാം. ശുദ്ധമായ കവിതയിൽ സംസാരി ക്കുന്ന ഉറുമ്പുകളെ കാണാം. എല്ലാ ജീവജാലങ്ങൾക്കും ഈ അധോലോകത്തിൽ ഒരു സാങ്കല്പിക അസ്തി ത്വമുണ്ട്. മനുഷ്യന്റെ അന്തർബോധത്തിൽ, അതിന്റെ ആഴങ്ങളിലെവിടേയോ ആണീ അസ്തിത്വം. ദൈവങ്ങൾ സത്യമാകുന്നു. ഈ ലോകത്തിലേക്കാണവർ ട്രോയിലെ ഹെലനെ തിരക്കിയെത്തുന്നത്. ഇതിഹാസങ്ങളിലെ സൗന്ദര്യമാണവൾ.

യാത്രയിൽ കൂട്ടിന് ഒരു കുള്ളനുണ്ട്. കുള്ളനേക്കാൾ കുള്ളനായ കുള്ളൻ. ഒരു ടെസ്റ്റ് ട്യൂബിൽ സൃഷ്ടിക്ക പ്പെട്ട, ശാസ്ത്രത്തിന്റെ സൃഷ്ടിയായ ഒരു കുള്ളൻ. ആ കുള്ളന് ഒരു മനുഷ്യനാകണം. മാനുഷൻ എന്ന മാന്ത്രികത അവനും വേണം. മനുഷ്യന്റെ ആത്മാവി ലേക്കുള്ള കൃത്യതയാർന്ന മാർഗ്ഗദർശിയാകുന്നത് അവന്റെ അപൂർണ്ണതയാണ്.

മൂന്ന്

ലാവോ ബുദ്ധിമുട്ടിയാണ് വായിക്കുന്നത്. തന്റെ സ്വപ്നത്തിൽ എങ്ങനെയോ അതുപോലെ തന്നെ ഈ വായനയും. ആശ്ചര്യകരമായ ഒരു സ്വപ്നം പോലെ. എഴുതിയിട്ടുള്ളതിൽ വച്ച് ഏറ്റവും അപരിചിതതവും ആശ്ചര്യകരവുമായ ഈ വായന ആശയക്കുഴപ്പത്തിലാക്കുന്നു. എങ്കിലും ഈ സങ്കീർണ്ണതയെ അതിജീവിക്കും എന്ന് ഉറപ്പിക്കുകയും ചെയ്തു.

ഈ ആശയക്കുഴപ്പത്തിൽ താൻ തനിച്ചല്ലെന്ന് ലാവോയ്ക്ക് മനസ്സിലായി. ഫൗസ്റ്റിന്റെ രണ്ടാം ഭാഗം മനസ്സിലാക്കിയെടുക്കാനാകാത്തതാണെന്ന് പലരും കരുതിയിട്ടുണ്ട്. അതിന്റെ ആദ്യ വിവർത്തകനായ മഹാനായ ഫ്രഞ്ച് കവി ജെറാർദ് ദെ നെർവെ പോലും അതിന്റെ നിഗൂഢതയെ അപലപിച്ചിട്ടുണ്ട്. എന്നാൽ ആ പുസ്തകത്തിന്റെ ധൈര്യവും വന്യതയും ലാവോയേ ആനന്ദിപ്പിച്ചു. ഭാവിയെക്കുറിച്ച് പുസ്തകം എങ്ങനെ പറയുന്നു എന്നതും അയാളെ വശീകരിച്ചു.

ആ പുസ്തകം വായിക്കുക എന്നത് ഫൗസ്റ്റിന്റെ മനസ്സിലേക്കൊരു യാത്ര നടത്തുന്നതിനു തുല്യമാണ്. വൈവിധ്യങ്ങളെ പ്രതിനിധീകരിക്കുന്നതാണാ മനസ്സ്. മനസ്സിന്റെ അധോലോകത്തിലാണവർ ട്രോയിലെ ഹെലൻ എന്ന ആശയം തേടുന്നത്.

നാല്

ലാവോ എന്തിനാണീ യാത്ര നടത്തുന്നത്? *അർക്കാഡിയ*യിലെ നിധിയിരിക്കുന്ന വീടിന്റെ താക്കോൽ കണ്ടെത്തുവാനായേക്കും എന്ന് അയാൾ സന്ദേഹിക്കുന്നുണ്ടാകും.

ഇത്രയും കാലം അവരുടെ യാത്ര ഈ ലോകത്തിലൂടെയായിരുന്നു. തീവണ്ടിയിൽ. എന്നാൽ *അർക്കാഡിയ*യുടെ സത്ത കണ്ടെത്തുവാൻ അയാൾ മറ്റൊരു പാത സ്വീകരിക്കേണ്ടതുണ്ട്. അക്ഷരങ്ങളുടെ പാത, സ്വയം തന്നിലേക്കുള്ള പാത. അതിന്റെ വാസ്തവത്തിലേക്കുള്ള, അനശ്വരതയിലേക്കുള്ള പാത. അങ്ങനെ ഒന്നു ചേർന്ന അബോധമനസ്സോടെ അയാൾ *അർക്കാഡിയ*യിലേക്ക് പ്രവേശിക്കും. *അർക്കാഡിയ*യെ ഒരു ഭൂപടത്തിൽ കണ്ടെത്തുവാനാകില്ല. ആ മണ്ഡലത്തിലേക്കുള്ള സൂത്രവാക്യമാണ് ട്രോയിലെ ഹെലൻ.

അഞ്ച്

ഗൊയ്ഥേയുടെ വാക്കുകളിൽ ലാവോ അലിഞ്ഞ് ചേർന്നു. അതിലെ പ്രത്യേക കഥാപാത്രങ്ങളിൽ, അതിലെ സങ്കീർണ്ണ തത്ത്വശാസ്ത്രങ്ങളിൽ. തലയൊന്നുയർത്തി മലനിരകൾക്കരികിൽ നിൽക്കുന്ന മിസ്റ്റലെറ്റോയെ കണ്ടപ്പോൾ മാത്രമാണ് അയാളുടെ മനസ്സിന് വ്യക്തത വന്നത്. അവൾ അനങ്ങാതിരിക്കുന്നു. വംശപരമ്പരകളുടെ പരുപരുത്ത മലനിരകളിലെവിടേയോ അവൾ നഷ്ടപ്പെട്ടിരിക്കുന്നു.

എല്ലാ വസ്തുക്കളും ആശയങ്ങളാണ്. ലാവോ ചിന്തിച്ചു. ഖരരൂപത്തിലുള്ള വസ്തുക്കൾ അടിസ്ഥാന ഊർജ്ജം ഘനീഭവിച്ചവയാണ്. അതുകൊണ്ടാണ് തടാകക്കരകളിലുള്ള മലനിരകൾ നമ്മെ മോഹിപ്പിക്കുന്നത്, വശീകരിക്കുന്നത്, ആകർഷിക്കുന്നത്. സൃഷ്ടിയുടെ പല തലങ്ങളേയാണവ ചൂണ്ടിക്കാണിക്കുന്നത്. നമുക്ക് തൊട്ടുനോക്കി അനുഭവിക്കാനാകുന്ന വസ്തുക്കൾ നമ്മുടെ മനസ്സിനൊരു ഉറപ്പ് നൽകുന്നു. അതുകൊണ്ടാണ് ഭൗതികവസ്തുക്കൾ നമുക്ക് സൗഖ്യം നൽകുന്നത്. അവർ ശരീരത്തിനൊരു ആശ്വാസം നൽകുന്നു. എന്നാൽ ശരീരത്തിനകത്തുള്ള മറ്റൊരു വസ്തുവിനും അതുപോലെ സൗഖ്യം തോന്നേണ്ടതുണ്ട്. നമ്മുടെ ഉള്ളിലുള്ള ആ മറ്റൊരു വസ്തുവാണ് സൗന്ദര്യം കാണുമ്പോൾ പ്രതികരിക്കുന്നത്.

മലനിരകൾ എന്നിൽ ചലനമുണ്ടാക്കുന്നത് സമയത്തേക്കാൾ പുരാതനമായ എന്തോ ഒന്നിനെ അതെന്നിൽ സ്പർശിപ്പിക്കുന്നതിനാലാണ്. എന്നിലെ സൗന്ദര്യമാണ് തടാകത്തിലെ, ആകാശത്തിലെ സൗന്ദര്യവുമായി സംവദിക്കുന്നത്. ജീവനുള്ള ശരീരം വായു ശ്വസിക്കുന്നു. ആത്മാവ് വെളിച്ചത്തേയും.

ആറ്

തന്റെ ചിന്തകളിൽ നിന്നുള്ള പ്രചോദനമുൾക്കൊണ്ട് അയാൾ കൂടുതൽ ആഴത്തിൽ ധ്യാനിക്കുവാൻ തുടങ്ങി. *അർക്കാഡിയ* എന്നത് ഒരാശയമാണ്. അത് നമ്മുടെയുള്ളിലാണാരംഭിച്ചത്. എന്നാൽ അമൂർത്തീകരണം നമ്മെ പരാജയപ്പെടുത്തുന്നു. നമുക്കാവശ്യം നേരിൽ കാണാവുന്നതും വാസ്തവമായിട്ടുള്ളതുമായ വസ്തുക്കളെയാണ്. ദിവ്യാദ്ഭുതങ്ങൾ പോലും നമുക്ക് പ്രകടമാകേണ്ടിയിരിക്കുന്നു, കാണാവുന്നതും മൂർത്തവുമാകേണ്ടിയിരിക്കുന്നു. ദൈവത്തിൽ വിശ്വസിക്കണമെങ്കിൽ ദൈവം നമുക്ക് മുന്നിൽ അവതരിക്കണം. നമുക്ക് കാണാനാകണം. അങ്ങനെയാകുമ്പോൾ വിശ്വാസം കുറവും ഉറപ്പ് കൂടുതലുമാകും. തെളിവിൽ വിശ്വസിക്കുവാൻ മാത്രമാകുന്നതുകൊണ്ടാണ് പലപ്പോഴും നമുക്ക് വഴിതെറ്റുന്നത്. നമ്മൾ വ്യക്തത നേടുവാൻ, ശരിയാണോ എന്ന് തെളിയിക്കുവാൻ, ഉപയോഗിക്കുന്ന അതേ, ഇന്ദ്രിയങ്ങൾ ഉപയോഗിക്കുമ്പോൾ തന്നെയാണ് പലപ്പോഴും നമുക്ക് വഴി തെറ്റുന്നതും.

കാണുക എന്നാൽ വിശ്വസിക്കുക എന്നാകുന്നു എന്നവർ പറയുന്നു. എന്നാൽ നമ്മൾ നമ്മുടെ കണ്ണുകൾ കൊണ്ട് മാത്രമാണോ കാണുന്നത്? വെളിച്ചത്തിന്റെ പ്രഭാവങ്ങൾ, പ്രയോജനങ്ങൾ നമ്മൾ കാണുന്നില്ലേ? പൂർണ്ണകാഴ്ച നൽകുവാൻ തക്ക കൃത്യതയുള്ള ഉപകരണങ്ങളല്ല കണ്ണുകൾ. അതിനായി നമുക്ക് അതിലും മികച്ച ഉപകരണങ്ങൾ ആവശ്യമുണ്ട്. കവിത എന്ന ഉപകരണം, അന്തർജ്ഞാനം എന്ന അവയവത്തെ പ്രതിനിധീകരിക്കുന്നു. അവ ഏറ്റവും ഉന്നതമായ വിവരങ്ങൾ നമ്മുടെ ബോധമണ്ഡലത്തിനെത്തിച്ചുകൊടുക്കുന്നു.

ഏഴ്

അങ്ങനെ പുനർവിചിന്തനം നടന്നുക്കൊണ്ടിരിക്കേ അയാൾ *അർക്കാഡിയ*യ്ക്ക് ഒരു വ്യാഖ്യാനം നൽകുവാൻ ശ്രമിച്ചു.

യാത്രകൾക്കിടയിലെ ഒരു വിശ്രമ സ്ഥാനം
പൂന്തോട്ടത്തിലെ പൂക്കൾ
പാറക്കെട്ടുകളിലെ വൃക്ഷങ്ങൾ
രാജവീഥിക്കരികിലെ ഒരു കൊച്ചു സുന്ദര പട്ടണം
ഒരു മരുപ്പച്ച.
പ്രവൃത്തി ദിവസങ്ങൾക്കിടയിലൊരു അവധി ദിവസം
ഗദ്യത്തിനിടയിൽ ഒരു കവിത
വാക്കുകൾക്കിടയിൽ ഒരു ചിത്രം
യാത്രയ്ക്കിടയിൽ ഒരു ഗാനം
മൗനത്തിനിടയിൽ ഒരു സംഗീതം
വെറുപ്പിനിടയിൽ ഒരു പ്രണയം
ദ്വന്ദ്വാത്മക ഇടവേളയാണ്
ഒഴിവ് ദിവസങ്ങൾ.

അയാൾ തന്റെ മനസ്സിനെ ഉയർന്ന് പറക്കുവാൻ അനുവദിച്ചു. തത്ത്വശാസ്ത്രം എന്നാൽ ഗൃഹാതുരത്വമാണെന്ന് *നൊവാലിസ്* എവിടേയോ എഴുതിയിട്ടുണ്ടെന്ന് ഓർത്തു. സൗന്ദര്യവും അതുപോലെ തന്നെയാണ്. എന്നാൽ ഗൃഹാതുരത്വം? എവിടേക്ക്? എന്തിന്? ഒരു വീടിനും തൃപ്തമാക്കുവാനാകാത്ത ഒന്നിന് അർക്കാഡിയ എന്ന വീട് സൂചകമാകുന്നു. എന്നെന്നും നിലനിൽക്കുന്ന, മാറാരോഗമായി നിലനിൽക്കുന്ന ഗൃഹാതുരത്വമെന്ന രോഗത്തിനൊരു വേദനസംഹാരി. പൂർണ്ണ സന്തോഷം എന്ന ഉറപ്പ്, എന്നാൽ കുറച്ച് കാലതാമസം വരുത്തുന്നത്.

ഭാഗം മൂന്ന്

ഒന്ന്

സായാഹ്നത്തിൽ അവർ വീണ്ടും പര്യവേഷണത്തിനിറങ്ങി. ഇത്തവണ അവർ പാലവും കടന്ന് പോയി. അജ്ഞാതമായ ഏതോ സഹജാവബോധത്തെ പിന്തുടർന്ന മിസ്റ്റ്ലെറ്റോയായിരുന്നു വഴികാട്ടി. അവർ തരിശായി കിടന്നിരുന്ന ഒരു സ്ഥലം കഴിഞ്ഞ് ഒരു മേൽപാലത്തിൽ കയറി. പെട്ടെന്ന് എവിടെ നിന്നോ സംഗീതമൊഴുകിയെത്തുന്നു. അതിനെ ലക്ഷ്യമാക്കി നീങ്ങി. ഒരു കുന്നു കയറിയിറങ്ങി. ഒരു കുറ്റിക്കാട് കാണുന്നതുവരേക്കും നടന്നു.

കാടിനു നടുക്ക് ഒരു സംഗീതോത്സവം നടക്കുന്നു. ഒരു കൂട്ടമാളുകൾ വേദിയിൽ നിന്നുമുയരുന്ന റോക്ക് സംഗീതത്തിനോടൊപ്പം പാടുകയും ആടുകയും ചെയ്യുന്നു. തുറസ്സായ ആ സ്ഥലത്തിന്റെ ഓരത്ത് കാരവനുകളും ആവശ്യം കഴിഞ്ഞാൽ നീക്കിക്കൊണ്ട് പോകാവുന്ന ശൗചാലയങ്ങളുമുണ്ട്. അവയെക്കൂടാതെ ഹാംബർഗറുകൾ, ഹോട്ട് ഡോഗുകൾ, പൊരിച്ച കോഴി, ബിയർ, ശീതള പാനീയങ്ങൾ, പോപ്കോൺ, ടി-ഷർട്ട്, പുസ്തകം, സിഡി, പല നിറങ്ങളിലുള്ള ഉത്തരീയങ്ങൾ, മാന്ത്രിക മോതിരം, മാല മുതലായവ വിൽക്കുന്ന കടകളുമുണ്ട്. ഭാവിപറയുന്ന തത്തയുമായി ഒരാളിരിപ്പുണ്ട്. പട്ടണത്തിലെ യുവസമൂഹം അവിടെ എത്തിച്ചേർന്നിരിക്കുന്നു.

അത് കണ്ടപ്പോൾ ലാവോയ്ക്കും മിസ്റ്റ്ലെറ്റോയ്ക്കും ഒരാശ്വാസം തോന്നി. ഈ പട്ടണത്തിൽ യുവാക്കളില്ലേ എന്ന് അവർ സംശയിച്ച് തുടങ്ങിയിരുന്നു. അവരെയെല്ലാം

ഏതോ ദുരാത്മാവ് ഇവിടെ നിന്ന് ആട്ടിയോടിച്ചതാണോ എന്നും.

കാടിനു നടുക്ക് ഇങ്ങനെ ഒരു ആഘോഷം എന്നത് ആവേശമായിരുന്നു. ഏതോ ഇതിഹാസത്തിലേക്കാണവർ നടന്ന് കയറിയിരിക്കുന്നത് എന്നു തോന്നി. തൊപ്പി ധരിച്ച യുവാക്കളുമായും സുന്ദരമായ വസ്ത്രം ധരിച്ചെത്തിയ യുവതികളുമായും അവർ ഇടപഴകി. അവർ അന്യരാണെന്നും ഇവിടേക്ക് വന്നുകയറിയവരാണെന്നും തോന്നിയില്ല. ശീതളപാനീയങ്ങളും ഹോട്ട് ഡോഗും വാങ്ങി. അവർ നൃത്തം കണ്ടാസ്വദിച്ചു.

ലാവോയും മിസ്റ്റ്ലെറ്റോയും വ്യത്യസ്തരായിരുന്നതിനാൽ അവർ മറ്റുള്ളവരുടെ ശ്രദ്ധയാകർഷിച്ചു. ജനം ചുറ്റിലും കൂടി, അവരോട് സംസാരിക്കുവാൻ ആഗ്രഹിച്ചു. എന്നാൽ സംസാരം തുടങ്ങുവാനുള്ള ധൈര്യം അവർക്കില്ലായിരുന്നു.

മിസ്റ്റ്ലെറ്റോ നൃത്തം ചെയ്ത് തുടങ്ങി. അവൾ ഒരിടത്ത് തന്നെ നിന്ന്, നിതംബം കുലുക്കി, തോളുകൾ ചലിപ്പിച്ച് നൃത്തം ചെയ്തു. വളരെ നിയന്ത്രിതമായ ഒരു നൃത്തമായിരുന്നു അത്. ലാവോയ്ക്ക് ആധിയായി. അയാൾ ചുറ്റുപാടും ശ്രദ്ധിച്ചു. അയാളുടെ മനസ്സിൽ അപ്പോൾ എന്തായിരുന്നെന്ന് മുഖഭാവം കൊണ്ട് വായിച്ചെടുക്കാനാകില്ലായിരുന്നു.

സംഗീതം വളരെ മോശമാണെന്ന് ഇരുവർക്കും തോന്നി. അതിനിടയിൽ ലാവോ എന്തോ മന്ത്രിച്ചു. മിസ്റ്റ്ലെറ്റോ അത് കേട്ടില്ല. എന്നാൽ അയാളുടെ ചുണ്ടുകളുടെ ചലനം എന്തിനെന്ന് അവൾ മനസ്സിലാക്കി.

“കരഞ്ഞുകൊണ്ട് എഴുന്നേറ്റതെന്തുകൊണ്ട്?” അവൾ ചോദിച്ചു.

“നീ ഒരു വികാരവുമില്ലാതെ അപ്പോൾ എന്നെയെന്തിനങ്ങനെ നോക്കി?”

“നിങ്ങൾ എന്റെ മാനസികനില നശിപ്പിച്ചു.”

“എന്ത് മാനസികനില?”

“ഞാനാ മലനിരകൾക്ക് മുകളിലുള്ള മേഘങ്ങളെ വരയ്ക്കുവാൻ ശ്രമിക്കുകയായിരുന്നു. തീർത്തും വിഷമകരമായ ചിലത് ഒപ്പിയെടുക്കുവാൻ.”

“അപ്പോൾ?”

“അതിനൊരു മാർഗ്ഗം കണ്ടെത്തിക്കൊണ്ടിരിക്കുകയായിരുന്നു. അപ്പോഴാണ് നിങ്ങൾ ഉച്ചത്തിൽ നിലവിളിച്ചത്. അത് എന്റെ ഉള്ളിലേക്കെത്തിയ ആശയത്തെ ഭയപ്പെടുത്തിയോടിച്ചു.”

“അതെനിക്കെങ്ങനെ അറിയാം? ഞാനുറങ്ങുകയായിരുന്നില്ലേ?”

“നിങ്ങളെ നിങ്ങളുടെ പേക്കിനാവിൽ നിന്ന് എനിക്കെങ്ങനെ സംരക്ഷിക്കുവാനാകും?”

“എന്തായാലും ക്ഷമിക്കുക എന്നൊന്നും പറയുവാൻ എനിക്കാകില്ല.”

“നിങ്ങൾക്കതിനാകില്ല എന്നെനിക്കറിയാം. നിങ്ങൾ ഒരു രാക്ഷസനാണ്.”

“രാക്ഷസന്മാർ പേക്കിനാവ് കാണാറില്ല. അവർതന്നെ പേക്കിനാവല്ലേ?”

“അപ്പോൾ ദൈവങ്ങളോ? അവർക്ക് പേക്കിനാവുണ്ടാകുമോ?”

“ഈ ലോകം ദൈവത്തിന്റെ പേക്കിനാവാണെന്ന് പറയുന്ന ചിലരുണ്ട്.”

“നമ്മളെല്ലാം ദൈവങ്ങളാണ്.”

“മണ്ണുകൊണ്ടുള്ള ദൈവങ്ങൾ.”

“ശരി. നമ്മൾ ദൈവങ്ങളല്ല. നമ്മളിൽ ദൈവമുണ്ട് എന്ന് മാത്രം.”

“അത് നിനക്ക് ഇന്ത്യയിൽ നിന്നുള്ള ഒരു പുസ്തകത്തിൽ നിന്നും ലഭിച്ചതല്ലേ?”

“അതെ.”

“എല്ലാ ദൈവങ്ങളും നമ്മുടെ ഉള്ളിലുണ്ട്. തൊഴുത്തിൽ പശുക്കളുണ്ടാകുന്നതുപോലെ.”

“ശരി. ഞാൻ ഓർത്ത് വയ്ക്കാം. അത് പോകട്ടെ. നിങ്ങൾ അങ്ങനെ ഉച്ചത്തിലെന്തിനാണ് കരഞ്ഞത്?”

“നീ ആ ചോദ്യം അവസാനിപ്പിച്ചു. എന്നാണ് ഞാൻ കരുതിയത്.”

“നിങ്ങളുടെ ചില സൂത്രങ്ങൾ എനിക്കറിയാം. എന്നോട് പറയുവാൻ നിങ്ങൾക്ക് ആഗ്രഹമുള്ളതെന്തൊക്കെ എന്നും എനിക്കറിയാം.”

“എങ്ങനെ?”

“എങ്ങനെ? എങ്ങനെ? എങ്ങനെ? ഇത്തരം ചോദ്യങ്ങൾ നിങ്ങൾ സാധാരണയായി ഉത്തരം നൽകാത്തവയായതു കൊണ്ട് തന്നെ. ആ ചോദ്യങ്ങളിൽ നിന്നും നിങ്ങൾ വ്യതി ചലിച്ച് പോകും.”

“സത്യം?”

“നിങ്ങളൊരു സംഗീതശകലമൊന്നുമല്ല എന്നറിയില്ലേ? എന്നേക്കാൾ കൂടുതൽ മനസ്സിലാക്കുവാൻ ബുദ്ധിമുട്ടുള്ള വനൊന്നുമല്ല നിങ്ങൾ. നമ്മളിപ്പോൾ ഒരേ ശ്രുതിയിലെ ത്തിയിരിക്കുന്നു. അത് സുന്ദരമാണ്. അങ്ങനെയല്ലാത്ത ഒരവസ്ഥ, അത് എന്നെ നിരാശപ്പെടുത്തുന്നു. എങ്ങനെ എന്ന് എന്നോട് ചോദിക്കൂ. ഞാൻ പറയാം, നിങ്ങൾക്ക് എന്നോട് എന്തെങ്കിലും പറയുവാൻ താത്പര്യമുണ്ടോ ഇല്ലയോ എന്ന്. ഇത് അന്തർജ്ഞാനമാണ്, അല്ലാതൊന്നു മല്ല.”

“നീ എന്താണിപ്പോൾ സംസാരിച്ചുകൊണ്ടിരിക്കുന്നത്?”

“മറന്നേക്കൂ.”

“എനിക്ക് നിന്നെ അവിടെ നഷ്ടമായി എന്ന് തോന്നുന്നു. ഒരു കവിൾ മദ്യമായാലോ?”

“ഞാനിപ്പോഴേ മദ്യപിച്ചിരിക്കുന്നു.”

“ഇപ്പോഴേ?”

“ഹോട്ടലിൽ നിന്നിറങ്ങുന്നതിനു മുമ്പേ മദ്യപിച്ചതുപോലെ യായി.”

“എന്ത് കഴിച്ചു?”

“ആ മലനിരകളെ വരച്ചുകൊണ്ടിരുന്നപ്പോൾ എന്റെ മനസ്സിനെ ഭീതിദമാക്കുന്ന എന്തോ ഞാൻ ചെയ്തു. എനിക്ക് തലകറങ്ങുന്നതുപോലെ തോന്നുന്നു.”

“നീയങ്ങനെ ഉയർന്ന് പറക്കുകയായിരുന്നോ?”

“ഇതാ എന്റെ തല ഇപ്പോൾ വലുതായിക്കൊണ്ടിരിക്കുന്നു.”

“അതെ. നിനക്കിപ്പോൾ വലിയ തലയുണ്ട്.”

“നിന്റേത് പോലെ അത്ര വലുതല്ല. ഇനി പറയ്, എന്തിനാണ് നീ ഉച്ചത്തിൽ കരഞ്ഞത്?”

“സത്യമായും നിനക്കത് അറിയണോ?”

“വേണ്ട.”

“ഞാൻ പറയാം.”

“എനിക്ക് കേൾക്കണ്ടയെങ്കിലോ?”

“തീർച്ച.”

“ഞാൻ കേൾക്കില്ല.”

“ഗംഭീരം.”

“ഞാൻ കേൾക്കുന്നില്ല. എങ്കിലും പറഞ്ഞോളൂ...”

“ഞാനൊരു സ്വപ്നം കണ്ടു. ആ സ്വപ്നത്തിൽ *മലാസ്സോ* വന്നു. അയാളൊരു ഭൂപടം കാണിച്ചു. ഞാനതിലേക്ക് നോക്കി. അതിൽ വീണു. ഈ ലോകത്തിലേക്ക് വീണു. അങ്ങനെ വീണുകൊണ്ടേയിരുന്നു. വീണ് വീണ് അവസാനം ഞാനാ ഭൂപടം കാണുമ്പോൾ എവിടെ നിന്നിരുന്നുവോ അവിടെയെത്തി. അത് കണ്ട് മലാസ്സോ ചിരിച്ചു. “നീ അന്വേഷിച്ചുകൊണ്ടിരുന്ന *അർക്കാഡി*യാണിത്” എന്ന് പറഞ്ഞു. അയാൾ എന്താണുദ്ദേശിച്ചത് എന്നെനിക്ക് മനസ്സിലായില്ല.”

ലാവോ ഒന്ന് നിർത്തി. സംഗീതം ഉച്ചത്തിലായിരിക്കുന്നു. ഗാനവും ബഹളവും അതിനെ കൂടുതൽ ഉച്ചത്തിലാക്കി. അവർ അവിടെ നിന്ന് ഒന്ന് മാറി നിന്നു.

“അതേ സ്വപ്നത്തിൽ *മലാസ്സോ* എനിക്ക് മറ്റൊരു ഭൂപടം കൂടി കാണിച്ച് തന്നു. അത് ബ്രഹ്മാണ്ഡത്തിന്റെ പടമായിരുന്നു. വിശാലമായത്. ത്രിമാനം. ഞാനതിലെവിടേയോ നഷ്ടപ്പെട്ടു. നൂറ്റാണ്ടുകൾ കഴിഞ്ഞു. ഇതാ ഇവിടെ, ഈ തടാകവും മലനിരകളുമുള്ളിടത്താണ് പിന്നെ ഞാൻ ഉറക്കമുണരുന്നത്. നീ അപ്പോൾ മലനിരകൾക്ക് മുകളിൽ നിന്ന് ഒരു സർക്കസ്സുകാരിയെപ്പോലെ നൃത്തം ചെയ്യുന്നു. നീ നഗ്നയായിരുന്നു. ഞാൻ നിന്നെ വിളിച്ചു. നീ തിരിഞ്ഞ്

നോക്കി. എന്നെ കണ്ടു. ഞാൻ ഉച്ചത്തിൽ കരഞ്ഞു. അപ്പോൾ ആ സർക്കസ്സുകാർ കൊലയാളികളുടെ ആവേശത്തോടെ എനിക്കരികിലേത്തി. ഞാനോടി. ഓടിയെത്തിയത് *മലാസ്സോ*യ്ക്ക് സമീപം. അയാൾ എനിക്ക് വീണ്ടുമൊരു ഭൂപടം കാണിച്ചു. എന്നിട്ട് "നിധി കണ്ടെത്തിയാൽ നിനക്ക് സംഭവിക്കുവാൻ പോകുന്നത് ഇതായിരിക്കും..." എന്നയാൾ പറഞ്ഞു. അപ്പോഴും എനിക്കൊന്നും മനസ്സിലായില്ല.

ലാവോ ചുറ്റിലും നോക്കി. ജനക്കൂട്ടം വർദ്ധിച്ചിരിക്കുന്നു. ഇപ്പോൾ വേറൊരു പാട്ട് പാടാൻ തുടങ്ങിയിരിക്കുന്നു. ഒരു നാടോടി ഗാനം. മുമ്പ് പാടിയതുപോലെ ഉച്ചത്തിലല്ല അത് പാടുന്നത്.

"അതെ, സ്വപ്നത്തിൽ അയാൾ പിന്നേയും എനിക്കൊരു ഭൂപടം കാണിച്ചു."

"ഇത് ഇനിയും *മലാസ്സോ*യെക്കുറിച്ച് തന്നെയാണോ?"

"അതെ. ആ ഭൂപടം, മൂന്നാമത്തേത്, ചെറിയതായിരുന്നു. വളരെ ചെറിയത്. ഒരു സൂക്ഷ്മദർശിനിയിലൂടെ മാത്രം കാണാനാകുന്നത്. ഞാനതിലേക്ക് സൂക്ഷിച്ച് നോക്കി. അതിൽ ഞാൻ എല്ലാം കണ്ടു. ആദ്യത്തേയും രണ്ടാമത്തേയും ഭൂപടങ്ങൾ. എന്റെ ജീവിതം. നിന്റെ ജീവിതം. ഈ ഭൂലോകം മുഴുക്കെ. എല്ലാ സ്വപ്നങ്ങളും മത്സ്യങ്ങളും മാലാഖമാരും മേഘങ്ങളുണ്ടാകുന്നതും ചതുർമാനങ്ങളുള്ള വസ്തുക്കൾ. അതിലേക്ക് നോക്കിക്കൊണ്ടിരിക്കേ ഞാനതിലേക്ക് വീണു. ഞാൻ ഈ ലോകത്തിലൂടെ അലഞ്ഞ് നടന്നു. എനിക്ക് പരിചയമുള്ളവരാരെങ്കിലുമുണ്ടോ എന്ന് തിരയുകയായിരുന്നു ഞാൻ. അവിടെയുള്ള എല്ലാവരും എന്റെ പരിചയക്കാരാണെന്ന് ഞാൻ തിരിച്ചറിഞ്ഞു. അവിടെയുള്ള എല്ലാ സംഭവങ്ങളും എനിക്ക് പരിചിതങ്ങളാണ്. അത് നിരാശാജനകമായിരുന്നു."

ലാവോ വീണ്ടും നിർത്തി. തലയൊന്നാട്ടി. തലയ്ക്കകത്തുനിന്ന് ആ നിരാശ തെറിപ്പിച്ചു കളയുകയാണെന്ന് തോന്നി. തീർത്തും നിഷ്പക്ഷമായ വികാരത്തോടെ, ഭാവപ്രകടനത്തോടെ മിസ്റ്റലെറ്റോ കേട്ടുകൊണ്ടിരുന്നു.

"പിന്നെ ഞാൻ ഒരു സ്മാരകശിലയിലെത്തി. അതിന്മേൽ ഒരൊറ്റ വാക്കേ എഴുതിയിട്ടുണ്ടായിരുന്നുള്ളു. *അർക്കാഡിയ*. ഞാനാ വാക്കിലേക്ക് തുറിച്ച് നോക്കി നിന്നപ്പോൾ ഒരു ഭീകര ശബ്ദം കേട്ടു. ഭൂമി പിളർന്നു. ശവകുടീരം തുറന്നു. ഒരാൾ പുറത്തിറങ്ങി. അയാളിൽ അദ്ഭുതപ്പെടുത്തുന്ന ഒരു പ്രകാശമുണ്ടായിരുന്നു. എന്തോ പ്രത്യേകത അയാൾക്കുണ്ടായിരുന്നു. ഭീതിജനകമായ എന്തോ ഒന്ന്. അപ്പോൾ അതെന്താണെന്ന് ഞാൻ തിരിച്ചറിഞ്ഞു."

ലാവോ നിർത്തി.

"അതെന്തായിരുന്നു?"

"അവന്റെ സ്വാസ്ഥ്യം." അത് പറയുമ്പോൾ അയാളുടെ സ്വരം വളരെ നേർത്തിരുന്നു. വാക്കുകൾ അവൾ കേൾക്കാതെ പോകുമെന്ന് തോന്നി. "എന്നാൽ അത് മാത്രമല്ല. ഞാൻ ശ്രദ്ധിച്ച ഏറ്റവും ഭീതിജനകമായ വസ്തുത അവൻ ഞാൻ തന്നെയായിരുന്നു എന്നതാണ്."

"നിങ്ങളോ?"

"അതെ. ഞാൻ. ഇപ്പോഴത്തതിനേക്കാൾ മെച്ചപ്പെട്ട, ബുദ്ധിയുള്ള, രൂപാന്തരം പ്രാപിച്ച, സത്യത്തിന്റെ അധികാരത്താൽ ശാന്തമായി തിളക്കമാർജ്ജിച്ച ഞാൻ."

ലാവോയുടെ മുഖം മ്ലാനമായി.

"അപ്പോഴാണ് ഏറ്റവും ഭീകരമായ അത് സംഭവിച്ചത്."

"എന്ത്?"

"ഈ മറ്റേ ഞാൻ, രൂപാന്തരം പ്രാപിച്ച ഞാൻ, അരികിലെത്തി. ഞാനോടി. ചുരുങ്ങിയ പക്ഷം ഓടാൻ ശ്രമിക്കുകയെങ്കിലും ചെയ്തു. എനിക്കതിനായില്ല. അയാൾ രോമാഞ്ചമേകുന്ന ഒരു ആലിംഗനത്തിൽ എന്നെ അമർത്തി. എനിക്ക് താങ്ങുവാനായില്ല. അത്ര ഭീകരമായിരുന്നു. എന്റെ തൊലിയുരിയുന്നതുപോലെ തോന്നി. ഞാൻ കണ്ണു തുറന്നു. അപ്പോൾ നീ എന്നെ തുറിച്ച് നോക്കിയിരിക്കുന്നുണ്ടായിരുന്നു.

രണ്ട്

നാടോടിഗാനം അവസാനിച്ചപ്പോൾ സദസ്സിൽ നിന്നും കയ്യടിയുയർന്നു. ആ സംഘത്തിന്റെ ഗാനാലാപനം അവസാനിച്ചിരിക്കുന്നു. മറ്റൊരു സംഘം വേദിയിലെത്തി.

മിസ്റ്റ്ലെറ്റോ ഒന്നും പറഞ്ഞില്ല. ലാവോ ഓർത്ത് പറഞ്ഞ സ്വപ്നം ഉള്ളിലുറകൂടുവാൻ സമയം നൽകുകയായിരുന്നു അവൾ. അവളുടെ പ്രതികരണം എങ്ങനെയായിരിക്കുമെന്ന് ഇപ്പോൾ അവൾക്കറിയില്ല. അതിന് ബോധപൂർവ്വം ഒരു രൂപം കൊടുക്കുവാൻ അവൾക്ക് താത്പര്യമില്ല. ലാവോയ്ക്കും ഇത് മനസ്സിലായി. എങ്കിലും അവൾ എന്തെങ്കിലുമൊരു വാക്ക് പറയണമെന്ന് അയാൾ ആഗ്രഹിച്ചു. ഒരു സ്വപ്നം മറ്റാരെങ്കിലുമായി പങ്കുവയ്ക്കുക എന്നത് എപ്പോഴും സാഹസമാണ്. തന്റെ സ്വപ്നം ഇങ്ങനെ നിശ്ശബ്ദതയിൽ ലയിച്ച് പോകുന്നതിൽ അയാൾക്ക് താത്പര്യവുമില്ല.

"നിന്റെ ആ തുറിച്ചുനോട്ടം എന്നിലപ്പോൾ എന്ത് വികാരമാണുണ്ടാക്കിയത് എന്ന് നിനക്ക് മനസ്സിലാകുന്നുണ്ടോ?"

അവൾ അപ്പോഴും നിഷ്പക്ഷമായ കണ്ണുകളോടെ അവനെ നോക്കി. ഒന്നും പറഞ്ഞില്ല. നേരിട്ടുള്ള ഒരു ആരോപണത്തിനോട് അടുത്ത് നിൽക്കുന്ന എന്തെങ്കിലും പ്രയോഗിക്കുവാൻ നിപുണയായിരുന്നില്ല അവൾ. അവൾ ഒന്നും പറയില്ലെന്ന് ഉറപ്പായപ്പോൾ അയാൾ തോളൊന്ന് കുലുക്കി ജനക്കൂട്ടത്തിനിടയിലേക്ക് പോയി. സ്വപ്നം പങ്കുവച്ചപ്പോൾ നഷ്ടപ്പെട്ട മനസ്സമാധാനത്തിന്റെ ഒരു ഭാഗമെങ്കിലും തിരിച്ച് പിടിക്കുവാനുള്ള ശ്രമത്തിന്റെ ഭാഗമായിരുന്നു അത്.

മിസ്റ്റ്ലെറ്റോ അവിടെ തന്നെ നിന്നു. ജനക്കൂട്ടത്തിൽ അയാളുടെ തല മറഞ്ഞ് പോകുന്നത് നോക്കിക്കൊണ്ട്.

മൂന്ന്

അവൾ അവനിൽ ആലേഖനം ചെയ്തത് ഒരു വര. പിന്നെ അതിനു കുറുകെ മറ്റൊന്നും. ജനക്കൂട്ടത്തിലൂടേയുള്ള അവന്റെ ചലനങ്ങൾ നോക്കി നിന്നു. രണ്ടുപേർക്ക് പരസ്പരം നഷ്ട പ്പെട്ടവരാകുക എന്നത് എത്ര എളുപ്പമുള്ളതാണ്. അവൾ പ്രതികരിക്കാതിരുന്നതിനാലാണ് അയാൾ പോയത്. പക്ഷേ അവൾ നിസ്സഹായയായിരുന്നു.

സ്വരച്ചേർച്ചയ്ക്കുള്ള ആയുധമായി ലാവോ സ്വരച്ചേർച്ചയില്ലാ യ്മയെ എങ്ങനെ ഉപയോഗിക്കുന്നു എന്നതിൽ അവൾക്ക് അദ്ഭുതമുണ്ടായി. അവൾക്ക് അവനോടുള്ള സ്നേഹത്തിൽ ഇത്തിരി കുറവ് വന്നിരുന്നെങ്കിൽ ഈ ആയുധം അവരുടെ ബന്ധത്തെ തകർക്കുമായിരുന്നു. അവനിപ്പോൾ അതാണ് ചെയ്യു ന്നത് എന്നവൾക്ക് തോന്നി. അവനിപ്പോൾ സ്വരച്ചേർച്ചയി ല്ലായ്മ എന്ന ആയുധം പ്രയോഗിക്കുകയാണ്. അവർ സംസ്ക രിച്ചെടുത്ത *അർക്കാഡിയ*യുടെ നാശം എന്ന ഭീഷണിയാണി പ്പോൾ മുന്നിലെത്തിയിരിക്കുന്നത്. അതെന്തിന്? അവൾ അവന്റെ സ്വപ്നത്തിനോട് പ്രതികരിച്ചില്ല എന്നതിനാലോ? അതല്ല കാരണം എന്നവൾക്കറിയാം. അവളുടെ തണുപ്പൻ നയമാണ് അയാൾ പോകാൻ കാരണം എന്നുമവൾക്കറിയാം. അയാളെ സംബന്ധിച്ചിടത്തോളം തണുത്ത പ്രതികരണം എന്നത് അഹം എന്നതിനെ മോചിപ്പിക്കലാണ്. പൂജ്യത്തിനും താഴെയുള്ള ഒരു വികാരം, മാനസികാവസ്ഥ, പ്രണയ മെന്നൊന്നില്ലാത്ത അവസ്ഥ. അയാളെ സംബന്ധിച്ചിടത്തോളം അതായിരുന്നു തിരസ്കരണം. അവൾക്കതറിയാം.

ഇനി പൂർവ്വസ്ഥിതി പ്രാപിക്കാൻ അയാൾ കുറച്ച് സമയ മെടുക്കും. അങ്ങനെയൊരവസ്ഥയാണിത്. അതിനായി പ്രചോ ദനം നൽകുന്ന ഒരു ആംഗ്യവിക്ഷേപം വേണ്ടി വരും. ഹൃദയത്തെ നിരന്തരം ചൂട് പിടിപ്പിക്കേണ്ടി വരും. ചിന്തകളെ വീണ്ടും ഉത്തേ ജിപ്പിക്കേണ്ടി വരും. അവർ തമ്മിൽ വീണ്ടും സ്വർച്ചേർച്ചയുണ്ടാ ക്കുക എന്ന വെല്ലുവിളിയെ അവൾ രഹസ്യമായി സ്നേഹി ക്കുന്നു. വേണം എന്നതിനെ ചുറ്റിവളഞ്ഞ്, ഒരു പുനരാരംഭത്തെ എതിർക്കുന്നു എന്ന മാർഗ്ഗത്തിലൂടെ, മുന്നോട്ടുള്ള നീക്കം.

നാല്

നൃത്തം ചെയ്യുന്നവർക്ക് മദ്ധ്യേ അവൾ നിന്നു. ഒരു യുവാവ് അവളെ സമീപിച്ചു. ഇരുപത് വയസ്സു തോന്നിക്കുന്ന ഒരു സുന്ദരൻ. ആദ്യ നോട്ടത്തിൽ തന്നെ നല്ല ആത്മവിശ്വാസമുള്ളവനാണവൻ എന്ന് തറപ്പിച്ച് പറയുവാനാകും.

ജീൻസും ടി-ഷർട്ടുമായിരുന്നു അവന്റെ വേഷം. ടി-ഷർട്ടിന്മേൽ സംഗീതത്തിന്റെ ഒരു മുദ്രയുണ്ട്. നീണ്ട കറുത്ത മുടിയും നീല നിറത്തിലുള്ള കണ്ണുകളുമുണ്ട്. വലത്തേ കൈയിന്മേൽ ഒരു ടാരറ്റ് കാർഡിന്റെ ചിത്രം പച്ചകുത്തിയിട്ടുണ്ട്.

അവൻ പുഞ്ചിരിച്ചു.

"ഞാൻ നിങ്ങളെ തന്നെ നോക്കി നിൽക്കുകയായിരുന്നു. നല്ല രസമുണ്ട് നിങ്ങളെ കാണാൻ. നല്ല കണ്ണുകൾ...." അവൻ പറഞ്ഞു.

ദൈവമേ, ഇതല്ലേ എനിക്ക് വേണ്ടിയിരുന്നത്. മിസ്റ്റ്ലെറ്റൊ മനസ്സിൽ പറഞ്ഞു. ലാവോ ഇങ്ങനെ മൂർഖത്വം കാണിക്കുമ്പോൾ ഒരു സുന്ദരൻ യുവാവുമായി സംസാരിച്ചു നിൽക്കുന്നത് തന്നെയാണ് നല്ലത്.

പിന്നെയവൾ ചുറ്റുപാടുകൾ മറന്നു. ആ യുവാവിനോട് പറഞ്ഞു.

"ഞാനൊറ്റയ്ക്കല്ല. അത്ര സുന്ദരിയുമല്ല. പക്ഷേ, നല്ല വാക്കുകൾക്ക് നന്ദി."

"അങ്ങനെയല്ല. അല്ലേയല്ല. നല്ല രസമുള്ളവരെ കണ്ടുപിടിക്കാൻ, സുന്ദരികളെ കണ്ടുപിടിക്കാൻ, ഞാനൊരു നിപുണൻ തന്നെയാണ്."

മിസ്റ്റ്ലെറ്റൊ തണുപ്പൻ മട്ടിൽ അവനെയൊന്ന് സൂക്ഷിച്ച് നോക്കി. അവന്റെ കഴുത്തിൽ കുരിശടയാളമുള്ള ഒരു

പതക്കമുണ്ട്. അത് ഒരു ഈജിപ്തിൽ നിന്നുള്ളതാണ്. അതിനോടൊപ്പം ചെമ്പുകൊണ്ടുണ്ടാക്കിയ ഒരു തലയോട്ടിയുമുണ്ട്. പിന്നെ ഒട്ടൊന്ന് വളഞ്ഞ കുരിശും നക്ഷത്രവും. അവൾ ഒന്നുകൂടി സൂക്ഷിച്ച് നോക്കി. കൈത്തണ്ടയിൽ പച്ചകുത്തിയിരിക്കുന്നത് വിഡ്ഢിയുടെ ചിത്രമാണ്. ഭാവി പ്രവചിക്കുവാൻ ഉപയോഗിക്കുന്ന കാർഡുകളിലൊന്നിൽ കാണുന്ന വിഡ്ഢി. അവൾ നോട്ടം അവന്റെ കണ്ണുകളിലേക്കാക്കി.

"ഞാൻ ഗായക സംഘത്തിൽ പെട്ടതാണ്. ഞങ്ങളുടെ സംഗീതം ഇഷ്ടമായോ?"

മിസ്റ്റ്ലെറ്റോ ഒന്നും പറഞ്ഞില്ല. ഇഷ്ടപ്പെട്ടുവെന്നോ ഇല്ലെന്നോ അർത്ഥമില്ലാതെ, നിഷ്പക്ഷമായി തന്നെ അവന്റെ മുഖത്തേക്ക് നോക്കി നിന്നു.

"താങ്കൾക്ക് ഞങ്ങളുടെ സംഗീതം ഇഷ്ടപ്പെട്ടുവെങ്കിൽ ഞങ്ങൾ വിജയികളാകും. അതല്ല ഇഷ്ടപ്പെട്ടില്ലെങ്കിൽ ഞങ്ങൾ വീണ്ടും തുടങ്ങാം. താങ്കളുടെ കണ്ണുകളെ എനിക്ക് വിശ്വാസമുണ്ട്."

"വീണ്ടും തുടങ്ങൂ."

"ശൂന്യത്തിൽ നിന്നോ?"

"അതെ. ശൂന്യത്തിൽ നിന്ന്."

"ശൂന്യം എന്നാൽ എന്താണ്?"

മിസ്റ്റ്ലെറ്റോ അവനെ തുറിച്ച് നോക്കി. ആ വാക്കിനു സമാനമായ ജർമ്മൻ, ഫ്രഞ്ച്, ഇറ്റാലിയൻ വാക്കുകൾ അപ്പോൾ അവളുടെ മനസ്സിലെത്തിയില്ല. നിസ്സഹായയായി, എന്നാൽ കുറച്ചുകൂടെ ഉറപ്പിച്ച് അവൾ "ശൂന്യത്തിൽ നിന്ന്" എന്ന് ഒന്നുകൂടി ആവർത്തിച്ചു.

"ശൂന്യം?"

"ആദ്യം മുതൽ. അതായത് അകാരത്തിൽ നിന്നും തുടങ്ങുക. എന്നിട്ട് ആഴത്തിലേക്ക് പോകുക. എല്ലാം തുടക്കം മുതൽ തുടങ്ങുക. ഹൃദയത്തെ വിശ്വസിക്കുക, അല്ലാതെ കണ്ണുകളെയല്ല."

അവൾ അവിടെനിന്ന് നടന്ന് തുടങ്ങി. പക്ഷേ ആ യുവാവ് അവളുടെ മാർഗ്ഗമടച്ചു.

"എന്നെ സഹായിക്കൂ! എന്നെ സഹായിക്കൂ. എനിക്ക് താങ്കളെ വേണം. താങ്കളിൽ വിശേഷമായി എന്തോ ഞാൻ കാണുന്നു. ആദ്യം കണ്ടപ്പോഴേ എനിക്കത് മനസിലായി. എന്നെ സഹായിക്കൂ!"

തന്റെ മുഖം ചൂട് പിടിക്കുന്നത് മിസ്റ്റ്ലെറ്റോ അറിഞ്ഞു. അവൾ സംഭ്രമിച്ചു.

"ഈ പട്ടണം എല്ലാവരാലും വിസ്മരിക്കപ്പെടുന്നു. ഞങ്ങൾ അപ്രത്യക്ഷരായിക്കൊണ്ടിരിക്കുന്നു. എനിക്ക് എന്ത് ചെയ്യുവാനാകും? ഞങ്ങൾ മരിക്കുകയാണോ? എന്റെ ജീവിതവും മാഞ്ഞ് പോയിക്കൊണ്ടിരിക്കുന്നു. എനിക്ക് പ്രശസ്തനാകണം. എന്നെ സഹായിക്കൂ! താങ്കൾക്കറിയാവുന്നത് എന്നെ പഠിപ്പിക്കൂ..."

ആ യുവാവ് കാര്യമായ എന്തോ തെറ്റിദ്ധാരണയിലാണെന്ന് മിസ്റ്റ്ലെറ്റോയ്ക്ക് തോന്നി. അവൾ മറ്റാരോ ആണെന്ന് അവൻ തെറ്റിദ്ധരിച്ചിരിക്കുന്നു. അവൻ വലിയ നിരാശയിലാണ്. അതേസമയം തീവ്രവികാരാധീനനും. അവനെ എങ്ങനെ പിന്തിരിപ്പിക്കണം എന്ന് അവൾക്ക് അറിയില്ലായിരുന്നു.

അവൾ പിന്തിരിയുവാൻ ശ്രമിക്കുന്നതിനിടയിൽ മിസ്റ്റ്ലെറ്റോയ്ക്ക് പെട്ടെന്ന് ഒരു ഉൾക്കാഴ്ചയുണ്ടായി. അതൊരു രൂപമായി. പിന്നെ അത് അപ്രത്യക്ഷമായി. അവൾ അവനെ തള്ളിമാറ്റി ജനക്കൂട്ടത്തിലൂടെ മുന്നോട്ട് നീങ്ങി. അവൾക്ക് ശ്വസിക്കണമായിരുന്നു. നൃത്തം ചെയ്തുകൊണ്ടിരുന്നവരുടെ മദ്ധ്യത്തിലൂടെ അവൾ മുന്നോട്ട് നീങ്ങാൻ ശ്രമിച്ചു. അവൾക്ക് ലാവോയെ കണ്ടെത്തുവാനായില്ല. ശ്വാസം മുട്ടുന്നുമുണ്ടായിരുന്നു.

"എന്നെ സഹായിക്കൂ!"

മിസ്റ്റ്ലെറ്റോ അമ്പരന്നു. ഇതിനു മുമ്പും താനും ലാവോയും സൗന്ദര്യപ്പിണക്കത്തിലായപ്പോഴെല്ലാം ഏതെങ്കിലും പുരുഷൻ അവൾ അതീവ സുന്ദരിയാണെന്ന് കണ്ടെത്തിയിരുന്നു എന്ന കാര്യം അവളോർത്തു. അവൻ വിട്ടുപോയാൽ അവളിൽ എന്തോ കാന്തിക ശക്തി വളരുന്നതു പോലെ. അതിതാ വീണ്ടും സംഭവിച്ചിരിക്കുന്നു.

അവൾക്ക് ശ്വസിക്കുവാനാകുന്നില്ല.

അവൾ കണ്ട കാഴ്ച ആരെങ്കിലുമായി പങ്കുവയ്ക്കണം.

"എന്നെ സഹായിക്കൂ!"

ആ യുവാവിന്റെ സ്വരം അഭ്യർത്ഥനയുടേതായിരുന്നു. തുടർച്ചയായുള്ള അഭ്യർത്ഥന. അവസാനം അത് മിസ്റ്റ് ലെറ്റോയിലെത്തിച്ചേർന്നു. അവൾ തിരിഞ്ഞ് നിന്നു. തണുത്തുറഞ്ഞ കണ്ണുകളോടെ അവന്റെ കണ്ണുകളിലേക്ക് തീക്ഷ്ണമായി നോക്കി. താനൊരിക്കലും കണ്ടെത്തി ല്ലെന്ന് കരുതിയ എന്തോ ഒന്ന് കണ്ടെത്തിയതുപോലെ യായിരുന്നു അപ്പോൾ അവന്റെ കണ്ണുകൾ. അവൾ നില ത്തേക്ക് വിരൽ ചൂണ്ടി. മൂന്ന് തവണ. ആധികാരികമായി. ആ യുവാവ് മുട്ടുകാലിൽനിന്നു. അവളെ പ്രതീക്ഷയോടെ നോക്കി.

"എഴുന്നേൽക്കരുത്," അവൾ പറഞ്ഞു.

"എത്ര നേരം?"

"നിങ്ങൾക്ക് സ്വയം നിങ്ങളെ രക്ഷിക്കാൻ എപ്പോഴാ കുന്നുവോ അതുവരേക്കും." അവൾ പറഞ്ഞു. എന്നിട്ട് നൃത്തം ചെയ്യുന്നവർക്കിടയിലൂടെ ഉന്തിത്തള്ളി മുന്നോട്ട് നീങ്ങി.

അവൾക്ക് ശ്വസിക്കണമായിരുന്നു. അവൾ ആ ജനക്കൂട്ട ത്തിനിടയിൽ ലാവോയെ കണ്ടെത്താൻ ശ്രമിച്ചു. എന്നാൽ അവന്റെ പ്രവേഗം അവൾക്ക് നഷ്ടമായിരി ക്കുന്നു. അവൻ അവിടെയില്ലായിരുന്നു. അവൻ എവിടെ പോയിരിക്കും? അവൾ സംഗീതമണ്ഡപത്തിനു സമീപ മെത്തി. തന്റെ നാഡീവ്യൂഹത്തിൽ സംഗീതം അലയടി ക്കുന്നത് അവളറിഞ്ഞു. ശരീരം തങ്ങളുടേതല്ലാത്തതു പോലെയാണ് ചുറ്റിലുമുള്ളവർ നൃത്തം ചെയ്യുന്നത്.

അടുത്ത് വെള്ളം വച്ചിരുന്ന കൂടാരത്തിലേക്ക് അവിടെ നിന്നും അവൾ ഓടിപ്പോയി. അവൻ അവിടേയും എത്തി യിട്ടില്ല എന്നവൾക്ക് മനസ്സിലായി. അവൻ എവിടെ പോയി? കണ്ടെത്താൻ ഇത്ര ബുദ്ധിമുട്ടുന്നുവെങ്കിൽ അതിനർത്ഥം അവൻ വല്ലാതെ കോപിച്ചിരിക്കുന്നു

എന്നുതന്നെ. സംഗീതം പിന്നേയും രൂക്ഷമായി. പുറത്ത് ജനക്കൂട്ടം വർദ്ധിച്ചിരിക്കുന്നു. അതിനിടയിലൂടെ ഒരുവിധത്തിൽ ഉന്തിത്തള്ളി അവൾ മുന്നോട്ട് നീങ്ങി. വീണ്ടും മണ്ഡപത്തിനരികിലെത്തി. അവനോട് ഇങ്ങനെ തണുപ്പൻമട്ടിൽ പ്രതികരിക്കരുതായിരുന്നു, അവൾ ചിന്തിച്ചു. സംഗീതം നാലുഭാഗത്തു നിന്നും അവളെ ഇടിച്ച് പൊടിക്കുവാൻ തുടങ്ങി. ഞാനെന്തിനവനോട് ഇങ്ങനെ തണുപ്പൻ മട്ടിൽ പ്രതികരിക്കണം? അപ്പോൾ അതല്ലാതെ ഒന്നും ചെയ്യാൻ തോന്നിയില്ല. എനിക്കിപ്പോൾ ശ്വസിക്കുവാനാകുന്നില്ല. അപ്പോൾ എനിക്ക് അങ്ങനെ തോന്നിയതാണ്. ഒരു നിമിഷത്തെ തന്റെ തണുത്ത മനോഭാവം ഇതാ ഇപ്പോൾ പ്രണയത്തെ ഇല്ലാതാക്കിയിരിക്കുന്നു. എനിക്ക് ശ്വസിക്കണം!

അവൾ മണ്ഡപത്തിനരികിൽ തലകറങ്ങി വീണു.

“മരിച്ചവർക്കിടയിലേ നിധി കണ്ടെത്തുവാനാകൂ. അവനോട് അവിടേക്ക് പോകാൻ പറയൂ,” ആരോ അപ്പോൾ അവളുടെ കാതിൽ മന്ത്രിക്കുന്നുണ്ടായിരുന്നു.

പെട്ടെന്ന് അവൾ വീണ്ടും ശ്വസിക്കാൻ തുടങ്ങി. അവളെഴുന്നേറ്റു. എല്ലാം വ്യക്തമായി കാണാനാകുന്നു. സംഗീതം ഇപ്പോൾ അത്ര ഘോരമല്ല. ജനക്കൂട്ടവും ചെറുതായിരിക്കുന്നു. കുറച്ച് ദൂരെ ലാവോ നിൽക്കുന്നു. അവൻ അവളെ ലജ്ജയോടെയുള്ള ഒരു പുഞ്ചിരിയുമായി തുറിച്ച് നോക്കുന്നു.

അഞ്ച്

“ഞാൻ കണ്ടെത്തിയത് ഇതാണ്.” അയാൾ പറഞ്ഞു തുടങ്ങി.

“അത് നിങ്ങൾ എന്നിൽ നിന്നുമൊളിച്ചു.”

“ഈ പട്ടണം ഒരു കാലത്ത് വളരെ പ്രശസ്തമായിരുന്നു...”

“നിങ്ങളൊരു ക്രൂരനാണ്.”

“ഇന്ന് രാത്രി നമുക്ക് ഒരു വിരുന്നിന് ക്ഷണമുണ്ട്.”

“നിങ്ങളെവിടെയായിരുന്നു.”

“ഞാൻ അന്വേഷിക്കുകയായിരുന്നു.”

“നിങ്ങളെന്നെ വിട്ടു പോയി.”

“എന്നെ നീ നിന്നിൽ നിന്നും പുറത്താക്കി.”

“എനിക്ക് ചിലപ്പോൾ അത് തടഞ്ഞ് നിർത്തുവാനാകുന്നില്ല.”

“നിനക്കാകും. നിന്റെ മനസ്സാണത്. മനസ്സിലായോ?”

“അതേയോ? മറ്റുള്ളവർക്ക് ചിലപ്പോൾ അതിലേക്ക് പ്രവേശിക്കുവാനാകുന്നു.”

“അവരെ അനുവദിച്ചാൽ മാത്രം.”

“ഞാൻ ആരോ മന്ത്രിക്കുന്നത് കേട്ടു.”

“എന്തായിരുന്നു അത്?”

“ഒന്നുമില്ല. താങ്കൾ എന്താണ് കണ്ടെത്തിയത് എന്ന് പറയൂ.”

“ഈ പട്ടണം ഒരുകാലത്ത് വളരെ പ്രശസ്തമായിരുന്നു. എല്ലാവരും ഇവിടേക്കാണ് വന്നിരുന്നത്. എന്നാൽ ഇന്ന്

അത് ഒരു രഹസ്യമാക്കിവയ്ക്കപ്പെടുവാൻ തീരുമാനിച്ചിരിക്കുന്നു."

"കാരണം?"

"വിജയം അതിനോട് എന്ത് ചെയ്തുവോ അതിനാൽ."

"അതൊരു നല്ല ആശയമാണോ?"

"യുവാക്കൾ അങ്ങനെ കരുതുന്നില്ല. അവർ കരുതുന്നത് ഈ പട്ടണം അപ്രത്യക്ഷമായിക്കൊണ്ടിരിക്കുകയാണെന്നാണ്. അതവരെ ബുദ്ധിമുട്ടിക്കുന്നു. ഇന്ന് രാത്രിയിലെ വിരുന്നിന് നമ്മൾ പോകുന്നുണ്ടോ?"

"ഉവ്വ്. എനിക്കൊന്ന് നൃത്തം ചെയ്യണം."

"എനിക്കും."

ആറ്

ആഘോഷം അവസാനിക്കുന്നു. സംഗീതജ്ഞർ അവരുടെ ഉപകരണങ്ങൾ പെട്ടിയിലാക്കുന്നു. ജനക്കൂട്ടം പിരിഞ്ഞ് പോകുന്നു. നിലത്ത് കോഴിയെല്ലുകളും പേപ്പർ നാപ്കിനുകളും പാതി തിന്ന ഹോട്ട് ഡോഗും ഒഴിഞ്ഞ സിഗരറ്റ് കൂടുകളും ബിയർ കാനുകളും പരന്ന് കിടക്കുന്നു.

ജനക്കൂട്ടം ഒഴിഞ്ഞ് പോയി. മിസ്റ്റലെറ്റോ അപ്പോഴും മുട്ടുകുത്തി നിൽക്കുന്ന ആ യുവാവിനെ കണ്ടു. ലാവോയും അവനെ കണ്ടു. അവൻ കുറച്ച് സംഭ്രമമുണ്ടാക്കി. “നമുക്ക് പുറത്ത് കടക്കാം. ഞാനവിടെ എന്തോ ഒഴിയാബാധ കാണുന്നു.” ലാവോ ശാന്തമായി പറഞ്ഞു.

അവർ കുറ്റിക്കാടും കുന്നും കടന്ന് മേൽപാലത്തിനു കീഴെയെത്തി. പട്ടണത്തിനു നേരെ നിശ്ശബ്ദം നടന്നു.

ഏഴ്

അവർ സ്തംഭത്തിന്നരികിലെ ഒരു ബെഞ്ചിലിരുന്നു. മലനിരകളിൽ ദൃഷ്ടിയുറപ്പിച്ചു. ചലിച്ചുകൊണ്ടിരുന്ന മേഘങ്ങൾ മലനിരകളേയും ചലിപ്പിച്ചു. ആ ലോകത്തെ ആകാശം യാഥാർത്ഥ്യത്തിനു നിരക്കാത്തതാക്കി.

തടാകത്തിലൂടെ ബോട്ടുകളും ആവിക്കപ്പലുകളും പായ്വഞ്ചികളും ഒഴുകി നടന്നു.

കാണപ്പെടാത്ത ലോകത്തിന്റെ സാധർമ്മ്യമല്ലേ ഈ ലോകം എന്ന് ലാവോ ആശ്ചര്യപ്പെട്ടു.

മലനിരകളും തടാകവും അയാളോട് ചെയ്തതാണിത്. അവയ്ക്ക് അയാൾ അയാളുടെ ജീവിതം തന്നെ മാറ്റേണ്ടതുണ്ടായിരുന്നു. കൂടുതൽ ജീവനുള്ളതാക്കേണ്ടതുണ്ടായിരുന്നു.

ചരിത്രത്തേക്കാൾ മഹത്തരമായ വസ്തുതകളുടെ ഒരു അവബോധം മലനിരകൾ ലാവോയ്ക്ക് നൽകി. അത് അയാളെ കൂടുതൽ വിനീതനാക്കുകയല്ല ചെയ്തത്, പകരം വികലമായി വികസിച്ചത് എന്ന തോന്നലാണുണ്ടാക്കിയത്. ഇനിയും തിരിച്ചറിയപ്പെടാത്ത ഒരു മഹത്ത്വത്തിനായി അയാൾ വേദനിക്കുവാൻ തുടങ്ങി.

മലനിരകളുടെ കരുത്ത് മിസ്റ്റ്ലെറ്റോയേയും പൊതിഞ്ഞു. അവൾ അതിനോട് അടിയറവ് പറഞ്ഞു. അതാകട്ടെ തടാകത്തെപ്പോലെ തിളങ്ങുവാനും തുടങ്ങി.

ഏഴാം പുസ്തകം

ജീവിതത്തിന്റെ മന്ത്രബന്ധനങ്ങളിൽ ഒരു ഇടവേള

ഭാഗം മൂന്ന്

ഒന്ന്

അന്നത്തെ സായാഹ്നത്തിൽ മറ്റ് സംഘാംഗങ്ങളോടൊപ്പ മായിരുന്നു അത്താഴം. അവർ നിശ്ശബ്ദമായി ഭക്ഷണം കഴിച്ചു. എല്ലാവരും അവരുടേതായ ലോകത്തിലായി രുന്നു. മുമ്പത്തേക്കാൾ വ്യത്യസ്തരായിരിക്കുന്നു അവർ. എന്തോ പ്രതീക്ഷിച്ചിട്ടെന്നപോലെ ജൂട്ട് ഇടയ്ക്കിടെ വാതിൽക്കലേക്ക് നോക്കുന്നുണ്ടായിരുന്നു. ആരോ ഇപ്പോൾ കയറി വരും എന്ന മട്ടിൽ. വെൽവറ്റുകൊണ്ടുള്ള ഒരു നിശാവസ്ത്രമാണവൾ ധരിച്ചിരിക്കുന്നത്. മേയ്ക്ക പ്പണിഞ്ഞ് സുന്ദരിയായിട്ടുണ്ടവൾ. റിലി അവളുടെ ഇരിപ്പിടത്തിലിരുന്ന് അങ്ങോട്ടുമിങ്ങോട്ടും തിരിയുന്നു. പ്രോപർ ഒരു മൂളിപ്പാട്ട് പാടിക്കൊണ്ടിരിക്കുന്നു. മിക്ക വാറും അത്താഴം കഴിയുന്നതുവരേക്കും അയാളങ്ങിനെ പാടിക്കൊണ്ടിരുന്നു. അവർ സാധാരണത്തേതിനേക്കാൾ കൂടുതൽ മദ്യപിച്ചു. അന്നത്തെ ചിത്രീകരണത്തെ ക്കുറിച്ച് സംസാരിച്ചു. സാമിന് തന്റെ ആഗ്രഹപൂർത്തി യുണ്ടായിരിക്കുന്നു. ഹെലികോപ്ടറിന്റെ വാതിലിൽ ഞാന്നു കിടന്ന് മലനിരകളുടെ സുന്ദരമായ, എന്നാൽ ചില ദുഷ്ക്കര ദൃശ്യങ്ങൾ അയാൾ പിടിച്ചെടുത്തിരി ക്കുന്നു.

“ജീവിതത്തിൽ ഇതുപോലെ ഭയന്നിട്ടില്ല.” തന്റെ ആദ്യ ഹെലികോപ്ടർ അനുഭവത്തെക്കുറിച്ച് ഹസ്ക് പറഞ്ഞു.

“പിന്നെ ഭയം എങ്ങനെ മറികടന്നു?” മിസ്റ്റ്ലെറ്റോ ചോദിച്ചു.

"മറികടക്കുകയല്ലാതെ മറ്റു മാർഗ്ഗമില്ലായിരുന്നു," എന്നായിരുന്നു മറുപടി.

അവർ ഹെലികോപ്ടർ യാത്രയെക്കുറിച്ച് പറഞ്ഞു. കാറ്റും മലനിരകളും അവരെ എങ്ങനെ ഭയപ്പെടുത്തി എന്നതിനെക്കുറിച്ച് പറഞ്ഞു.

അവർ സംസാരിച്ചുകൊണ്ടിരിക്കുമ്പോൾ ജിം തുടർച്ചയായി മദ്യപിക്കുകയായിരുന്നു. അയാളെ ഏതോ ഭൂതം ബാധിച്ചിരിക്കുന്നു എന്ന് തോന്നി. അയാൾ ബജറ്റിനെക്കുറിച്ച് എന്തോ പിറുപിറുത്തു. പ്രതീക്ഷിച്ചിരുന്ന പണം ഇനിയും വന്നിട്ടില്ലെന്ന് പറഞ്ഞു. എന്നാൽ മറ്റുള്ളവർ തീവണ്ടിയിലേയും ഹെലികോപ്ടറിലേയും ചിത്രീകരണത്തിന്റെ സാങ്കേതികത്വങ്ങളിൽ അലിഞ്ഞുപോയിരുന്നു. അതുകൊണ്ട് തന്നെ അയാളുടെ മന്ത്രണം അവർ കേട്ടില്ല.

"കുഴപ്പമൊന്നുമില്ലല്ലോ?" അവസാനം ലാവോയാണ് ജിമ്മിനോട് ചോദിച്ചത്.

"ചോദിക്കാൻ കാരണം?"

"സാധാരണ ഇങ്ങനെ മൗനിയായി താങ്കളെ കണ്ടിട്ടില്ല."

"ഇന്നലെ ഞാൻ വളരെയധികം സംസാരിച്ചു. ഞാൻ താങ്കളെക്കുറിച്ച് പറഞ്ഞതൊന്നും ശ്രദ്ധിച്ചില്ല എന്ന് തോന്നുന്നു. ഞാൻ അതിരു കടന്നുവോ എന്റെ സ്വഭാവത്തിൽ നിന്നും വ്യതിചലിച്ചുവോ എന്നൊക്കെ തോന്നുന്നു."

"നമ്മുടെയെല്ലാം കാര്യങ്ങൾ അങ്ങനെ തന്നെയാണ്. അതിന് ഈ യാത്രയുമായി എന്തോ ബന്ധമുണ്ടെന്ന് തോന്നുന്നു."

"ഉണ്ടായിരിക്കാം."

"ചെകുത്താൻ എന്ന വാക്കിന്റെ അർത്ഥം നുണകളുടെ പിതാവ് എന്നാണെന്ന് താങ്കൾക്കറിയാമോ?"

"അങ്ങനെയാണെങ്കിൽ തന്നെയെന്താണ്?"

"താങ്കളുടെ അനുഭവം നുണകളുടെ പിതാവുമൊത്തായിരുന്നു."

“ശരി.” ജിം ഒരു വികാരവുമില്ലാതെ പറഞ്ഞു.

“ചെകുത്താൻ എന്നത് ഏറ്റവും വലിയ മിഥ്യാബോധ മാണ് എന്ന് തോന്നുന്നു.”

“അതേയോ.”

“ഭാവി പ്രവചിക്കുന്ന കാർഡുകളിൽ ചെകുത്താൻ വിപരീതത്വത്തെയാണ് പ്രതിനിധീകരിക്കുന്നത്. അതു കൊണ്ടാണത്രെ ചിലപ്പോഴെങ്കിലും നമ്മൾ തലയിൽ തീ പിടിച്ച് കടലിലേക്കോടുന്നത്. അല്ലെങ്കിൽ *അർക്കാഡിയ* യിലേക്ക്.”

ജിമ്മിന് അതിനെക്കുറിച്ചൊന്നും സംസാരിക്കുവാൻ താത്പര്യമില്ലെന്ന് ലാവോയ്ക്ക് മനസ്സിലായി. അയാൾ മുഖം തിരിച്ചു. പിന്നെ പെട്ടെന്ന് എന്തോ ഓർമ്മ വന്നതു പോലെ ജിം പറഞ്ഞ് തുടങ്ങി.

“എന്നുവച്ചാൽ താങ്കളും *ഗൊയ്ഥേ*യെപ്പോലെ ചെകു ത്താൻ എന്തോ വിചിത്രരീതികളിലൂടെ ദൈവത്തിന്റെ ജോലി ചെയ്യുന്നു എന്ന് വിശ്വസിക്കുന്നു എന്ന് അല്ലേ?”

“അങ്ങനെ കേട്ടിട്ടുണ്ട്.” ലാവോ മന്ത്രിച്ചു. ആ സ്വരത്തിൽ താനെന്താണീ പറയുന്നത് എന്നൊരു ആശ്ചര്യവും ഉണ്ടാ യിരുന്നു. “പിശാചിന്റെ മുഖംമൂടിക്ക് പുറകിൽ ഒരു മാലാഖയുടെ മുഖമുണ്ടെന്ന് ഞാൻ കേട്ടിട്ടുണ്ട്.”

ജിം ഒന്നും പറഞ്ഞില്ല.

“കുഴപ്പമൊന്നുമില്ലല്ലോ?” ലാവോ വീണ്ടും ചോദിച്ചു.

ജിം എന്തോ ആലോചിച്ച് ദീർഘനേരം അയാളെ തന്നെ നോക്കിയിരുന്നു. എന്നിട്ട് “ഈ യാത്ര എന്നെ നശി പ്പിക്കും. അല്ലെങ്കിൽ അതെന്നെ സൃഷ്ടിക്കും” എന്ന് പറഞ്ഞു.

രണ്ട്

ആ വേനൽസായാഹ്നത്തിൽ ലാവോയും മിസ്റ്റ്ലെറ്റോയും സംഘത്തിൽ നിന്നും അവരറിയാതെ ഇറങ്ങി. ക്ഷണിക്കപ്പെട്ട വിരുന്നിനെത്തുകയായിരുന്നു ലക്ഷ്യം. കാറ്റ് ഊഷ്മളമായിരുന്നു. ആകാശം സ്വർണ്ണവും നീലയും കലർന്ന് നിന്നു. നീലയുടെ ആഴം കുറഞ്ഞിരിക്കുന്നു. വേനലിലെ പൂക്കൾ കാറ്റിലേക്ക് ശ്വസിച്ചുകൊണ്ടിരുന്നു. അവർക്ക് ഉന്മേഷിതരായിരുന്നു. അന്തരീക്ഷം ജൈവികതയണിഞ്ഞു നിൽക്കുന്നതുപോലെ.

വീടുകൾക്ക് മുകളിൽ എന്തോ തിളങ്ങുന്നു. വിശുദ്ധമായ സ്വപ്നത്തിൽ മാത്രം ഉത്തരമുള്ള ഒരു പ്രഹേളികയെ മറച്ച് പിടിക്കുന്നതുപോലെയുണ്ട് ഗോചരമായ ലോകം. ലോകം ഒരു സ്വപ്നമാണെന്ന ഒരു വിചിത്ര ചിന്ത ലാവോയ്ക്കുണ്ടായി. അങ്ങനെയൊരു സ്വപ്നത്തിനു പുറകിലിരുന്ന് അറിയപ്പെടാത്ത ദൈവങ്ങൾ മാനുഷവർഗ്ഗത്തെ നിരീക്ഷിക്കുന്നുവെന്നും തോന്നി. ഈ ചിന്ത അയാളെ ഭയപ്പെടുത്തി. അയാളിൽ ഒരു വിറ രൂപം കൊണ്ടു. തങ്ങളെ ആരോ ശ്രദ്ധിക്കുന്നു എന്ന ചിന്ത വിട്ടുപോയില്ല. ഒരുപക്ഷേ താനങ്ങനെ വെറുതെ ചിന്തിക്കുന്നതാകും എന്ന് അയാൾ കരുതി. അങ്ങനെയല്ലെങ്കിലോ? ആരാണെന്നെ നിരീക്ഷിക്കുന്നത്? എന്തിന്? ജീവിതമെന്ന ഈ മാന്ത്രികതയിൽ നമ്മൾ എന്ത് ചെയ്യുന്നു എന്നറിയുവാനാണോ? അങ്ങനെയെങ്കിൽ അവർ ഇടയ്ക്കിടെ ഇതിൽ ഇടപെടാത്തതെന്തുകൊണ്ട്? ലാവോ അദ്ഭുതപ്പെട്ടു.

ഒരുപക്ഷേ അവർ ഇടപെടുന്നുമുണ്ടാകാം. കാണുന്നയാൾക്ക് പാഠമാകുന്ന ഒരു സ്വപ്നത്തിലൂടെയായിരിക്കാം അത്. അതിനു ശേഷമായിരിക്കും നമ്മളെ അനുഗമിക്കുന്ന തെളിച്ചമില്ലാത്ത ബോധമണ്ഡലത്തിലേക്കുണരുന്നത്.

മൂന്ന്

മരപ്പലകകൾ കൊണ്ട് നിർമ്മിച്ച കർഷകഗൃഹങ്ങൾ കടന്ന് അവർ പോയി. അതുപോലെ തന്നെ മട്ടച്ചുവരുള്ള വീടുകളും ഒരു ചിത്രം പോലെ തോന്നിപ്പിക്കുന്ന കെട്ടിടങ്ങളും. നാഴികമണിയുടെ സ്തംഭത്തിലുണ്ടായിരുന്ന ക്ലോക്ക് ചന്ദ്രന്റെ വേഷം കെട്ടി. തെരുവ് ശൂന്യമായിരുന്നു. വീടുകൾ നിശ്ശബ്ദമായിരുന്നു. ഇരുട്ടിൽ ഒരു ഇതിഹാസ നായകന്റെ പ്രതിമ കാണാനായി. നിഗൂഢമായ ഒരു അനുഷ്ഠാനത്തിനൊരുങ്ങുന്ന മണ്ഡപം പോലെയുണ്ടായിരുന്നു അപ്പോൾ പട്ടണം.

“നമ്മളെ ആരോ ശ്രദ്ധിക്കുന്നുണ്ടെന്നൊരു തോന്നൽ താങ്കൾക്കുണ്ടാകുന്നുണ്ടോ?” മിസ്റ്റലെറ്റോ ചോദിച്ചു.

“ഞാനും അത് തന്നെ ആലോചിക്കുകയായിരുന്നു.”

“ഒരുപക്ഷേ നമ്മൾ തന്നെയായിരിക്കും?”

“നമ്മളെ നിരീക്ഷിക്കുന്നതോ?”

“നമ്മൾ നമ്മെതന്നെ നിരീക്ഷിക്കുന്നതാകും.”

“അത് അമാനുഷികമാണ്.”

“ഞാനും അങ്ങനെ കരുതി.”

ഈ അനുഭവമായിരിക്കണം സന്തോഷം എന്നവർ കരുതി. മിഥ്യാബോധത്തിനും വാസ്തവത്തിനുമിടയിൽ അവർ കൃത്യമായി ഒരു സമവായം പാലിച്ചു.

നാല്

അവർ സൗന്ദര്യത്തിന്റെ കണ്ണാടിയിലൂടെ തിളങ്ങുന്ന ലോകത്തേക്ക് നടന്നെത്തുമായിരുന്നു അത് എങ്ങനെ യെന്ന് അറിയുമായിരുന്നുവെങ്കിൽ. നമ്മുടെ കാൽവയ്പ്പു കൾക്കിടയിൽ, നമ്മളെന്തു തീർപ്പിക്കുന്നുവോ അതല്ലാതെ ഒന്നുമില്ലെന്ന് അവരറിയുമായിരുന്നു. ജീവിത പുസ്തക ത്തിൽ തങ്ങളുടെ ജീവിതം വീണ്ടുമെഴുതിച്ചേർക്കുമായി രുന്നു.

നക്ഷത്രങ്ങൾക്ക് കീഴെ മിക്കവാറും കൃതൃതയാർന്ന ഒരു നിമിഷം.

എന്നാൽ വിരുന്നിന്റെ നില അതിനെയെല്ലാം പെട്ടെന്ന് മാറ്റി.

അഞ്ച്

നൃത്തം നടന്നിരുന്ന നടപ്പുരയിൽ ഇരുട്ടായിരുന്നു. ജനം തിങ്ങി നിറഞ്ഞിരുന്നു. സംഗീതം ഉച്ചസ്ഥായിലായിരുന്നു. നൃത്തത്തിനു വെളിച്ചം നൽകിയിരുന്ന വിളക്കുകൾ ചുമരുകളിൽ ഞെളിപിരികൊള്ളുന്നുണ്ടായിരുന്നു. നർത്തകരുടെ ശരീരത്തിൽ വെളിച്ചം പാമ്പുകളെപ്പോലെ ഇഴഞ്ഞ് നടക്കുന്നുണ്ടായിരുന്നു.

അവിടെയുള്ളവരിലെല്ലാം എന്തോ മാനസിക പിരിമുറുക്കമുള്ളതുപോലെ തോന്നി. ചില്ലുകണ്ണാടിയെപ്പോലെ കണ്ണുകളുള്ള സ്ത്രീകൾ എവിടേക്കോ തുറിച്ച് നോക്കി നിൽക്കുന്നു. പുരുഷന്മാർ ഏതോ സന്ദേശവാഹകരെ പ്രതീക്ഷിച്ചെന്നപോലെ പല ഭാവങ്ങളണിഞ്ഞ് നിൽക്കുന്നു.

സംഗീതം കുറച്ച് മെച്ചപ്പെട്ടു. ലാവോയും മിസ്റ്റലെറ്റോയും നൃത്തം ചെയ്യുവാനാരംഭിച്ചു. ശരീരത്തിലെ ദുഷിപ്പ് നീക്കുവാനായാണവർ നൃത്തം ചെയ്തത്. വളരെ നിയന്ത്രിതമായ ചുവടുകളാണവർ വച്ചിരുന്നത്. അവരുടെ സ്വകാര്യ ഇതിഹാസങ്ങളിലേക്കായിരുന്നു ആ നൃത്തച്ചുവടുകൾ നീങ്ങിയിരുന്നത്. മിസ്റ്റലെറ്റോയുടെ ചുവടുകൾക്ക് ഭംഗിയേറെയുണ്ടായിരുന്നു. അത് അവളുടെ മാത്രം ശൈലിയാണ്. ഡയോനിസസ് ദേവന്റെ ക്ഷേത്രഗണിതം പോലെ. ലാവോയാകട്ടെ, സ്പാനിഷ് നാടോടി നൃത്തരൂപമായ ഫ്ളമേകോ, സൽസ, ആഫ്രിക്കൻ നൃത്തരൂപങ്ങൾ എന്നിവയെല്ലാം സങ്കരമാക്കി. സ്വയം നൃത്തരൂപങ്ങൾ തീർത്തു. അവർ അവരുടെ വ്യക്തിഗത പരിമിതികൾ, ആകെത്തുകകൾ എന്നിവ അതിജീവിച്ച് പുതിയ നൃത്തം സൃഷ്ടിക്കുവാൻ തുടങ്ങി.

നൃത്തശാലയിൽ ആവേശജനകമായ ഊർജ്ജം നിറഞ്ഞു നിന്നു. അസാധാരണമായ എന്തോ വന്നുചേരുന്നപോലെ

സംഗീതത്തിന്റെ മാസ്മരികതയിൽ എല്ലാവരും ലയിച്ചു ചേർന്നിരിക്കുന്നു. യുഗചേതനകളുടെ പ്രത്യേകമായ മനോഭാവവും ഒരു ലയമായി അവരിലേക്കിറങ്ങി വന്നു. സംഗീതത്തിന്റെ അന്തർധാരയിലെ സുന്ദര ചിന്തകൾ ആവാഹിച്ച് നർത്തകരുടെ കണ്ണുകളുടെ തിളക്കം വർദ്ധിപ്പിച്ചു. ഒരു പുതിയ വിപ്ലവത്താൽ അവരെല്ലാം ആകൃഷ്ടരായിരിക്കുന്നു. അവരുടെ ശരീരത്തിലെ ഓരോ അംഗവും പ്രലോഭിപ്പിക്കുന്ന പുഞ്ചിരി പൊഴിക്കുന്നു. അവർ സൂചകങ്ങളിലേക്കും ചിഹ്നങ്ങളിലേക്കും നൃത്തം ചെയ്തു. എന്നിട്ട് ശരീരത്തിലെ നിഗൂഢതകളുടെ ആഴങ്ങളിലും ആനന്ദങ്ങളിലുമെത്തി ചേർന്നു.

പുതിയ ഗാനത്തിന്റെ താളലയങ്ങൾക്കനുസരിച്ച് മിസ്റ്റലെറ്റോ നൃത്തം ചെയ്യുവാൻ തുടങ്ങി. ലാവോ നൃത്തം ചെയ്ത് ഒരു നീലവെളിച്ചത്തിലെത്തി. അപ്പോൾ അവിടെ നിന്ന്:

“ഒന്നുകിൽ നിങ്ങൾ നിധി കണ്ടെത്തണം, അല്ലെങ്കിൽ മരിക്കണം. അതിനുവേണ്ട തുമ്പുകൾ എല്ലായിടത്തുമുണ്ട്” എന്ന് ആരോ പറയുന്നത് കേട്ടു.

അയാൾ തിരിഞ്ഞ് നോക്കി. ചുമരിൽ ആറ് കോണുകൾ ഉള്ള ഒരു നക്ഷത്രം കണ്ടു. മറ്റുള്ളവരെല്ലാം അവരവരുടെ നൃത്തത്തിൽ മുഴുകിയിരിക്കുന്നു. നൃത്തശാലയുടെ അങ്ങേമൂലയിൽ നിന്ന് വെളുത്ത സ്യൂട്ട് ധരിച്ച ഒരു അപരിചിതൻ ലാവോയെ നോക്കി പുഞ്ചിരിക്കുന്നു. ലാവോ ഒന്ന് കണ്ണ് ചിമ്മി. കണ്ണു തുറന്നപ്പോൾ അയാളെ കാണാനില്ലായിരുന്നു.

ആറ്

മിസ്റ്റ്ലെറ്റോ അയാളെ നോക്കി ഒച്ചവയ്ക്കുന്നുണ്ടായിരുന്നു. അയാൾ അവൾക്ക് നേരെ ചരിഞ്ഞു.

“നമുക്ക് വേണ്ടത് വ്യക്തമായ ഒരു സൂചകം മാത്രം,” അവൾ അയാളുടെ ചെവിയിൽ ഉച്ചത്തിൽ പറഞ്ഞു.

“എന്തിന്?”

“പലപ്പോഴും എങ്ങനെയാകണം. അത് നമുക്കറിയാതെ പോകുന്നു.”

“എന്താണുദ്ദേശിക്കുന്നത്?”

“ജനങ്ങൾക്ക് ഗുരുക്കന്മാരേയും ബിംബങ്ങളേയും ആവശ്യമായി വരുന്നത് അതുകൊണ്ടാണ്.”

“എന്തിന്?”

“എങ്ങനെയാകണം എന്നറിയാൻ.”

അവർ സംഗീതത്തിനേക്കാൾ ഉച്ചത്തിലാണ് സംസാരിച്ചിരുന്നത്. അതേ സമയം നൃത്തം തുടരുകയും ചെയ്തു. അവൾ എന്താണ് പറയുന്നത് എന്ന് ലാവോയ്ക്ക് കൃത്യമായി മനസ്സിലായില്ല. എന്നാൽ പ്രാധാന്യമുള്ള എന്തോ കാര്യമാണ് അവൾ പറഞ്ഞുവരുന്നത്. നൃത്തത്തിൽ നിന്നു പ്രചോദനമുൾക്കൊണ്ടാകണം അവളങ്ങനെ പറഞ്ഞത് എന്നും തോന്നി. ജനങ്ങളെ എങ്ങനെയാണ് യുഗചേതനകളിലേക്കെത്തിക്കുന്നത് - അവൾ പറഞ്ഞ് തുടങ്ങി, പെട്ടെന്ന് അവളുടെ മുഖമിരുണ്ടു. അവളുടെ മുഖത്തൊരു ആകാംക്ഷ വിടർന്നു.

അവൾ എവിടേക്കാണ് തുറിച്ച് നോക്കുന്നത് എന്നറിയാൻ ലാവോ തിരിഞ്ഞ് നോക്കി. നൃത്തശാലയുടെ ഒരു മൂലയിൽ ഒരു യുവാവ് മുട്ടു കുത്തി നിൽക്കുന്നു. ഉച്ച മുതൽ അയാൾ അങ്ങനെ മുട്ട് കുത്തി നിൽക്കുകയാണ്. ഇപ്പോൾ മുറിക്കകത്താണ് നില്പ് എന്ന് മാത്രം.

ഏഴ്

തന്റെ ടിപ്പണി അയാൾ ഇത്ര ഗൗരവമായി എടുത്തു വെന്നോ - മിസ്റ്റലെറ്റോയ്ക്ക് വിഷമം തോന്നി. ഇങ്ങനെ യൊരു അനുഭവം ആദ്യമായാണ്. അവൾ ലാവോയെ അധികം ശബ്ദമില്ലാത്ത ഒരു മൂലയിലേക്ക് കൊണ്ടു പോയി. നടന്നതെല്ലാം വിശദീകരിച്ചു. അവളും ആ യുവാവുമൊത്തുണ്ടായ സംഭാഷണവും വിശദീകരിച്ചു. ഒരു യുവാവിന്റെ അവിവേകം എന്ന നിലയിൽ അതിനെ അവതരിപ്പിക്കുവാൻ അവൾ ആവത് ശ്രമിച്ചു.

"അവനെ ഒരു അന്വേഷണത്തിനയയ്ക്ക്," ഒരു നിമിഷം ആലോചിച്ച് ലാവോ പറഞ്ഞു. ലാവോ വല്ലാതെ കിത യ്ക്കുന്നുണ്ടായിരുന്നു. "അതവനെ രൂപാന്തരപ്പെടുത്തും. അവനതിന് തയ്യാറായിരിക്കുന്നു."

"എന്ത് തരം അന്വേഷണം?"

"എന്തെങ്കിലും കുലീനമായത് ചെയ്യട്ടെ."

"എങ്ങനെയുള്ളത്?"

"അത് നിനക്ക് തീരുമാനിക്കാം."

"ഞാനോ?"

"അതെ."

"എന്തുകൊണ്ട് ഞാൻ?"

"നീയാണവനെ ഇങ്ങിനെ വശീകരിച്ച് നിർത്തിയത്. ഇനി അവന്റെ ഗുണത്തിനായി അത് ഉപയോഗിക്ക്."

"ഞാനവനെ വശീകരിച്ച് നിർത്തിയിട്ടില്ല."

"ഉവ്വ്. നീ അത് ചെയ്തു."

"ഇല്ല."

"നീ ചെയ്തു. അല്ലെങ്കിൽ അവനെന്തിനിങ്ങനെ ഇപ്പോഴും മുട്ടുകുത്തി നിൽക്കണം?"

മിസ്റ്റ്ലെറ്റോ നിശ്ശബ്ദയായി.

"ഒന്നുകിൽ ആ വശീകരണം അവന്റെ നന്മയ്ക്കായി ഉപയോഗിക്കൂ, അല്ലെങ്കിൽ നീ അവനോട് ക്രൂരയാകൂ. നീ അത്ര ക്രൂരയാണെന്ന് എനിക്ക് തോന്നുന്നില്ല."

"ദൈവത്തെയോർത്ത് ഞാനവനുവേണ്ടി എന്ത് എന്തിനു ചെയ്യണം?"

"നീ ഇപ്പോഴേ ചെയ്ത് കഴിഞ്ഞു."

"വേണ്ട. എനിക്കൊന്നും ചെയ്യണ്ട."

"കാരണം?"

"അവനെ നോക്കൂ. മുഷിപ്പ് കയറിയ ഒരു കൊച്ചുപയ്യനാണവൻ. എന്തിലെങ്കിലും അമിതതാത്പര്യമുണ്ടാകുവാനാണവൻ ശ്രമിച്ചുകൊണ്ടിരിക്കുന്നത്. അങ്ങനെയാകുമ്പോൾ അവന്റെ ജീവിതത്തിനൊരു അർത്ഥമുണ്ടാകും."

"അങ്ങനെയെങ്കിൽ അത് ഉപയോഗിക്ക്."

"എന്നുവച്ചാൽ?"

"അവനെന്താണോ അന്വേഷിക്കുന്നത് അത് കണ്ടെത്താൻ അവനെ അയയ്ക്ക്."

"എങ്ങനെ?"

"എനിക്കറിയില്ല."

"നിങ്ങൾക്ക് എന്തെങ്കിലും ആശയം തോന്നുന്നുണ്ടാകില്ലേ?"

"ശരി. അവനെ അവസാന അത്താഴത്തിനുപയോഗിച്ച വീഞ്ഞ് കുടിക്കുന്ന കോപ്പയന്വേഷിക്കുവാൻ നിയോഗിക്ക്."

"വിശുദ്ധ അത്താഴത്തിനുപയോഗിച്ചതോ?"

"അതെ. അല്ലാതെ."

"ഇക്കാലത്ത് അത് അന്വേഷിച്ച് ആരു പോകും?"

"ആരും പോകാറില്ലേ?"

"ഇത് മദ്ധ്യകാലഘട്ടമൊന്നുമല്ലെന്നറിയില്ലേ?"

"ശരി, അത്രയും നല്ലത്."

"നിങ്ങൾക്കെന്തുകൊണ്ട് അതവനോട് ആവശ്യപ്പെട്ടുകൂടാ?"

"എന്ത്?"

"വിശുദ്ധ വീഞ്ഞുകോപ്പയന്വേഷിക്കാൻ അവനെ നിങ്ങൾക്കെന്തുകൊണ്ട് നിയോഗിച്ചുകൂടാ?"

"ഞാനോ?"

"അതെ."

"അവനെ വശീകരിച്ച് നിർത്തിയത് ഞാനല്ല. നീയാണ്."

"ഞാനങ്ങനെയൊന്നും ചെയ്തിട്ടില്ല."

"തെളിവതാ അവിടെ മുട്ടുകുത്തി നിൽക്കുന്നു."

"അവൻ തന്നെയാണവനെ വശീകരിച്ചത്, എന്നെ ഉപയോഗിച്ച്."

"എങ്കിൽ ആ വശീകരണം നീക്കാൻ അവനെ സഹായിക്കൂ. അതല്ലെങ്കിൽ ആ വശീകരണം എന്തെങ്കിലും നല്ല കാര്യത്തിനുപയോഗിക്ക്."

മിസ്റ്റ്ലെറ്റോ കുറച്ച് നേരം നിശ്ശബ്ദയായി. അതിനു ശേഷം

"നമുക്കവനെക്കുറിച്ച് എന്തറിയാം?"

"എന്നുവച്ചാൽ?"

"പേരുപറയുവാനാകാത്ത അവനുമൊത്ത് ഇവനും എന്തെങ്കിലും കാര്യമുണ്ടാകും."

ലാവോ മുട്ടു കുത്തി നിൽക്കുന്ന ആ യുവാവിനെ ഒന്നുകൂടി സൂക്ഷിച്ച് നോക്കി. നൃത്തശാലയിലുണ്ടായിരുന്നവരെല്ലാം അവനെ ആശയക്കുഴപ്പത്തോടെ നോക്കുന്നുണ്ടായിരുന്നു.

"അങ്ങനെയാണെങ്കിൽ അത് നടക്കട്ടെ. ആ ഊർജ്ജം അദ്ഭുതകരമായ എന്തിനെങ്കിലും ഉപയോഗിക്ക്," ലാവോ പറഞ്ഞു.

"ശരി, പക്ഷേ നീ ചെയ്യ്."

"കാരണം?"

"എന്ത് ചെയ്യണം എന്ന് നിനക്കറിയാം എന്നെനിക്ക് തോന്നുന്നു. നിന്റെ മനസ്സിലൊരു ആശയമുണ്ട്. എനിക്കിത് വല്ലാതെ ശല്യമായി തോന്നുന്നു."

"പക്ഷേ ഞാനല്ലല്ലോ വശീകരിച്ചത്."

"അങ്ങനെയെങ്കിൽ, ആ വശീകരണത്തിന്റെ സർവ്വവിധ അധികാരവും അതുപയോഗിക്കുവാനുള്ള അവകാശവും കരുത്തും ഞാൻ നിനക്ക് കൈമാറുന്നു."

ആ വാക്കുകൾ കേട്ട് ലാവോ ഒന്ന് പുറകോട്ട് മാറി. അവളുടെ കണ്ണുകളിലേക്ക് നോക്കി.

"ശരി. സ്വീകരിച്ചിരിക്കുന്നു." അയാൾ പറഞ്ഞു. ആ വാക്കുകൾ ഏതോ വശീകരണത്തിലായതുപോലെയായിരുന്നു.

എട്ട്

ആ നിമിഷത്തിൽ യുവാവ് മിസ്റ്റ്ലെറ്റോയെ കണ്ടു. അവന്റെ കണ്ണുകൾ തിളങ്ങി. പിന്നെ മങ്ങി. ലാവോ അവനു നേരെ വിരൽ ചൂണ്ടി. അവൻ എഴുന്നേറ്റു. അവർക്കരികിലേക്ക് നടന്നു വന്നു. പല കണ്ണുകളും അവനു പുറകെ വന്നു. അവൻ ലാവോയ്ക്കും മിസ്റ്റ്ലെറ്റോയ്ക്കും മുന്നിൽ നിന്നു. വിളറി, തീക്ഷ്ണവികാരത്തോടെ. അവന്റെ കണ്ണുകളിൽ അപ്പോൾ ഭ്രാന്തമായ ഒരു ആസക്തി കാണാമായിരുന്നു.

ലാവോ ആ യുവാവിന്റെ കണ്ണുകളിലേക്ക് നോക്കി. അതിൽ ശുദ്ധമായ ഒരു ആത്മാവ് കണ്ടു. ഒരു വിളിക്കായി നിൽക്കുന്ന ആശയക്കുഴപ്പം ബാധിച്ച യുവാവിനെ കണ്ടു. ആദർശവാദം, സംവേദനക്ഷമത, ആത്മഹത്യാപ്രവണത എന്നിവയും കണ്ടു. പണ്ട് അത്യുത്സാഹിയായിരുന്ന അപൂർവ്വം യുവാക്കളുടെ കൂട്ടത്തിൽ ഈ യുവാവുണ്ടായിരുന്നു എന്ന് ലാവോ തിരിച്ചറിഞ്ഞു. അവനെ ഇവിടെ ഈ പടിഞ്ഞാറ് കണ്ടപ്പോൾ അദ്ഭുതം തോന്നി. അവന്റെ കണ്ണുകളിൽ ഈ ലോകത്തിലേത്തതല്ലാത്ത ഒരുവന്റെ അടയാളം കണ്ടു. ഈ ലോകവുമായി പൊരുത്തപ്പെടണമെങ്കിൽ അവന് അത്യദ്ധ്വാനം ചെയ്യേണ്ടി വരുമെന്ന് കണ്ടു. ആ യുവാവ് അഭിമുഖീകരിക്കുവാൻ പോകുന്ന ബുദ്ധിമുട്ടുകളെയോർത്ത് അയാളിൽ ദുഃഖമുണ്ടായി. അവസാനം അവൻ വിജയിയാകുമെന്നതിൽ അവനോട് ആരാധനയും തോന്നി.

"നിന്റെ പേരെന്താണ്?"

"നോതങ്ങ്," യുവാവ് പറഞ്ഞു.

"നിനക്ക് ഈ പേർ നൽകിയതാരാണ്?"

"എന്റെ അച്ഛൻ."

"എന്തുകൊണ്ടെന്ന് അറിയാമോ?"

"ഇല്ല."

വാക്കുകൾക്കതീതമായ ഒരു ഭാഷയിൽ ആ യുവാവിന്റെ ആത്മാവുമായി സംവദിക്കുവാൻ ലാവോ ആഗ്രഹിച്ചു. നമ്മളെ സ്വതന്ത്രമായാണ് സൃഷ്ടിച്ചതെങ്കിലും നമ്മൾ ജീവിക്കുന്നത് നമ്മുടെ സ്വന്തം കാരാഗൃഹങ്ങളിലാണെന്ന് ലാവോ ചിന്തിച്ചു. നമ്മളെല്ലാം ഒരു നാടകത്തിലെ നടന്മാരാണ്. അയാൾ നോതങ്ങിനെ തുറിച്ച് നോക്കി. ആ നോട്ടത്തിൽ അവനെ തളച്ചിട്ടു. ലാവോയുടെ മനസ്സിലേക്കപ്പോൾ കൗതുകകരമായ സങ്കല്പങ്ങൾ ഒഴുകിയെത്തി. ഓരോ മനുഷ്യനും എന്താകുവാൻ തിരഞ്ഞെടുത്തുവോ അതായിതീർന്നാൽ സന്തുഷ്ടരാകുന്നു. ഈ മനുഷ്യനാടകം കണ്ടുകൊണ്ടിരിക്കുന്ന നിശ്ശബ്ദ കാണികളെക്കുറിച്ച് അയാൾ ചിന്തിച്ചു. താനും അതേ നാടകത്തിലെ അഭിനേതാവാണ്. വീണ്ടും വീണ്ടും താനാ നാടകത്തിലെ നടനാകുന്നു. ഒരിക്കലും അവസാനിക്കാത്ത ആ നാടകത്തിൽ.

"എന്റെ പേര് ലാവോ. ഇത് മിസ്റ്റ്ലെറ്റോ. ഞങ്ങൾ *അർക്കാഡിയ*യിലേക്കുള്ള ഒരു യാത്രയിലാണ്. നിനക്കെന്ത് വേണം?"

നോതങ്ങ് അവന്റെ കഴുത്തിലെ ആഭരണങ്ങളിൽ വിരൽ വച്ചു.

"എനിക്കറിയില്ല."

"പക്ഷേ നീ എന്തോ തിരയുന്നുണ്ടായിരുന്നുവല്ലോ?"

"ഉവ്വ്."

"നീ ഒരു സംഗീതജ്ഞനാണ്."

"അതെ."

"നീ അന്വേഷിച്ചിരുന്നത് സംഗീതമല്ല."

"അല്ല. സംഗീതം എന്നോടൊപ്പമുണ്ട്."

ലാവോ എന്തോ പറയുവാൻ തുനിഞ്ഞു. അപ്പോൾ മിസ്റ്റ്ലെറ്റോ അയാളുടെ തോളിൽ കൈ വച്ചു. അവൾ ഒരടി

മുന്നോട്ട് വന്ന് നോതങ്ങിന്റെ കൈയിൽ പിടിച്ചു. അവ എത്ര തണുത്തിരിക്കുന്നു അവൾ തെല്ല് വിസ്മയ ത്തോടെ പറഞ്ഞു. "നീ അവസാന അത്താഴത്തിലുപ യോഗിച്ച വീഞ്ഞു ചഷകം അന്വേഷിച്ച് കണ്ടെത്തണം."

"വിശുദ്ധ ചഷകമോ?" അയാൾ കരയുകയായിരുന്നു.

"അതെ."

"പക്ഷേ എവിടെ..?"

"അതാണ് നീ കണ്ടെത്തേണ്ടത്."

"അതിന് ഞാനാരുമല്ല. ഒരു കൊച്ചുപട്ടണത്തിലെ കൊച്ചു സംഗീതജ്ഞൻ മാത്രം."

മിസ്റ്റ്ലെറ്റോ നിശ്ശബ്ദയായി. നോതങ്ങ് സഹായത്തിനായി ലാവോയെ നോക്കി. ലാവോ ചുമൽ കുലുക്കി.

"എല്ലാവരും അവരുടെ വിശുദ്ധ ചഷകം കണ്ടെത്തേണ്ട തുണ്ട്." ലാവോ പറഞ്ഞു.

നോതങ്ങ് വികാരാധീനനായി നിന്നു.

"നീ ചെയ്യേണ്ടത് അതാണ്." മിസ്റ്റ്ലെറ്റോ മൃദുസ്വരത്തിൽ ആജ്ഞാപിച്ചു. "അല്ലെങ്കിൽ നീ നിന്റെ മുട്ടുകാലിൽ ജീവിക്കും. ലോകത്തിന്റെ ചക്രവർത്തിയായാലും നീ മുട്ടു കാലിൽ തന്നെ കഴിയേണ്ടി വരും."

ആ യുവാവ് ഒന്ന് കണ്ണു ചിമ്മി. ഇപ്പോൾ ഉണർന്നതേ യുള്ളൂ എന്ന മട്ടിൽ!

"അപ്പോൾ അതാണ് ഞാൻ ചെയ്യേണ്ടത് അല്ലേ?" അയാൾ ശാന്തമായി പറഞ്ഞു.

അയാൾ ചുറ്റിലും നോക്കി. ജനക്കൂട്ടം തുറിച്ച് നോക്കി നിൽക്കുന്നത് കണ്ട് അയാൾക്ക് സംഭ്രമമുണ്ടായി. നൃത്ത ശാലയിൽ നിന്നും അയാൾ ഇരുട്ടിലേക്ക് ഇറങ്ങിപ്പോയി.

ഒമ്പത്

അപ്പോഴും അവർ നൃത്തം തുടരുകയായിരുന്നു. എന്നാൽ അതിനുള്ള പ്രചോദനം അവരെ കൈവെടിഞ്ഞിരുന്നു. താത്പര്യം അസ്തമിച്ചിരുന്നു.

വിരുന്നും സംഗീതവും മടുത്തപ്പോൾ അവർ ഇത്തിരി മദ്യം നുണഞ്ഞു. വീണ്ടും നൃത്തം ചെയ്യാൻ ശ്രമിച്ചു. എന്തുകൊണ്ടോ സംഗീതം മാനസിക നിലയ്ക്ക് അനുയോജ്യമല്ലാത്തതാണെന്നൊരു തോന്നൽ. അവർ പുറത്തെ കാറ്റുള്ള രാത്രിയിലേക്കിറങ്ങി.

പുറത്തെ ബന്ധനങ്ങൾക്കും സുന്ദരവശീകരണങ്ങൾക്കും മദ്ധ്യേ അവർ നടന്നു. സമയത്തിന്റെ ഭൂതത്തിലൂടേയും ഭാവിയിലൂടേയും നടന്നു. വർത്തമാനത്തെ അവർ ശ്രദ്ധിച്ചില്ല. ഇരുണ്ട വെളിച്ചത്തിൽ തടാകം വിറകൊള്ളുന്നു. മലനിരകൾ ഇരുളിനു മീതെ ഇരുളായി അടയിരിക്കുന്നു. മലനിരകളിലെ കാറ്റിനെ കേട്ടുകൊണ്ട്. അവർ തടാകത്തിന്റെ തീരത്തുകൂടി അലസം നടന്നു.

ഭാഗം രണ്ട്

ഒന്ന്

അന്ന് രാത്രി കിടക്കുമ്പോൾ ആ യുവാവിന്റെ ആത്മാവ് അവർക്കിടയിലെത്തി.

മുട്ടുകുത്തി നിൽക്കുന്ന യുവാവ് ലാവോയുടെ മനസ്സിൽ നിന്നും മാഞ്ഞില്ല. ഒരു മദ്ധ്യകാല യോദ്ധാവിന്റെ രൂപമായിരുന്നു അയാൾക്ക്. മിസ്റ്റ്ലെറ്റോ ഉറക്കത്തിലേക്ക് വഴുതിക്കൊണ്ടിരുന്നപ്പോഴാണ് ലാവോ അവളെ കുലുക്കി വിളിച്ചുണർത്തിയത്. ഉണർത്തിയതിൽ അവൾ പരിഭവിക്കുകയും കോപിക്കുകയും ചെയ്തു.

“നിനക്കും ആ യുവാവിനുമിടയിൽ കൃത്യമായി എന്താണുണ്ടായത്?”

“ഏത് യുവാവ്?”

“നോതങ്ങ്... അതായിരുന്നല്ലോ അവന്റെ പേര്.”

“ഒന്നുമില്ല.”

“ഒന്നുമില്ല എന്ന് വച്ചാൽ?”

“ഒന്നുമില്ല എന്ന് തന്നെ.”

“എന്തെങ്കിലും സംഭവിച്ചിരിക്കും.”

“ഒന്നും സംഭവിച്ചില്ല.”

“ഒരുവൻ വെറുതെയങ്ങിനെ മുട്ടുകാലിൽ നിൽക്കുമോ?”

“ഒന്നുമില്ല.”

“നിന്നോട് വിവാഹാഭ്യർത്ഥന നടത്തുന്നതുപോലെയാണവൻ മുട്ടുകാലിൽ നിന്നിരുന്നത്.”

"ഞാനൊന്നുറങ്ങിക്കോട്ടെ."

"എന്തെങ്കിലും സംഭവിച്ചിട്ടുണ്ടാകും."

"ഒന്നും സംഭവിച്ചിട്ടില്ല."

"നിനക്ക് വേണ്ടി എന്തും ചെയ്യാൻ തയ്യാറുള്ളതുപോലെയാണവൻ മുട്ടുകാലിൽ നിന്നിരുന്നത്."

"അവൻ സ്വന്തം ഇഷ്ടത്തിന് അങ്ങനെ നിന്നതാണ്."

"നീ അവനോട് എന്തെങ്കിലും പറഞ്ഞിട്ടുണ്ടാകും."

"ഞാൻ പറഞ്ഞില്ലേ, അങ്ങനെയൊന്നുമില്ലെന്ന്."

"ഏതെങ്കിലും വിധത്തിൽ നീ അവനെ പ്രോത്സാഹിപ്പിച്ച് കാണും."

"നിങ്ങൾ പുരുഷന്മാർ എപ്പോഴും എന്താണ് ഇങ്ങനെ ചിന്തിക്കുന്നത്?"

"എന്നുവെച്ചാൽ?"

"സ്ത്രീകൾ പുരുഷന്മാരെ പ്രോത്സാഹിപ്പിക്കുന്നു എന്ന്."

"എന്ന് ഞാൻ ഇപ്പോഴും പറയുന്നില്ല."

"പിന്നെ?"

"എന്റെ ബുദ്ധിയെ ഇങ്ങനെ അവഹേളിക്കരുത്. നീ അവനോട് എന്തെങ്കിലും പറഞ്ഞിട്ടുണ്ടാകും."

"ഞാൻ പറഞ്ഞിട്ടില്ല."

"എന്തെങ്കിലും ആശയവിനിമയമുണ്ടായിട്ടുണ്ടാകും."

"ഉവ്വ്. അവൻ എന്നെ ശല്യപ്പെടുത്തുകയായിരുന്നു. എനിക്ക് അവനിൽ നിന്നും രക്ഷപ്പെടണമായിരുന്നു."

"അത്രയ്ക്ക് വിഷമിച്ചു അല്ലേ.."

"നിങ്ങളൊരു വിഡ്ഢിയാണ്."

"എന്നെ വിഡ്ഢി എന്ന് വിളിക്കരുത്."

"ഞാൻ ഉറങ്ങുന്നു."

"ഇതിലൊരു തീർപ്പുണ്ടാകണം."

"ഞാൻ പറഞ്ഞത് സത്യമാണ്."

"സത്യമോ?"

“അതെ. ഒന്നും സംഭവിച്ചില്ല.”

“നിന്നെക്കണ്ട് വശീകരിക്കപ്പെട്ട് വെറുതെയങ്ങ് കയറി വന്നു എന്നാണോ നീ പറയുന്നത്?”

“അതെ.”

“നിന്റെ കണ്ണിലേക്ക് നോക്കിയപ്പോൾ അവൻ വശീകരിക്കപ്പെട്ടു എന്നാണോ?”

“അതെ.”

“നീ എന്തെങ്കിലും ചെയ്ത് കാണും.”

“എന്ത്?”

“അവന്റെ കണ്ണിൽ നീയും നോക്കികാണും.”

“കണ്ണിലേക്കോ?”

“അതെ. കണ്ണിലേക്ക്.”

“എന്നുവച്ചാൽ?”

“നീ അവന്റെ കണ്ണിലേക്ക് തുറിച്ച് നോക്കിയിട്ടുണ്ടാകും.”

“കണ്ണിലേക്ക് തുറിച്ച് നോക്കുകയോ?”

“പറഞ്ഞത് ഇങ്ങനെ ആവർത്തിക്കുന്നതെന്തിനാണ്? എനിക്ക് കോപം വർദ്ധിക്കുന്നു.”

“ഈ ചോദ്യങ്ങൾ വിശ്വസിക്കുവാനാകാത്തവയാണ്. അതുകൊണ്ടാണ് മറുചോദ്യമുയരുന്നത്. നിങ്ങൾ തന്നെയാണിങ്ങനെ ചോദിക്കുന്നത് എന്നെനിക്ക് വിശ്വസിക്കുവാനാകുന്നില്ല.”

“എങ്ങനെ?”

“ഞാൻ കണ്ണിലേക്ക് നോക്കിയോ എന്നൊക്കെ.”

“നീ കണ്ണിലേക്ക് നോക്കിയോ?”

“ഞാനെന്താ കണ്ണടച്ച് നടക്കണോ?”

“ഞാനങ്ങനെ പറഞ്ഞില്ല.”

“നിങ്ങൾ പറഞ്ഞതിന്റെ അർത്ഥം അതല്ലേ?”

“അസംബന്ധം. നീ ആവശ്യമില്ലാതെ കാര്യങ്ങൾ പൊലിപ്പിക്കുന്നു.”

“അല്ലാതെ. ഞാനെന്താ കണ്ണുകൾ കെട്ടിയടച്ച് പുറത്തിറങ്ങണോ? അങ്ങനെയാകുമ്പോൾ ആരുടേയും കണ്ണിൽ നോക്കില്ലല്ലോ?”

“അവന്റെ കണ്ണിലേക്ക് നീ നോക്കിയോ എന്ന് മാത്രമേ ഞാൻ ചോദിച്ചുള്ളൂ.”

“അവന്റെ കണ്ണിലേക്കോ?”

“നീ വീണ്ടും അത് ആവർത്തിക്കുന്നു.”

“നിങ്ങൾ എന്നെ പഴിചാരുകയാണോ?”

“നീ എന്തോ ഒളിക്കുന്നുണ്ട്.”

“എനിക്ക് ഒളിക്കാനൊന്നുമില്ല.” മിസ്റ്റ്ലെറ്റോ ഉച്ചത്തിൽ പറഞ്ഞു.

“ഉണ്ട്. അല്ലെങ്കിൽ നീയിങ്ങനെ കോപിക്കുന്നതെന്തിനാ?”

“കോപിക്കുകയോ?”

“അതെ. കോപിക്കുക.”

“ഞാനുറങ്ങുകയായിരുന്നു. നിങ്ങൾ എന്നെ വിളിച്ചുണർത്തി ചോദ്യം ചെയ്യാൻ തുടങ്ങി. അതുകൊണ്ട് എനിക്ക് കോപം വന്നു.”

“എന്ന് വച്ചാൽ നീ ഇപ്പോൾ കുപിതയാണെന്ന് അല്ലേ?”

“എന്തിനാണിങ്ങനെ ചോദ്യം ചെയ്യുന്നത്? ആ ചെറുക്കനുവേണ്ടിയോ?”

“ഞാനാകെ ചോദിച്ചത് നീ അവന്റെ കണ്ണിലേക്ക് നോക്കിയോ എന്ന് മാത്രമാണ്.”

“ദൈവമേ.. ഒരു മനുഷ്യന്റെ കണ്ണിലേക്ക് നോക്കിയതിനും ശിക്ഷയോ?”

“എന്റെ ചോദ്യം ഒഴിവാക്കരുത്.”

“ഞാൻ ഒഴിവാക്കുന്നില്ല.”

“നീ അവനോട് സംസാരിച്ചോ?”

“അവൻ എന്നോട് സംസാരിച്ചു.”

“അപ്പോൾ നീയും സംസാരിച്ചു.”

“അങ്ങനെ അധികമൊന്നും സാസാരിച്ചില്ല.”

"ഒന്നുകിൽ സംസാരിച്ചു, അല്ലെങ്കിൽ ഇല്ല, അത്രമാത്രം പറഞ്ഞാൽ മതി."

"അപ്പോൾ കാര്യങ്ങൾ അങ്ങനെ നേരെ ചൊവ്വേയല്ല, അല്ലേ?"

"അത് ശരി."

"എന്ത്?"

"നിനക്കും അവനുമിടയിൽ സങ്കീർണ്ണമായി എന്തോ ഉണ്ട്, അല്ലേ?"

"ഒന്നുമില്ല. നിങ്ങൾ വെറുതെ വളച്ചൊടിക്കുകയാണ്."

"അല്ല. ഞാനങ്ങിനെ വളച്ചൊടിക്കുന്നില്ല."

"അതെ. നിങ്ങൾ വളച്ചൊടിക്കുകയാണ്."

"നിങ്ങൾക്കിടയിൽ എന്തോ സംഭവിച്ചു എന്നതുറപ്പ്. അതിന്റെ ഉത്തരവാദിത്വം ഏൽക്കാൻ നീ തയ്യാറല്ലെന്നും."

"ഒന്നും സംഭവിച്ചില്ല."

"ഉണ്ടെന്ന് എനിക്ക് തോന്നുന്നു."

"ഞാൻ പറഞ്ഞില്ലേ, ഒന്നും സംഭവിച്ചില്ല."

അപ്പോൾ ലാവോ പൊട്ടിത്തെറിച്ചു. ആ യുവാവിനെ അനാവശ്യമായി ഉത്തേജിപ്പിച്ചുവെന്നും അവൾ കുടിലയാണെന്നും അവൾ തന്റെ പ്രലോഭനത്തിനുള്ള കരുത്ത്, വശീകരണത്തിനുള്ള കരുത്ത് അവനിൽ പരീക്ഷിക്കുകയായിരുന്നു എന്നും ആക്ഷേപിച്ചു.

"ഞാനൊരു നിമിഷം മാറി നിന്നതേയുള്ളൂ. അപ്പോഴേക്കും നീ ഇങ്ങനെയൊക്കെ തുടങ്ങിയോ?" അയാൾ ഒച്ചവച്ചു.

സ്വർഗ്ഗം എന്ന അവരുടെ മുറി പെട്ടെന്ന് മരണാനന്തര ശുശ്രൂഷകൾ ചെയ്യുന്ന സ്ഥലമായി മാറി.

രണ്ട്

ആദ്യം മിസ്റ്റ്ലെറ്റോ നിശ്ശബ്ദയായി. നിശ്ശബ്ദതയിലേക്ക് ഉൾവലിഞ്ഞു. പിന്നെ ഒരു വികാരവുമില്ലാത്ത മുഖം അയാളെ കാണിച്ചു. അതയാളുടെ കോപം ഇരട്ടിപ്പിച്ചു. അവൾ എത്രകണ്ട് ഉൾവലിഞ്ഞുവോ അയാൾ അത്രയും സംശയാലുവായി. എത്രകണ്ട് സംശയാലുവായോ അത്രയും കോപവും വർദ്ധിച്ചു. പരുഷമായ കുത്തു വാക്കുകൾ പറഞ്ഞു. ആ യുവാവിന്റെ പെരുമാറ്റ രീതികൾ വിശദീകരിക്കുന്നതിനായി അയാൾ അനേകം കുറ്റാരോപണങ്ങൾ നിരത്തി. അവളോട് പരുഷമായി സംസാരിച്ചു. അവളുടെ നിശ്ശബ്ദതയിൽ നിന്നും മുതലെടുത്തു. അവൾ പറഞ്ഞതിനെയൊക്കെ വളച്ചൊടിച്ചു. സ്വയം കോപത്തിന്റെ കൊടുമുടി കയറി. തീർത്തും യുക്തരഹിതമായിരുന്നു അയാളുടെ സംസാരം. കോപം വർദ്ധിച്ചുകൊണ്ടേയിരുന്നുവെങ്കിലും അവൾ തന്റെ കോപത്തിൽ നിന്നും തന്നെ മുക്തനാക്കുന്ന വിധത്തിൽ എന്തെങ്കിലും പറയുകയോ പ്രവർത്തിക്കുകയോ ചെയ്യണമെന്ന് അയാൾ ആഗ്രഹിക്കുന്നുണ്ടായിരുന്നു.

പക്ഷേ മിസ്റ്റ്ലെറ്റോ മറുപടിയൊന്നും പറഞ്ഞില്ല. അയാളുടെ കോപത്തെ അവൾ മൗനം കൊണ്ട് നേരിട്ടു. അതായിരുന്നു അവളുടെ മാർഗ്ഗം. മൗനമാണവളുടെ ആയുധം. അതിനിടയിൽ പണ്ടുണ്ടായ എന്തോ ഒന്നിനെ അയാൾ പരോക്ഷമായി സ്പർശിച്ചു. അതവളുടെ മൗനത്തെ കീറിമുറിച്ചു. അവളുടെ മുഖം ചുവന്നു. അയാളുടെ വാക്കുകൾ സഹിക്കാവുന്നതിനും അപ്പുറത്തായപ്പോൾ അവൾ പൊട്ടിത്തെറിച്ചു. പിന്നെ അവളുടെ കോപത്തെ കൈപിടിയിലൊതുക്കാനാകാതായി.

സർവ്വ കരുത്തുമുപയോഗിച്ച് അവർ പരസ്പരം വാക്പോരിലേർപ്പെട്ടു. ഒച്ചവച്ചു, ശപിച്ചു, പരസ്പരം വെറുക്കുന്നവർ തങ്ങളെപ്പോലെ ആരുമില്ലെന്ന മട്ടിൽ അങ്കം വെട്ടി. മനസ്സിൽ നരകാഗ്നി ആളിക്കത്തി.

മൂന്ന്

കോപത്തിന്റെ ചുഴി. അതിന്റെ ആഴങ്ങളിലേക്കാണ് അവരിറങ്ങിയത്. അവസാനം തിന്മയുടെ ഒഴുക്കിൽ പെട്ടു. ഏതോ ഇടനാഴികളിൽ വഴിതെറ്റി. പരസ്പരം വേദനിപ്പിക്കുന്നത് തുടർന്നു. പകവീട്ടി. പഴയകാല പ്രവൃത്തികളെന്ന പിശാചുക്കളെ അഴിച്ച് വിട്ടു, ഭൂതബാധയേറ്റവരെപ്പോലെ.

പശ്ചാത്താപമെന്നൊന്നില്ലായിരുന്നു. എന്നാൽ അവർ മാപ്പ് നൽകുവാനും തയ്യാറല്ലായിരുന്നു. ഇരുവരും തങ്ങളുടെ കോപത്തെ ഒരു പ്രണയോക്തിക്ക് വഴിമാറ്റാനാകണേ എന്നാഗ്രഹിക്കുന്നുണ്ടായിരുന്നു. എന്നാൽ ആദ്യം പരാജയം സമ്മതിക്കുന്നത് താനാകരുത്. അതിനാൽ ഒച്ചയും ബഹളവും വഴക്കും പിന്നെയും തുടർന്നു.

അവർ ഇരുവരും പരസ്പരം ഭീകരങ്ങളായ മരണങ്ങൾ ശപിച്ചു. അവരുടെ വ്യക്തിത്വം ശിഥിലമായിരുന്നു. അവരിപ്പോൾ അവരല്ല. അവരിൽ ഏതോ വിഷം ബാധിച്ചിരിക്കുന്നു. ഏതോ നാടകത്തിലെ സ്വബോധമില്ലാത്ത നടിയും നടനുമാണ് അവർ. തങ്ങളുടെ ഭാഗം ഇപ്പോൾ അവരെ പൂർണ്ണമായും വിഴുങ്ങിയിരിക്കുന്നു.

ഞാനിവിടേക്ക് ഇനി തിരിച്ച് വരില്ലെന്നാണയിട്ട് ലാവോ ഹോട്ടൽ മുറിയിൽ നിന്നും പുറത്തിറങ്ങും. പോകുമ്പോൾ വാതിൽ വലിച്ചടക്കും. പിന്നെ ഏതാനും നിമിഷങ്ങൾക്കുള്ളിൽ തിരിച്ചെത്തും. വഴക്ക് വീണ്ടും ആരംഭിക്കും.

നാല്

കത്തിച്ചാമ്പലാകുന്ന ഒരു നരകാഗ്നിയിൽ അവർ നട്ടം തിരിഞ്ഞു. പരസ്പരം കൊത്തിക്കീറി. ചാര നിറത്തിലുള്ള പ്രഭാതം മലനിരകളിൽ വെളിച്ചം പടർന്നു. തൂവൽ സ്പർശത്തോടെ പകൽ വെളിച്ചം തടാകത്തിനു മുകളിൽ നൃത്തം ചെയ്യുകയും ചെയ്തു. അപ്പോഴും അവർ അങ്കം തുടർന്നു.

പിന്നെ ദുർഗ്രാഹ്യമായ എന്തോ ഒന്ന് അവരുടെ മനസ്സിനെ ശാന്തമാക്കി. മലനിരകളിൽ ഉയർന്നുവന്ന പ്രഭാതസൂര്യനെ കണ്ടത് അവരുടെ ആത്മാവിന് സ്വസ്ഥത നൽകി. തടാകത്തിന്റെ മുഖത്ത് സുവർണ്ണ നിറമുള്ള വെയിൽ തത്തിക്കളിച്ചു.

ലാവോയും മിസ്റ്റ്ലെറ്റോയും രാത്രി മുഴുവൻ ഉറങ്ങിയിട്ടില്ല. അവർ ക്ഷീണിതരായിരിക്കുന്നു. തോട്ടത്തിലെ കളിക്കിടയിൽ ഉറക്കം വന്ന കുട്ടികളായി അവർ മാറി. അവരുടെ കണ്ണുകൾ നിറഞ്ഞൊഴുകുവാൻ തുടങ്ങി.

അഞ്ച്

അന്ന് രാത്രി റോസാപൂക്കൾ കൊണ്ടുള്ള ഒരു പൂച്ചെണ്ടും ഒരു കുപ്പി ഡോം പെരിൻഗ്നോണുമായി ഒരാൾ ജൂട്ടിന്റെ മുറിയിലെത്തി.

അർക്കാഡിയ യാത്രയ്ക്കപ്പുറവും അതിനു ശേഷവും തങ്ങളുടെ പ്രണയം എങ്ങനെയവർ നിലനിർത്തും എന്നതിനെക്കുറിച്ച് ചർച്ച ചെയ്തു. അവൾ ഒന്ന് കിതച്ച്, ഒന്ന് നിശ്വസിച്ച് അവനെ സ്വീകരിച്ചു. ഔത്സുക്യത്തോടെ തന്റേതാക്കി.

ഭാഗം മൂന്ന്

ഒന്ന്

പ്രാതൽ മേശയിൽ ഹോട്ടലുടമയായ ഹാൻസ് ഉപവിഷ്ടനായിരുന്നു. അയാൾ സന്തോഷവാനായിരുന്നു. ഇളം ചന്ദനക്കളറുള്ള സ്യൂട്ടും നീല ടൈയുമാണയാൾ ധരിച്ചിരുന്നത്. വൃത്തിയായി ഷേവ് ചെയ്തിരുന്നു. മീശ വെട്ടിയൊതുക്കിയിരുന്നു. ലാവോയുമായി അയാൾ സൗഹൃദം കാണിച്ചു.

മറ്റ് സംഘാംഗങ്ങൾ നേരത്തെ എഴുന്നേറ്റിരുന്നു. തങ്ങളുടേതായ സാഹസങ്ങൾ തിരഞ്ഞ് അവരെല്ലാം പുറത്തിറങ്ങിയിരുന്നു. അന്ന് ചിത്രീകരണമില്ലാത്ത ദിവസമായിരുന്നു. ലാവോയും മിസ്റ്റ്ലെറ്റോയും പ്രാതൽ അവസാനിപ്പിക്കുന്ന സമയത്താണ് ഹാൻസ് സമീപമെത്തിയത്. ധാന്യങ്ങൾ, ഉണക്കപ്പഴങ്ങൾ തുടങ്ങിയവയുടെ മിശ്രിതവും കോയിസ്സന്റ് എന്ന് വിളിക്കുന്ന ഒരിനം റൊട്ടിയുമാണവർ പ്രാതലിനായി തിരഞ്ഞെടുത്തിരുന്നത്. മിസ്റ്റ്ലെറ്റോ ആ കൊച്ചുപട്ടണത്തിൽ അവൾക്കുള്ള കൗതുകം വെളിവാക്കിയതിന്റെ പ്രതികരണം എന്ന മട്ടിൽ ഹാൻസ് ആ പട്ടണത്തിന്റെ ചരിത്രം പറഞ്ഞു. അയാൾ നല്ല മാനസികാവസ്ഥയിലായിരുന്നു. കഥയധികവും പറഞ്ഞത് മിസ്റ്റ്ലെറ്റോയെ നോക്കിയായിരുന്നു. ഇടയ്ക്കിടെ ലാവോയിലേക്ക് നോട്ടം പായിക്കുന്നുമുണ്ടായിരുന്നു.

“ഈ പട്ടണം ഒരു കാലത്ത് വളരെ പ്രശസ്തമായിരുന്നു,” അയാൾ പറഞ്ഞ് തുടങ്ങി. “ധനികർ ലോകത്തിന്റെ നാലു

ഭാഗത്തു നിന്നും ഇവിടേക്കൊഴുകിയെത്തി. ഗൊയ്ഥെ, മാർക് ട്വൈൻ, ഹെസ്സെ എന്നിവർക്കെല്ലാം ഞങ്ങളുടെ ഈ പർവ്വതനിരകളോട് പ്രണയമായിരുന്നു. ടർണർ ഞങ്ങളുടെ അസ്തമയങ്ങൾ പെയ്ന്റ് ചെയ്തു. രാജാക്കന്മാർ, രാജകുമാരന്മാർ, പ്രമുഖ വ്യവസായികൾ, വിനോദശീലർ എന്നിങ്ങനെ പലരും ഇവിടേക്കെത്തി. പുറകെ മറ്റുള്ളവരും വന്നു. വസന്തത്തിലും വേനലിലും അവരെത്തി. വിജയപതാകയേന്തി പട്ടണം. ധനികയായി. ഒരിക്കൽ ഈ തടാകത്തിൽ മിദാസ്, ഉട്ടോപിയ, നെഫെർറ്റിറ്റി എന്നിങ്ങനെ പേരുകളുള്ള സുന്ദരൻ പായ്വഞ്ചികൾ ഉണ്ടായിരുന്നു."

"പിന്നെ എന്തു സംഭവിച്ചു?" മിസ്റ്റ്ലെറ്റോ ചോദിച്ചു.

ഹാൻസിന്റെ കണ്ണുകൾ ആർദ്രമായി.

"അവർ മദ്യപിച്ചു. ആകാവുന്നതിലധികം ചൂത് കളിച്ചു. എല്ലാവിധ മയക്കുമരുന്നുകളും ഉപയോഗിച്ചു. നിത്യേനെ പുതിയ അപവാദങ്ങളുണ്ടാക്കി. നിക്ഷേപങ്ങൾ നഷ്ടമായവരും ചൂതുകളിച്ച് കടം കുമിഞ്ഞവരും സ്ത്രീകൾക്ക് പുറകെ പോയവരും ആത്മഹത്യയിൽ അഭയം കണ്ടെത്തി. എല്ലാം കുഴഞ്ഞ് മറിഞ്ഞു. ഭാഗ്യചക്രം തിരിഞ്ഞു. എല്ലാം തകർന്നു."

ഹാൻസ് ഒന്ന് നിർത്തി. ദുഃഖത്തോടെ ജനലിനു പുറത്തേക്ക് മലനിരകളെ നോക്കി.

"ധനികരും പ്രശസ്തരും കൂടി ഞങ്ങളെ നശിപ്പിച്ചു. അവർ ഞങ്ങളുടെ ജിവിതം കുട്ടിച്ചോറാക്കി. പുത്രിമാരെ കളങ്കപ്പെടുത്തി. പുത്രന്മാരെ ആശയക്കുഴപ്പത്തിലാക്കി. ഭാര്യമാരെ വശീകരിച്ചു. പുരുഷന്മാരെ വെറിപിടിച്ചവരും ദുരാഗ്രഹികളുമാക്കി. രാത്രിയിൽ ദ്വന്ദയുദ്ധങ്ങളുണ്ടായി. പൂമെത്തകളിൽ മരിച്ചുകിടക്കുന്നവർ നിത്യസംഭവമായി. ചിലർ ഹോട്ടലിലെ മുറികളിൽ - സ്വയം വെടിവച്ചതായിരുന്നു. അതിലൊരുവന്റെ ആത്മഹത്യ കുറിപ്പ് ഇങ്ങനെയായിരുന്നു: "ഭാഗ്യം തീരെ കുറവ്." മറ്റൊരുവനെഴുതിയത് "എനിക്ക് പിടിച്ച് നിൽക്കാമായിരുന്നു, പക്ഷേ ഇവിടെ സൗന്ദര്യം വളരെയധികമാണ്." ഇതിന്റെയൊക്കെ അർത്ഥമെന്താണ്? ഞങ്ങളുടെ ഏറ്റവും നല്ല

ഹോട്ടലുകളിലൊന്നിലെ ഏറ്റവും നല്ല സ്യൂട്ടിൽ തൂങ്ങി മരിച്ച് നിൽക്കുന്ന നിലയിലാണിയാളെ കണ്ടത്.“

ഹാൻസ് ചിന്താധീനനായി. മീശപിരിച്ചു.

“അങ്ങനെ പ്രശസ്തിയും ധനവും ഞരമ്പ് രോഗവും കൊണ്ട് അവർ ഈ പട്ടണം നശിപ്പിച്ചു. പിന്നേയും ജന ങ്ങൾ ഒഴുകിയെത്തി. പണ്ടത്തേതിനേക്കാൾ അധികം. തിക്കും തിരക്കുമായി. റോഡുകളും ഇടവഴികളും കാറു കളെക്കൊണ്ട് തിങ്ങി. നടക്കാൻ സ്ഥലമില്ലാതായി. ചുറ്റിലും രോമക്കുപ്പായം ധരിച്ച സുന്ദരികളെ കാണാ മായിരുന്നു. എവിടെ നോക്കിയാലും പണം മാത്രം. ഓപ്പറ നർത്തകർ, സിനിമാ താരങ്ങൾ, സമൂഹത്തിലെ ഉന്നത രായ സ്ത്രീരത്നങ്ങൾ, ഷിപ്പിങ്ങ് കമ്പനി ഉടമകൾ അങ്ങനെ പലരും തടാകക്കരയിലുള്ള ഈ പട്ടണത്തി ലേക്കെത്തി. ജനപ്രീതി, വിജയം, ഉന്മാദം എന്നിവ ഞങ്ങളെ വധിച്ചു. ലോകമെമ്പാടുമുള്ള എല്ലാ വർത്ത മാന പത്രങ്ങളും മാസികകളും പട്ടണത്തെക്കുറിച്ചെഴുതി. ഫോട്ടോഗ്രാഫർമാർ ഞങ്ങളുടെ പട്ടണത്തിന്റെ ഫോട്ടോ യെടുത്ത് മരണത്തിന്റെ പാതകളിലേക്ക് കൊണ്ടുപോയി. സെമിത്തേരികൾ വിചിത്ര ലിംഗയോനീ ബന്ധങ്ങൾക്ക് സാക്ഷിയായി. ധനികരായ വൃദ്ധരുടെ ഭാര്യമാരുമൊത്ത് ലൈംഗിക ബന്ധത്തിലേർപ്പെടുന്നതിന് യുവാക്കൾക്ക് പണം നൽകപ്പെട്ടു. വൃദ്ധർ അത് നോക്കി ആസ്വദിച്ചു. പണം പ്ലേഗ് പോലെ പകർച്ചവ്യാധിയായി. ശാപമായി. ഹോട്ടലിലെ നിരക്കുകൾ കുതിച്ച് പൊന്തി. പട്ടണവാസി കൾ ദുരാഗ്രഹികളായി. ഒരു വലിയ കുടുംബംപോലെ യായിരുന്ന ഞങ്ങൾ പരസ്പരം അങ്കം വെട്ടി, പരസ്പരം വെറുത്തു. പിന്നെ എല്ലാം മാറ്റിമറിക്കുന്ന എന്തോ സംഭ വിച്ചു.“

ഹാൻസ് വീണ്ടും നിർത്തി. ഒരു കപ്പ് കാപ്പിയൊഴിച്ചു. അതിൽ നിന്നും കുറച്ച് മൊത്തിക്കുടിച്ചു.

അയാൾ കഥ തുടർന്നു. “ഒരു രാത്രിയിൽ, യുവാവ് വൃദ്ധനെ കൊന്നു. വൃദ്ധന്റെ ആവശ്യപ്രകാരം അയാൾ നോക്കിയിരിക്കെ അവൻ അയാളുടെ ഭാര്യയുമൊത്ത് ബന്ധത്തിലേർപ്പെട്ടിരുന്നു. യുവാവാകട്ടെ വൃദ്ധന്റെ

ഭാര്യയെ പ്രണയിക്കുവാൻ തുടങ്ങി. ഭ്രാന്തമായ പ്രണയം. അവൻ ആ വൃദ്ധനെ കത്തിയെടുത്ത് കുത്തി. ഇരുപത്തിരണ്ട് തവണ. ഒരു തരം അസൂയ, ആശയക്കുഴപ്പം, അപമാനം എന്നിവയൊക്കെ അവന്റെ മനസ്സിൽ അടിഞ്ഞ് കൂടിയിരുന്നു. അതിനാലാണവൻ അയാളെ കൊന്നത്. പക്ഷേ ആ സ്ത്രീ അവനെ പ്രണയിക്കുന്നുണ്ടായിരുന്നില്ല. അവൾ നഗ്നയായി ഹോട്ടലിൽ നിന്നും ഇറങ്ങിയോടി. അതുകണ്ട യുവാവ് സ്വയം ഹൃദയത്തിലേക്ക് കത്തിയമർത്തി. ഉടൻ മരിച്ചു. ഈ കഥ പട്ടണം കേട്ട ഏറ്റവും വലിയ അപവാദമായിരുന്നു. പത്രങ്ങളായ പത്രങ്ങളെല്ലാം അതിനെക്കുറിച്ചെഴുതി. അതിനുശേഷം ധനികരും പ്രശസ്തരും ഇവിടേക്ക് വരാതായി. അവർ മറ്റേതോ സ്ഥലം കണ്ടെത്തി. ഒരൊറ്റ രാത്രികൊണ്ട് പട്ടണം നിശ്ശബ്ദമായി. ഇതൊരു പ്രേതനഗരമായി. വർഷങ്ങൾ അനവധി കഴിഞ്ഞപ്പോൾ പൂക്കൾ വീണ്ടും വിരിയാൻ തുടങ്ങി. അന്തരീക്ഷത്തിലേക്ക് പുതുമ വീണ്ടുമെത്തുവാൻ തുടങ്ങി.

രണ്ട്

സംസാരിച്ചുകൊണ്ടിരിക്കുന്നതിനിടയിൽ ഹാൻസിന്റെ പ്രകൃതവും മാറുന്നുണ്ടായിരുന്നു. കണ്ണുകൾ രൂക്ഷമാകുന്നു. അയാൾ തന്റെ പതിവ് ആമത്തോടുകൊണ്ടുള്ള കണ്ണട ധരിച്ചിട്ടില്ലെന്നത് അപ്പോഴാണ് ലാവോയും മിസ്റ്റലെറ്റോയും ശ്രദ്ധിച്ചത്. അയാളുടെ സ്വരത്തിൽ വന്നിരിക്കുന്ന വ്യതിയാനവും അവർ ശ്രദ്ധിച്ചു.

"ഇപ്പോൾ ഞങ്ങൾക്ക് പ്രസിദ്ധിയിലും പരസ്യത്തിലും വിശ്വാസമില്ല. ബഹളം അല്ലെങ്കിൽ വിജയം എന്ന് ജനങ്ങൾ വിളിക്കുന്നത് ഞങ്ങൾക്ക് ആവശ്യമില്ല. ഈ ഭൂപടത്തിൽ നഗരം അടയാളപ്പെടുത്തണമെന്നും നിർബന്ധവുമില്ല. അത് ഞങ്ങളുടെ കൈയിലല്ലല്ലോ. ഞങ്ങൾക്ക് വേണ്ടത് ഞങ്ങൾ ഞങ്ങളുടെ രഹസ്യമാകണം എന്നു മാത്രമാണ്. മറ്റുള്ളവരാൽ കാണാനാകാത്തതാകണം. വിനോദസഞ്ചാരികൾക്ക് മുന്നിൽ, ഞങ്ങളെന്താണോ അതിലും കുറച്ച് കാണിക്കണം. പൊലിമയില്ലാത്തതാകണം. ഞങ്ങളെത്ര മുഷിപ്പന്മാരാണോ അതിലും കൂടുതൽ മുഷിപ്പുള്ളവരാണെന്ന് കാണിക്കണം. മറ്റുള്ളവരുടെ ആകാംക്ഷയിൽ നിന്നും ഞങ്ങളെ സംരക്ഷിക്കുവാനുള്ള ഉപാധിയാണീ മുഷിപ്പും പൊലിമയില്ലായ്മയും. ഞങ്ങളെ കാണുക എന്നത് ഞങ്ങൾക്ക് ബുദ്ധിമുട്ടാകുന്നു. അതൊരു തരം ഇന്ദ്രജാലമാണ്. ഞങ്ങളുടെ ജീവിതമിപ്പോൾ ശാന്തമാണ്, മറച്ച് വച്ചതുമാണ്. എന്തെങ്കിലും പ്രത്യേകത തിരഞ്ഞ് വരുന്നവർ മാത്രമിപ്പോൾ ഞങ്ങളെ കാണുന്നു. പഴങ്കഥകളിലേക്ക് ഉൾവലിഞ്ഞിരിക്കുന്നു. *അർക്കാഡിയ* തിരയുന്ന നിങ്ങൾ ഇങ്ങോട്ടെത്തിയതിൽ അദ്ഭുതപ്പെടേണ്ടതില്ല. ഇതിനെ ഗൊയ്ഥെ കൂടി അംഗീകരിക്കുമായിരുന്നു."

ഹാൻസ് കൗശലത്തോടെയുള്ള ഒരു നോട്ടം സമ്മാനിച്ചു.

"ഇവിടെ കാണുന്നതൊന്നും അതുപോലെയല്ല. ഈ പട്ടണം ആരാണോ അതിനെ നോക്കുന്നത് അതിനനുസരിച്ച് വളയുന്നു, മാറുന്നു. അങ്ങനെയാണതിന്റെ ഇന്ദ്രജാലം ഇപ്പോൾ കാത്ത് സൂക്ഷിക്കപ്പെടുന്നത്. നിങ്ങൾ നിങ്ങളുടെ നടത്തം ആസ്വദിച്ചോളൂ."

മൂന്ന്

തടാകത്തിന്റെ കരയിലൂടെ അന്നുച്ചയ്ക്കവർ നടക്കാനിറങ്ങിയത് സെമിത്തേരിയുടെ എതിർദിശയിലേക്കാണ്. മറുകരയിൽ ആവികൊണ്ടോടുന്ന ബോട്ടുകളുണ്ടായിരുന്നു. പക്ഷികൾ കലപില കൂട്ടുന്നുണ്ടായിരുന്നു. അധികം നടക്കുന്നതിനു മുമ്പേ ജിം, സാം, ഹസ്ക് എന്നിവർ ആ നീല വെള്ളത്തിൽ നീന്തുന്നത് കണ്ടു. ഒരു നിമിഷം കഴിഞ്ഞപ്പോൾ റിലിയും പ്രോപറും വെള്ളത്തിനു മുകളിലേക്ക് പൊന്തി വന്നു. അവർ വളരെ സന്തോഷത്തിലാണെന്ന് തോന്നി. അവർ കളിച്ച് രസിക്കുമ്പോൾ മുഖത്ത് വിടരുന്ന തേജസ്സ് കാണാനുണ്ടായിരുന്നു. ഒപ്പം ചേരാൻ അവർ അഭ്യർത്ഥിച്ചു. ഹസ്ക് എന്തോ വിളിച്ച് പറഞ്ഞ് ചിരിച്ചു. കാറ്റ് അവളുടെ വാക്കുകൾ മലനിരകളിലേക്ക് കൊണ്ടുപോയി.

ലാവോയ്ക്ക് പണ്ട് കണ്ട രസവാദവിദ്യയുടെ ഒരു പുസ്തകം ഓർമ്മവന്നു. അതിൽ ഒരു സ്ത്രീയും പുരുഷനും ഒഴുകുന്ന വെള്ളത്തിൽ നീന്തുന്ന ശില്പം കൊത്തിയിരിക്കുന്നു. മരം കൊണ്ടുള്ള ശില്പം. ആ തടാകവും സാധാരണമായിരുന്നില്ല. ഇരുണ്ട വശങ്ങൾ അലിയിക്കുവാൻ കരുത്തുള്ളതായിരുന്നു അതിലെ ജലം. കൂട്ടുകാർ വെള്ളി നിറത്തിലുള്ള ഈ വെള്ളത്തിൽ കളിക്കുമ്പോൾ ലാവോയ്ക്ക് ഓർമ്മ വന്നത് ആ ശില്പങ്ങളെയാണ്. അവർക്കറിയാത്ത, അപരിചിതമായ ഒരു ഘടകത്തിലാണിപ്പോൾ അവർ നീന്തിക്കൊണ്ടിരിക്കുന്നത്. ലാവോ ചിന്തിച്ചു. മത്സ്യങ്ങളെ ചൂണ്ടയിട്ടെടുക്കുന്നതുപോലെ ഈ ലോകം ഇവരെ ചൂണ്ടയിട്ടെടുത്ത് ദിവ്യഭക്ഷണമാക്കും.

ലാവോയും മിസ്റ്റ്ലെറ്റോയും അവരെ നോക്കി കൈ വീശി. അവർ പട്ടണത്തിന്റെ അറിയാത്ത ഭാഗങ്ങളിലേക്ക് നടന്നു.

നാല്

ഉല്പത്തി കാലത്തിലേക്ക് മടങ്ങിപ്പോകുന്നു എന്ന തോന്ന ലുണ്ടാക്കുന്ന പൊടി നിറഞ്ഞ പാതയിലൂടെ അവർ നടന്നു. മലനിരകൾ പുരാതന ദൈവങ്ങളെപ്പോലെ തോന്നിച്ചു.

വെളിച്ചമിപ്പോൾ എല്ലാത്തിനേയും മാറ്റിമറയ്ക്കുന്നു, വള ച്ചൊടിക്കുന്നു. അതെങ്ങനെയെന്ന് ലാവോയ്ക്ക് മനസ്സിലാ യില്ല.

ദൂരെ, വീടുകളുടെ ഉയരങ്ങൾക്കു മുകളിൽ പള്ളിയുടെ ഗോപുരം ആകാശത്തെ തുളച്ച് നിൽക്കുന്നത് കാണാം. അവർ നിശ്ശബ്ദരായി ആ ദിശയിലേക്ക് നടന്നു. കാറ്റിലെ ത്തിയ വിചിത്രമായ ആശയങ്ങളും സങ്കല്പങ്ങളും നിറഞ്ഞ ഏതോ ആത്മാവ്, അവരെ സംസാരിക്കാൻ പ്രലോഭി പ്പിച്ചു:

"നമ്മൾ ഓരോ നിമിഷവും മാറുന്നു." ലാവോ പറഞ്ഞ് തുടങ്ങി. "സന്തുലിതാവസ്ഥയിലാകുമ്പോൾ നമ്മൾ സന്തോഷത്തിലാകുന്നു, അതില്ലെങ്കിൽ സന്തോഷവുമില്ല."

"എന്തിന്റെ സന്തുലിതാവസ്ഥ."

"ശരീരത്തിലേയും മനസ്സിലേയും വസ്തുക്കളുടെ."

"അത് രണ്ടും ഒന്ന് തന്നെയല്ലേ?"

"അതെ."

"പിന്നെ എന്താണ് വ്യത്യാസം?"

"എനിക്കറിയില്ല. ഒരുപക്ഷേ അവയുടെ തരംഗദൈർഘ്യ മാകാം."

"വെളിച്ചവും ശബ്ദവും പോലെ."

"ഏകദേശം. ഊർജ്ജം മാറുന്നത് പോലെ."

"അങ്ങനെയെങ്കിൽ കാണുക എന്നത് വിശ്വസിക്കുക എന്നതാകില്ല."

"അങ്ങനെ പറയുവാൻ കാരണം?"

"നമ്മെ വിഡ്ഢികളാക്കാൻ അവർ അതിനെയല്ലേ ആശ്രയിക്കുന്നത്."

"എന്നുവെച്ചാൽ?"

" എന്ത് കാണുന്നുവോ അതിനെ വിശ്വസിക്കുന്നു എന്നത്."

"കാഴ്ചയിലൂടെ ജനങ്ങളെ വിഡ്ഢികളാക്കുവാൻ എളുപ്പമാണ്."

"പക്ഷേ കാണുന്നത് മാത്രമേ ജനം സത്യത്തിൽ വിശ്വസിക്കുന്നുള്ളു."

"എനിക്കറിയാം. ലജ്ജാകരമാണത്. നമ്മൾ കാണുന്നതിലും എത്രയോ ഉന്നതങ്ങളായ കാര്യങ്ങൾ ഈ ജീവിതത്തിലുണ്ട്."

"കാണുന്നത് മാത്രം വിശ്വസിക്കുന്നതുകൊണ്ട് അതിനൊരു ദിവ്യപരിവേഷം നൽകുന്നു."

"അതുകൊണ്ട് എന്ത് കാണുന്നുവോ അതിനെ ചോദ്യം ചെയ്യുന്നില്ല."

"പക്ഷേ പലപ്പോഴും അഗോചരമായവയാണ് നമ്മെ വീഴ്ത്തുന്നത്."

"എനിക്കറിയാം. ആകാംക്ഷ, ഞരമ്പ് രോഗം, പിരിമുറുക്കം, അർബുദം."

"അത് നമ്മെ എങ്ങനെ ബാധിക്കുന്നു എന്ന് അറിയുമ്പോഴേക്കും വല്ലാതെ വൈകുന്നു."

"കാണുന്ന ലക്ഷണങ്ങളെയാണ് നമ്മൾ ചികിത്സിക്കുന്നത്. എന്നിട്ട് മരിച്ച് പോകുകയും ചെയ്യുന്നു."

"കാരണം പക്ഷേ കാണപ്പെടുന്നില്ല."

"അവ കാണപ്പെടാത്തവയായതുകൊണ്ട് അങ്ങനെയൊന്നുണ്ടെന്ന് നമ്മൾ വിശ്വസിക്കുന്നുമില്ല."

"കാണുക എന്നാൽ വിശ്വസിക്കുക എന്ന വാക്യത്തിൽ എന്തോ പുരാതനത്വമുണ്ടെന്ന് കരുതുന്നില്ലേ?" മിസ്റ്റലെറ്റോ ചോദിച്ചു.

"ഒരു കണക്കിന്. ഒരു കസേര എന്നാൽ ഇരിക്കുന്ന ചിന്തയാണെന്ന് ചിലർ പറയും. ഒരു സുഗന്ധ ദ്രവ്യം മണക്കുന്ന ചിന്തയാണെന്ന്, സംഗീതം കേൾക്കുന്ന ചിന്തയാണെന്ന്..."

"അത് വാക്കുകൾ കൊണ്ടുള്ളൊരു കളിയാണ്. നമ്മൾ മനസ്സിൽ ചിന്തിക്കുന്നത് ഒരു കുപ്പായമാകുന്നില്ല, അതിന് നമ്മൾ കാശുകൊടുക്കില്ല."

"അങ്ങനെയുള്ളവരുമുണ്ടാകാം. ഒരു സാമ്രാട്ടിന്റെ പുതിയ വസ്ത്രങ്ങൾ ഒരുപക്ഷേ അങ്ങനെയുള്ളതിൽപെടുമായിരിക്കാം."

"സത്യം."

"അപ്പോൾ പിന്നെ എന്താണ് പറഞ്ഞ് വരുന്നത്?"

"കാണാത്തനിനെ കാണാനാകുമ്പോൾ, പറയാത്തതിനെ കേൾക്കാനാകുമ്പോൾ അതെല്ലാം ആശ്ചര്യപ്പെടുത്തുന്നതാകും."

"ശാസ്ത്രം അങ്ങനെ പറയുന്നു."

"ഉപകരണങ്ങളുടെ സഹായത്തോടെ, അല്ലാതില്ല."

"നമ്മുടെ സ്വപ്നങ്ങൾ ചിലപ്പോൾ അങ്ങനെയുണ്ടാകാറുണ്ട് എന്ന് പറയുന്നു."

"ഉണർന്നിരിക്കുമ്പോൾ അങ്ങനെ സംഭവിച്ചാൽ അത് വളരെ രസകരമാകും."

"അങ്ങ് പറഞ്ഞത് ഓർമ്മയില്ലേ?"

"ഉവ്വ്. ബാഹ്യലോകത്തേക്ക് നോക്കുന്നവൻ, സ്വപ്നം കാണുന്നു. ഉള്ളിലേക്ക് നോക്കുന്നവൻ ഉണരുന്നു. എന്നല്ലേ?"

"സത്യം എപ്പോഴും തലകീഴാണെന്ന് തോന്നുന്നു."

"അതെ. അകത്തുവേണ്ടത് പുറത്തും പുറത്തു വേണ്ടത് അകത്തും."

അഞ്ച്

അവർ നിശ്ശബ്ദരായി നടന്നു. അന്തരീക്ഷത്തിൽ അവരുടെ മനോഗതം നിറഞ്ഞുനിന്നു. കൊച്ചു പട്ടണം മിന്നിത്തിള ങ്ങുന്നുണ്ടായിരുന്നു. കടും ചായങ്ങൾ തേച്ച ബാൽക്കണി കളുള്ള വീടുകൾ അവർ പിന്നിട്ടു. സവാരിക്കാരനില്ലാത്ത ഒരു വെള്ളക്കുതിര അവരെ കടന്ന് പോയി. ഏകദേശം മൂന്ന് മിനിട്ടുകൾക്ക് ശേഷം മിസ്റ്റ്ലെറ്റോ സംസാരിച്ചു തുടങ്ങി.

"ആ കുതിരയ്ക്ക് മുകളിലുണ്ടായിരുന്ന ഉയരമുള്ള മനു ഷ്യനെ കണ്ടോ?"

"ഇല്ല."

"അയാളുടെ കൈയിൽ കടിഞ്ഞാണുണ്ടായിരുന്നു."

"സത്യം?"

"അയാൾ നേരെയാണ് നോക്കിയിരുന്നത്."

"ഞാനതല്ലല്ലോ കണ്ടത്."

"പിന്നെ നിങ്ങളെന്താണ് കണ്ടത്?"

"ഞാൻ കുതിരയ്ക്ക് മുകളിൽ സവാരിചെയ്യുന്ന സുന്ദരി യെയാണ് കണ്ടത്."

"സത്യം?"

"കാറ്റിൽ ഒഴുകി നടന്നിരുന്ന നീണ്ട വെളുത്ത മുടിയുണ്ടാ യിരുന്നു അവൾക്ക്."

"മുടി കാറ്റിലൊഴുകുകയോ?"

"അതെ. അവൾ നമ്മെ നോക്കി ഒന്ന് പുഞ്ചിരിക്കുകയും ചെയ്തു."

"നമ്മെ നോക്കിയോ അതോ നിങ്ങളെ മാത്രമോ?"

"നമ്മെ നോക്കി."

"ഞാൻ കണ്ടത് അതല്ല."

ആറ്

അവർ നടന്നുകൊണ്ടേയിരുന്നു. മലനിരകളിലേക്ക് നോക്കിയായിരുന്നു നടത്തം. കുറച്ച് ദൂരം നടന്നിരിക്കുന്നു. ഒരു കാറും ഇതുവരേക്കും അവരെ കടന്ന് പോയിട്ടില്ല. ലാവോ സംഭാഷണം ആരംഭിച്ചു.

"ആ പള്ളി അടുത്തെത്തുന്നതേയില്ലല്ലോ."

"ഞാനും അത് തന്നെ ആലോചിക്കുകയായിരുന്നു."

"നടക്കുംതോറും അത് ദൂരെപോകുന്നതുപോലെ."

"ഒരുപക്ഷേ അത് ഒരു അസാധാരണ പള്ളിയായിരിക്കാം."

"എല്ലാ പള്ളികളും അസാധാരണമാണ്."

"അങ്ങനെയെങ്കിൽ ഈ പള്ളി ഒട്ടും അസാധാരണമേ ആകില്ല."

"അപ്പോൾ പിന്നെ അതെന്താണ്?"

"ഒരു മരീചിക."

"അസംബന്ധം."

"കാണുന്നത് വിശ്വസിക്കുക എന്നതിൽ നിങ്ങളും വീഴുകയാണ്."

"അല്ല. ആ പള്ളി ശരിക്കുമുള്ളതാണ്. എനിക്ക് അതിന്റെ സ്തൂപശിഖരം കാണാനുണ്ട്."

"മാന്ത്രികശക്തിയുള്ള മന്ത്രോച്ചാരണങ്ങളും."

"നമ്മൾ അവിടേക്കാണ് നടന്നെത്തുന്നത്."

"ഇതൊരു രോഗമാണ്."

"ഇതിന് നേരെചൊവ്വേയുള്ള ഗണിതശാസ്ത്രപരമായ ഒരു വിശദീകരണമുണ്ട്."

"അത് രോഗശാന്തിയാകും."

"രോഗശാന്തിയോ?"

"രോഗാണുവാഹകങ്ങളുമായി എന്തോ ബന്ധം."

"ഓ....രോഗാണു വാഹകർ," ലാവോ സ്വപ്നത്തിലെന്നതു പോലെ പറഞ്ഞു.

ഏഴ്

പൊടിപടലങ്ങളുതിർത്തുകൊണ്ട് എവിടെനിന്നോ ഒരു കാറ്റ് വന്നെത്തി. പൊടിയിൽ കുളിച്ച് അവർ അവ്യക്ത രൂപങ്ങളായി മാറി. പിന്നെ കാറ്റ് നിലച്ചു. പൊടിപടലങ്ങൾ അപ്രത്യക്ഷമായി.

വെയിലുണ്ടായിരുന്നു ചൂട് മൃദുവായിരുന്നു. വഴിവക്കിലെ കാട്ടുറോസാച്ചെടികളിൽ വെയിൽ നൃത്തം ചെയ്തുകൊണ്ടിരുന്നു. ആളില്ലാത്ത ഒരു പെട്രോൾ സ്റ്റേഷനും ഒഴിഞ്ഞ ഹോട്ടലുകളും കടന്നുപോയി. വഴിവക്കിൽ മാഞ്ഞുതുടങ്ങിയ ഒരു പരസ്യപ്പലക കണ്ടു. ഭൂതകാലത്തിന്റെ സ്മരണയായി. സ്വർഗ്ഗം വാഗ്ദാനം ചെയ്ത ഒരു ഫലകം. മറ്റൊരു സൂചകഫലകത്തിൽ പട്ടണങ്ങളിലേക്കും ഗ്രാമങ്ങളിലേക്കുമുള്ള ദൂരമെഴുതിയിരിക്കുന്നു. മറ്റൊന്നിൽ അവർ ഒരു അതിർത്തി കടന്നിരിക്കുന്നു എന്നറിയിച്ചു. അതിനപ്പുറത്ത് പാതയുടെ വീതി കുറഞ്ഞു. പിന്നെ അത് ആകാശത്തേക്ക് കയറിപ്പോയി. എവിടേയോ അപ്രത്യക്ഷമായി.

അവർ വലത്തോട്ട് തിരിഞ്ഞു. നഗരമദ്ധ്യത്തിലെത്തി ചിരിക്കുന്നു. സുന്ദരമായ വീടുകളുള്ള തെരുവുകളിലൂടെ നടന്നു. ഇവിടെയാണ് യഥാർത്ഥ ജീവിതമുണ്ടായിരുന്നത് എന്നതുപോലെ. മറ്റൊരു ഗ്രഹത്തിലെ പ്രശാന്തമായ ഒരു പട്ടണപ്രാന്തത്തിൽ എത്തിയതുപോലൊരു അനുഭവം.

ചായം കയറ്റിയ മുഖപ്പുകളണിഞ്ഞ് ആ വീടുകൾ. സ്വപ്നതുല്യം. ലാവോ ഒന്ന് തിരിഞ്ഞ് നോക്കി അധികം ദൂരെയല്ലാതെ പള്ളിയുടെ തിളങ്ങുന്ന ഗോപുരത്തിന്റെ അഗ്രം കാണാം. അവർ അങ്ങോട്ട് നടന്നു.

എട്ട്

സുതാര്യമല്ലാത്ത വെളിച്ചത്തിൽ പള്ളിയുടെ നിറവും രൂപവും മാറുന്നുണ്ടെന്ന് തോന്നി. അകലെനിന്ന് അതിന് വെണ്ണയുടെ നിറമായിരുന്നു. അടുത്തെത്തിയപ്പോൾ അത് നീലിക്കുന്നത് കണ്ടു. അകലെ നിന്ന് നോക്കിയപ്പോൾ ഗോഥിക് വാസ്തുവിദ്യയാണെന്ന് തോന്നിച്ചു. എന്നാൽ അടുത്തെത്തിയപ്പോൾ അത് അലങ്കാര രഹിതവും, ലളിതവുമായിരുന്നു.

മരം കൊണ്ടുണ്ടാക്കി, ലോഹം കൊണ്ട് മോടിപിടിപ്പിച്ച പള്ളിവാതിൽ അടഞ്ഞ് കിടക്കുകയായിരുന്നു. ഒട്ടും താത്പര്യമുണർത്താത്ത, അറുമുഷിപ്പനായ പള്ളി. സെമിത്തേരിയിലെ സ്മാരകഫലകങ്ങൾ പഴകിയിരിക്കുന്നു. നിറമെല്ലാം മങ്ങിയിരിക്കുന്നു. അവയ്ക്ക് ജരാനര ബാധിച്ചിരിക്കുന്നു. സെമിത്തേരികളിൽ മരിച്ചു കിടന്ന അവർ രസികത്വമേതുമില്ലാത്തവരായിരുന്നു. അവർക്ക് അവരെക്കുറിച്ച് പറയുവാൻ ഒന്നുമില്ലായിരുന്നു. സാധാരണ നിലയിൽ അവർ വളരെ വാചാലരാകേണ്ടതായിരുന്നു.

ഒമ്പത്

വളരെ കാലങ്ങൾക്കു ശേഷവും ലാവോയും മിസ്റ്റ്ലെറ്റോയും ഈ പള്ളിയിലേക്കുള്ള സന്ദർശനത്തെ വളരെ വ്യത്യസ്ത മായാണോർത്തത്. പള്ളിയുടെ ചുറ്റിലും മോഹിപ്പിക്കുന്ന കൂടിക്കാഴ്ചകളുണ്ടാകും എന്ന് അവർക്ക് ഉറപ്പായിരുന്നു. അപ്പോൾ ഓർത്തെടുക്കുവാനാകാത്ത പലരുമായും. ആ പള്ളിയുടെ വാതിൽക്കൽ വച്ച് കണ്ട, തൊപ്പി വച്ച ഒരു മനുഷ്യനുമൊത്തുള്ള സംഭാഷണങ്ങൾ തന്റെ ജീവിതത്തിലെ സർഗ്ഗശക്തിയുടെ പരിണാമത്തിന് കാരണമാക്കി എന്ന് വളരെക്കാലം കഴിഞ്ഞ് ലാവോ പറയുകയുണ്ടായി. പാനിന്റെ പുത്രിമാർ എന്ന് പേരിട്ട തന്റെ വിശ്വപ്രസിദ്ധങ്ങളായ പെയിന്റിങ്ങുകൾക്കുള്ള പ്രചോദനം ലഭിച്ചത് ആ പള്ളിയിലെ സെമിത്തേരിയിൽ വച്ച് കണ്ട പച്ച ഷാൾ പുതച്ചിരുന്ന ഒരു വൃദ്ധയുടെ വാചകങ്ങളിൽ നിന്നായിരുന്നു എന്ന് മിസ്റ്റ്ലെ റ്റോയും പറഞ്ഞിട്ടുണ്ട്.

പത്ത്

എന്നാൽ അന്ന് അവർ കണ്ടത് വാസ്തുശില്പവിദ്യ പോലും മികച്ചതല്ലാത്ത ഒരു പള്ളിയായിരുന്നു. അതിന്റെ മരവാതിൽ മിനുസമുള്ളതായിരുന്നില്ല. സെമിത്തേരി ശരാശരി മാത്രമായിരുന്നു. വഴികളിലെല്ലാം പുല്ല് കാടു പോലെ പടർന്നു കിടന്നിരുന്നു. അവഗണനയും ഉപേക്ഷ യുമല്ലാതെ മറ്റൊന്നും അവിടെ കാണാനില്ലായിരുന്നു.

ഹോട്ടലിൽ നിന്നും വളരെയധികം ദൂരം അവർ നടന്നി രുന്നു. പള്ളിയുടെ ഗോപുരം നോക്കി തന്നെയാണീ വഴി നടന്നത്. എന്നാൽ ഇവിടെയെത്തിയപ്പോൾ കാണാ നായി ഒന്നുമില്ലായിരുന്നു. പള്ളി താഴിട്ട് പൂട്ടിയിരി ക്കുന്നു. ദശാബ്ദങ്ങളായി അവിടെ ആരും പ്രാർത്ഥന യ്ക്കെത്തിയിട്ടില്ലെന്ന് തോന്നി. അന്ന് ഒരു ഞായറാഴ്ച യായിരുന്നു.

ലാവോയും മിസ്റ്റലെറ്റോയും നിരാശരായി. അവർ പള്ളിക്ക് ചുറ്റിലും മൂന്ന് തവണ നടന്നു. വഞ്ചിതരായി എന്നൊരു തോന്നലുണ്ടായി. പള്ളിയുടെ നിസ്സാരത അവരിൽ അതൃപ്തിയുണ്ടാക്കി..

അവർ തിരിച്ച് പോകാൻ തയ്യാറെടുക്കുകയായിരുന്നു. അപ്പോൾ ലാവോയ്ക്ക് വാതിൽക്കലൊന്ന് മുട്ടിയാലോ എന്ന് തോന്നി. അയാൾ മൂന്ന് തവണ മുട്ടി. എന്നിട്ട് കാത്ത് നിന്നു.

മൗനം സമയദൈർഘ്യം വർദ്ധിപ്പിച്ചു. അകത്ത് ഒരന ക്കവും കേട്ടില്ല.

പതിനൊന്ന്

കാത്തുനിന്നപ്പോൾ അവരുടെ കണ്ണുകൾ പതിഞ്ഞു കിടന്നത് വാതിലിലിനുമുകളിലുള്ള ലോഹമൊട്ടുകളിലായിരുന്നു. കുരിശുപോലെയുള്ള മൊട്ടുകൾ. അതങ്ങനെ നോക്കി നിന്നപ്പോൾ തങ്ങളിൽ ഒരു വൈകാരിക മൂർച്ഛയനുഭവപ്പെടുന്നുവോ എന്നവർക്ക് തോന്നി.

വാതിൽപ്പുറത്ത് കാത്ത് നിന്നപ്പോൾ പലതും സംഭവിച്ചു. എന്നാൽ അവർക്ക് അതിനെക്കുറിച്ച് അറിയില്ലായിരുന്നു. അന്ന് മനസ്സിലേക്ക് പല നല്ല മനോഭാവങ്ങളും ഊർന്നിറങ്ങി. അവ വർഷങ്ങൾ കഴിഞ്ഞ് പൂത്തുലയുവാനുള്ളവയായിരുന്നു. ഹൃദയത്തിൽ പല മാറ്റങ്ങളുണ്ടായി. ആ മാറ്റങ്ങൾ ദീർഘകാലത്തേക്ക് കാണാനാകാത്തവയായിരുന്നു. പല സംഭാഷണങ്ങളും നടന്നു. ആ സംഭാഷണങ്ങൾ അവരുടെ വിധിയുടെ മാർഗ്ഗം തന്നെ മാറ്റുന്നവയായിരുന്നു.

എന്നാൽ, മുഷിപ്പനായ പള്ളി വാതിൽക്കൽ, ശൂന്യമായ മനസ്സുമായി കാത്ത് നിന്ന നിമിഷത്തിലേക്ക് പരിണാമങ്ങളുടെ ഈ വർഷങ്ങളെ അവർക്ക് വിളക്കിച്ചേർക്കുവാനാകില്ല.

എന്തെങ്കിലും സംഭവിക്കുന്നതിനായി അവർ കാത്ത് നിന്നു. പക്ഷേ, സത്യത്തിൽ അപ്പോൾ എല്ലാം സംഭവിച്ചുകൊണ്ടിരിക്കുകയായിരുന്നു.

വാതിൽക്കൽ മുട്ടിയിട്ടും പ്രതികരണമൊന്നും ലഭിച്ചില്ലെന്ന് കണ്ടപ്പോൾ അവർ തിരിച്ച് നടന്നു.

ഭാഗം നാല്

ഒന്ന്

കുറച്ച് ദൂരം നടന്നു. പിന്നെ തിരിഞ്ഞൊന്നു നോക്കണമെന്ന് തോന്നി. പള്ളി അപ്പോൾ സ്വർണ്ണവർണ്ണമണിഞ്ഞിരിക്കുന്നു. ചില പെയിന്റിങ്ങുകളേയും ചില മനുഷ്യരേയും പോലെ ദൂരെനിന്ന് നോക്കുമ്പോഴെന്നപോലെ ആ പള്ളിയും കൂടുതൽ സങ്കീർണ്ണമായി തോന്നി. സ്വകാര്യമായി ഒരു തമാശ ആസ്വദിക്കുന്നതുപോലെ അത് തിളങ്ങിക്കൊണ്ടിരുന്നു.

പുഞ്ചിരിക്കുന്ന ഒരു കെട്ടിടം എന്നൊരു ചിന്ത ഉയർന്നുവന്നു. അതാകട്ടെ കുറച്ച് ആധിയുണ്ടാക്കുന്നതായിരുന്നു.

പട്ടണത്തിനകത്തുള്ള സുന്ദരമായ തെരുവിലൂടെ അവർ നടന്നു. ഇവിടെയാണ് യഥാർത്ഥ പട്ടണവാസികൾ താമസിക്കുന്നതെന്ന് അവർ കരുതി. തുറന്നിട്ട ജാലകങ്ങളിലൂടെ അവർ കണ്ട സുന്ദരമായ അകത്തളങ്ങൾ. സിനിമാ സെറ്റിനെ ഓർമ്മിപ്പിക്കുന്നവയായിരുന്നു. എന്നാൽ അവിടെ ആരുമുണ്ടായിരുന്നില്ല.

മാസ്മരികത നിറഞ്ഞ ഈ പട്ടണത്തിലെ അദ്ഭുത ദൃശ്യങ്ങൾ കണ്ട് നടക്കുമ്പോൾ തങ്ങളറിയാതെ തന്നെ അവരിൽ സന്തോഷമുണ്ടായി. ജനലിലൂടെ നോക്കിയപ്പോൾ ടെലിവിഷനുകൾ, അക്വേറിയം, പക്ഷിക്കൂടുകൾ, സോഫകൾ, വൃത്തിയായി അലങ്കരിച്ച മേശകൾ, കൃത്യമായി വിരിച്ചിട്ടിരിക്കുന്ന മെത്തകൾ, ചുമരിലെ പെയ്ന്റിങ്ങുകൾ, നിറയെ പുസ്തകങ്ങളുള്ള അലമാരകൾ, നല്ല അടുക്കളകൾ, കുട്ടികൾക്കായുള്ള മുറികളിൽ നിരനിരയായി അടുക്കിയിരിക്കുന്ന പാവകൾ എന്നിവയെല്ലാം കണ്ടു.

തോട്ടത്തിൽ മരങ്ങളിൽ നിന്നും തൂക്കിയിട്ടിരുന്ന ഊഞ്ഞാലും പൂമുഖത്തിനു സമീപം ചാരിവച്ചിരിക്കുന്ന സൈക്കിളുകളും മരത്തിന്മേലുണ്ടാക്കിയ കൊച്ചു വീടുകളും കാറുകളും വെട്ടിയൊതുക്കിയ പുൽമൈതാനികളും കണ്ടു. അടുക്കും ചിട്ടയും ചുറ്റിലും പ്രസരിക്കുന്നുണ്ടായിരുന്നു. മുല്ലപ്പൂവിന്റെ ഗന്ധം പരക്കുന്നുണ്ടായിരുന്നു.

രണ്ട്

നിശ്ശബ്ദമായ ആ തെരുവിലൂടെ നടക്കുമ്പോൾ ലാവോയ്ക്ക് തന്റെ പുറകിൽ ആരോ ഉണ്ടെന്ന തോന്നലുണ്ടായി. ഒരു നിഴൽ തന്നെ പിന്തുടരുന്നു. തനിക്ക് കാണാവുന്ന ദൂരം മാത്രമകലെയാണയാൾ നടക്കുന്നത്.

താനത് വെറുതേ ചിന്തിച്ചുണ്ടാക്കുകയാകും എന്ന് ലാവോ ആദ്യം കരുതി. ഓരോ തവണ തിരിഞ്ഞ് നോക്കിയപ്പോഴും അത് അപ്രത്യക്ഷമായി. വീണ്ടും നടക്കാൻ തുടങ്ങിയപ്പോഴൊക്കെ അത് പുറകിൽ പ്രത്യക്ഷപ്പെട്ടു.

കാണാനാകാത്ത ഈ വസ്തുവിനെ അവഗണിക്കുന്നതായി ലാവോ അഭിനയിച്ചു. അയാൾ നടന്ന് നീങ്ങി. ചുറ്റിലുമുള്ള വീടുകൾ ചിത്രങ്ങളാണെന്ന മട്ടിൽ അവയിലേക്ക് നോക്കി നടന്നു.

ഈ ലോകം സുന്ദരമാണെന്ന് ആ നിമിഷത്തിൽ അയാൾക്ക് തോന്നി. ജീവിതം കൃത്യമായ അളവുകളോടെ ജീവിക്കുന്നതിന്റെ അറിയിപ്പാണീ വീടുകളിലെ വൃത്തിയും അടുക്കും ചിട്ടയും. മാനസിക പിരിമുറുക്കമൊട്ടുമില്ലാത്ത ജീവിതത്തിന്റെ ലക്ഷണമാണീ മുറികളിലും തോട്ടങ്ങളിലും കൃത്യമായി വെട്ടിയൊതുക്കിയിരിക്കുന്ന കുറ്റിച്ചെടികളിലും കാണുന്നത്. വീടുകളും മരം കൊണ്ടുണ്ടാക്കിയ കർഷക ഗൃഹങ്ങളും രൂപകല്പനയിലും നിറത്തിലും ഒന്നിനൊന്ന് വ്യത്യസ്തങ്ങളായിരുന്നു. എങ്കിലും അവ ഒന്നിനോടൊന്ന് ആദരം പ്രകടിപ്പിച്ചു. സ്തുതിച്ചു. ക്രമം എന്നൊന്നില്ലായിരുന്നുവെങ്കിലും ആ തെരുവ് സ്വരച്ചേർച്ചയുടെ ഒരു അനുഭവം പകർന്നു.

കുറച്ച് കഴിഞ്ഞപ്പോൾ ഈ സ്വരച്ചേർച്ചയിൽ എന്തായിരിക്കും ഒളിഞ്ഞിരിക്കുന്നുണ്ടാകുക എന്ന് ലാവോ ചിന്തിക്കുവാൻ തുടങ്ങി. സർഗ്ഗാത്മകത ബലികൊടുത്താകില്ലേ ഇത് നേടിയിട്ടുണ്ടാകുക? ഒരുപക്ഷേ മാനവികത തന്നെ? ആ ചിന്ത ലാവോയിൽ വന്യതയ്ക്കായുള്ള ഒരു അഭിവാഞ്ഛയുണർത്തി.

മൂന്ന്

നടക്കുന്നതിനിടയിൽ ആരും പരസ്പരം സംസാരിച്ചില്ല. വഴിയിൽ ഒരു മനുഷ്യനേയോ മൃഗത്തേയോ കണ്ടില്ല. പ്രൗഢമായ ഓക്ക് മരമുള്ള തോട്ടം അവർ കടന്ന് പോയി. ഇപ്പോൾ ലാവോയ്ക്ക് തന്റെ പുറകിൽ നിഴൽ സാന്നിദ്ധ്യം വീണ്ടുമനുഭവപ്പെട്ടു. തെരുവിന്റെ ഒരുവശത്തുനിന്ന് മറുവശത്തേക്ക് അത് ഒറ്റക്കാലിൽ ചാടി നടക്കുകയാണെന്ന് ലാവോയ്ക്ക് തോന്നി. ചിലപ്പോൾ പെരുവിരലിലും.

ലാവോ നിന്നു. തിരിഞ്ഞ് നോക്കി. തന്റെ പുറകിൽ ഒന്നുമില്ല. എല്ലാം നിശ്ശബ്ദം. ഒന്നും അനങ്ങുന്നില്ല. തോട്ടത്തിൽ തിളങ്ങുന്ന മഞ്ഞപ്പൂക്കളുള്ള ലില്ലികളുണ്ട്, റോസാച്ചെടികളുണ്ട്, കുറ്റിച്ചെടികളുണ്ട്, പാടല വർണ്ണമുള്ള പൂക്കളുണ്ട്. ഗാംഭീര്യം നിറഞ്ഞ ഓക്ക് മരം നിൽക്കുന്നുണ്ട്. അതിന്റെ തടിക്ക് നല്ല ആരോഗ്യമുണ്ട്. അത് തിളങ്ങുന്നുണ്ട്. വീശിക്കൊണ്ടിരുന്ന ഇളം കാറ്റിൽ അതിന്റെ ഇലകൾ ഇളകുവാൻ മടിക്കുന്ന പോലെയുണ്ട്. സൂര്യന്റെ തുളയ്ക്കുന്ന വെയിലിൽ തെരുവ് തിളങ്ങുന്നുണ്ട്. പക്ഷേ, ഒന്നും അനങ്ങുന്നില്ല.

അയാൾ നടത്തം പുനരാരംഭിച്ചപ്പോൾ നിഴൽ വീണ്ടും പുറകിലെത്തി. വായുവിൽ നിന്നും പ്രത്യക്ഷമായതുപോലെ. അയാൾ തിരിഞ്ഞ് നോക്കാത്ത സമയത്ത് മാത്രം അത് പ്രത്യക്ഷമായിക്കൊണ്ടിരുന്നു.

ലാവോ സാവധാനം ശ്വസിച്ചു. ചിന്തിക്കാതിരിക്കുവാൻ ശ്രമിച്ചു. സ്വാഭാവികമായി പെരുമാറാൻ ശ്രമിച്ചു. മിസ്റ്റ്ലെറ്റോയിൽ സംശയം ജനിപ്പിക്കാതിരിക്കുവാൻ ശ്രമിച്ചു. അയാൾ നിന്നു. താനീ തെരുവിന്റെ അവാസ്തവികത വിശദമായി പഠിക്കുകയാണെന്ന മട്ടിൽ തിരിഞ്ഞ് നോക്കി.

എന്നാൽ തന്നെ പിന്തുടരുന്ന വസ്തു തന്നെ തന്നെയാണ് ലക്ഷ്യം വയ്ക്കുന്നത് എന്ന ചിന്ത അയാളിൽ നിന്നും അകന്നില്ല. നീളമേറിയ കാലുകളോടെ അത് അയാൾക്ക് പുറകിൽ, തെരുവിൽ, വിലങ്ങനെ നടക്കുന്നുണ്ട്.

നാല്

അങ്ങനെ നടന്നുകൊണ്ടിരിക്കുന്നതിനിടയിൽ അയാളുടെ മനസ്സ് ഒരു നിമിഷത്തേക്ക് ശൂന്യമായി. ആ നിമിഷത്തിൽ തന്റെ കൺകോണിലൂടെ കുട്ടിപ്പിശാചിനെ ഒരു നോട്ടം കണ്ടു. അയാളുടെ ഹൃദയമിടിപ്പ് വർദ്ധിച്ചു. അതൊരു നോട്ടം മാത്രമായിരുന്നു. എന്നാൽ ഇത്തവണ അയാൾ അതിനെ ശരിക്കും കണ്ടിരിക്കുന്നു. തീവണ്ടിയിൽ വച്ചുണ്ടായ സ്വപ്നത്തിൽ കണ്ടതായതിനാൽ അതിനെ തിരിച്ചറിയുകയും ചെയ്തിരിക്കുന്നു. അന്ന് നടന്ന സംഭാഷണത്തിൽ കണ്ട അതേ രൂപം. അതുപോലെ കുടിലമായ മുന്നറിയിപ്പ്. ദൈവദർശനം പോലെയുള്ള ഒരു ഓർമ്മ അയാളിൽ വേലിയേറ്റമുണ്ടാക്കി. ഒരു നിമിഷത്തേക്ക് അതിന്റെ തള്ളിക്കയറ്റമുണ്ടായപ്പോൾ തനിക്ക് തലകറങ്ങിയേക്കുമോ എന്ന തോന്നലുണ്ടായി.

അയാൾ സാധാരണ നിലയിൽ ശ്വസിച്ച് നടന്ന് നീങ്ങുവാൻ ശ്രമിച്ചു. എന്നാൽ നടത്തം അത്ര ദൃഢമായിരുന്നില്ല. അയാൾ വീണ്ടും പുറകോട്ട് ഒരു നോട്ടമയച്ചു. കുട്ടിപ്പിശാച് അവിടെയുണ്ട്. പിന്നെ അയാൾ അതിനെക്കുറിച്ച് മറന്നു. അപ്പോൾ അത് വീണ്ടും പ്രത്യക്ഷപ്പെട്ടു. കുസൃതിയും താന്തോന്നിത്തവും നിറഞ്ഞ ആ കുട്ടിപ്പിശാച് ലാവോയുടെ നേരെചൊവ്വെയല്ലാത്ത, ഉപരിപ്ലവമായ നോട്ടത്തിൽ മാത്രമേയുള്ളൂ എന്ന് തോന്നി. തന്റെ ആഗ്രഹത്തിനനുസരിച്ച്, തന്റെ ഇച്ഛയ്ക്കനുസരിച്ച് കാണാവുന്ന ഒന്നല്ല കുട്ടിപിശാചിന്റേത്. കാണണം എന്ന് ലാവോയ്ക്ക് മനപൂർവ്വം കരുതുവാനോ അങ്ങനെ കരുതിയാൽ അതിനെ കാണുവാനോ ആകില്ല. അങ്ങനെ ശ്രമിച്ചപ്പോഴെല്ലാം പരാജയപ്പെട്ടു. ശ്രമിക്കാത്തപ്പോൾ വിജയിച്ചു. അത് ഒരു കഠിനമായ അനുഭവമായിരുന്നു. ലാവോയുടെ മനസ്സിന്റെ കാര്യപ്രാപ്തിക്ക് അതൊരു വെല്ലുവിളിയായി. അതിനെ കാണുവാനുള്ള ഏറ്റവും നല്ല മാർഗ്ഗം അതിനെ കാണാതിരിക്കുക എന്നതാണെന്ന

ചിന്തയും. കാണുവാൻ ശ്രമിച്ചാൽ താൻ പരാജയപ്പെടുക മാത്രമേ ചെയ്യൂ എന്നും തിരിച്ചറിഞ്ഞു. അപ്പോൾ മനസ്സിൽ മറ്റൊരു ചിന്ത. നോക്കാത്തതിനാൽ തനിക്കു കാണാത്ത ഒരു ലോകം മുഴുക്കെയുണ്ടല്ലോ എന്നൊരു ചിന്ത. താൻ നോക്കാതിരിക്കുമ്പോൾ, കാണാൻ ശ്രമിക്കാതിരിക്കുമ്പോൾ, അത് യഥാർത്ഥമാകുന്നു. ചെയ്യുന്ന പ്രവൃത്തികളിലും ഇതേ സത്യമുണ്ടാകാം എന്നും. ഈ ആശയം അയാളെ അദ്ഭുതപ്പെടുത്തി. ഒരു നിമിഷത്തേക്ക് അയാളുടെ കണ്ണിൽ ഇരുട്ട് നിറഞ്ഞു.

അഞ്ച്

അയാൾ തന്നിലേക്ക് തന്നെ തിരിച്ചെത്തി. അപ്പോൾ തനിക്കു ചുറ്റുമുള്ള ലോകം കൂടുതൽ തേജസ്സോടെ പുനഃ സ്ഥാപിക്കപ്പെട്ടിരിക്കുന്നു എന്നറിഞ്ഞു. നിറങ്ങൾക്ക് കൂടുതൽ തിളക്കവും വ്യക്തതയും വന്നിരിക്കുന്നു. ത്രികോണ മുഖ പ്പിന്റെ നീലിമ, തോട്ടത്തിന്റെ പടിവാതിലിലെ പച്ചപ്പ്, പൂവിന്റെ മഞ്ഞ, പുൽത്തകിടിയിൽ കുട്ടികൾ കളിക്കുന്ന കൃത്രിമകുതിരയുടെ ചുവപ്പ് എല്ലാം തിളങ്ങുന്നു.

ലാവോ മിസ്റ്റലെറ്റോയെ നോക്കി. അവൾ ഒന്നും ശ്രദ്ധിച്ചി ട്ടില്ലെന്നറിഞ്ഞ് സന്തോഷിച്ചു. അയാൾ മനസ്സിനെ ശൂന്യ മാക്കുക എന്ന കഠിന ജോലിയിലേക്ക് വീണ്ടുമെത്തി. അങ്ങനെയെങ്കിൽ വലിയ ബുദ്ധിമുട്ടുകളൊന്നുമില്ലാതെ കുട്ടിപ്പിശാചിനെ കാണാനാകും എന്നാണയാൾ കരുതിയത്. എന്നാൽ ആഗ്രഹിച്ചതിനേക്കാൾ വിഷമകരമാണത് എന്ന് മനസ്സിലായി.

പിന്നെ വീടുകളിലേക്കും പൂന്തോട്ടങ്ങളിലേക്കും വീടിന്റെ മേൽക്കൂരകളിലേക്കും നോക്കിയപ്പോൾ താൻ കുട്ടി പ്പിശാചിനെ വീണ്ടും വ്യക്തമായി കണ്ടുവെന്ന് തോന്നി. എന്നാൽ ഇപ്പോൾ അതിന്റെ രൂപം വിവരിക്കുവാനാകുന്നില്ല. നോട്ടമെത്താവുന്ന അഗ്രങ്ങളിലേക്ക് നോട്ടമയയ്ക്കുവാൻ ശ്രമിച്ചപ്പോൾ കുട്ടിപ്പിശാച് അതിന്റെയപ്പുറത്തേക്ക് നീങ്ങും. എപ്പോഴും പുറകിലൊളിച്ച് തന്നെ കണ്ടെത്താൻ ശ്രമിക്ക് എന്ന് പറയുന്ന ബാല്യകാല സുഹൃത്തിനെപ്പോലെയായി രുന്നു അത്. ആ സുഹൃത്തിനെ കണ്ടെത്താനാകാതാകു മ്പോൾ നമ്മൾ കുപിതരാകുകയും ചെയ്യുന്നു.

നല്ല നീളമുണ്ട് കുട്ടിപ്പിശാചിന്. മെലിഞ്ഞിട്ടാണ്. പച്ച നിറ മാണ്. ഒരു കാർട്ടൂൺ കഥാപാത്രത്തെപോലെ രണ്ടുകാലിൽ അത് നീങ്ങുന്നു. അലഞ്ഞ് നടക്കുന്ന അപരിചിതരെ വീക്ഷി ക്കുന്ന ചാരനാണോ അത്? അതോ തന്റെ സംരക്ഷകനോ?

ആറ്

ലാവോ തന്നെതന്നെ ഒന്ന് കളിപ്പിക്കാൻ തീരുമാനിച്ചു. അയാൾ പെട്ടെന്ന് നിന്നു. കുട്ടിപ്പിശാചും നിന്നു. വായു വിലാണത് നിന്നതെന്ന് തോന്നി. അതിന്റെ ചലനത്തിന്റെ പാതിയിൽ വച്ച്. ലാവോ മുന്നോട്ട് നടന്നു. അപ്പോൾ അതും നടന്നു. ഇങ്ങനെ സംഭവിച്ചു എന്നതിൽ യാതൊരു സംശയവുമില്ല. അയാൾ മിസ്സ്ലെറ്റോയെ നോക്കി. അവൾ അയാളെ ചോദ്യരൂപേണ നോക്കുന്നുണ്ടായിരുന്നു.

"എന്തെങ്കിലും അനുഭവപ്പെടുന്നുണ്ടോ?" അയാൾ ചോദിച്ചു.

"എങ്ങനെയുള്ള അനുഭവം?"

"അസ്വാഭാവികമായി."

"ഇല്ല."

"അസാധാരണമായ എന്തെങ്കിലും കാണാനുണ്ടോ?"

"പ്രത്യേകിച്ച് ഒന്നുമില്ല."

ലാവോ നിശ്ശബ്ദനായി.

"എന്താണ് ചോദിക്കാൻ കാരണം?"

"ഒന്നുമില്ല." ലാവോ നടന്നു തുടങ്ങി.

ഒരാശ്വാസം അയാളിലേക്കോടിയെത്തി. അയാൾ വെളുത്ത നിറമുള്ള വീടുകളിലേക്കും നീല നിറമ്മുള്ള മരം കൊണ്ടുണ്ടാക്കിയ കർഷകരുടെ കുടിലുകളിലേക്കും നോക്കി. തെരുവുകളിലൂടേയും ഇടവഴികളിലൂടേയും അയാളുടെ നോട്ടം ചെന്നു. അവയിലുറങ്ങിക്കിടക്കുന്ന അദൃശ്യകഥകളെക്കുറിച്ച് ചിന്തിച്ചു. വേദിയിലെ നർത്തകർ നൃത്തത്തിനിടയിലുപയോഗിക്കുന്ന വസ്തുക്കളുടെ

കൃത്യതയോടെയാണ്. വൃക്ഷങ്ങൾ മണ്ണിൽനിന്നും ഉയർന്നുവന്ന് നിൽക്കുന്നത് എന്ന് അയാൾ ശ്രദ്ധിച്ചു. വീടുകളുടെ മുഖപ്പുകളെ അഭിനന്ദിച്ചു. ചില്ലിൽ കറപിടിപ്പിച്ചതുപോലെയായിരിക്കുന്ന അന്തരീക്ഷത്തിന്റെ അപ്പോഴത്തെ ഗുണനിലവാരം ശ്രദ്ധിച്ചു. ദൂരെ പർവ്വതശിഖരങ്ങളെ അസ്പഷ്ടമായി കാണാം. ഇതാ വിലങ്ങനെ നടന്ന് നീങ്ങുന്ന ആ നിഴൽ വീണ്ടും പ്രത്യക്ഷപ്പെട്ടിരിക്കുന്നു.

തെരുവിന്റെ അങ്ങേയറ്റം വരെ കുട്ടിപ്പിശാച് അവരെ പിന്തുടർന്നു. അതുവരേക്കും നടന്നിട്ടുള്ളതിൽ വച്ച് ഏറ്റവും സുന്ദരമായ തെരുവായിരുന്നു അത്. വീടുകളുടെ തുറന്ന പ്രകൃതം അവരെ ആകർഷിച്ചു. അതിൽ അന്തേവാസികളെ ആരേയും കണ്ടില്ല എന്നത് വളരെ കാലത്തിനു ശേഷം മാത്രമാണവർക്ക് അദ്ഭുതമായി തോന്നിയത്. ആ തെരുവ് മൊത്തം ഒരു മുഖപ്പായിരുന്നിരിക്കണം. എന്തിനേയോ പ്രൊജക്ടറിലൂടെ കാണിച്ചതുപോലെ. അല്ലെങ്കിൽ അത് ഒരു സ്വപ്നമായിരുന്നിരിക്കണം. എന്നാൽ ഇതൊന്നും അവർക്കപ്പോൾ തോന്നിയില്ല. ആ തെരുവിന്റെ അവാസ്തവികതയെയാണവർ അതിന്റെ സൗന്ദര്യമായെടുത്തത്. വർഷങ്ങളോളം ആ തെരുവിന്റെ ദ്വിതീയ സ്വഭാവം അവരെ വേട്ടയാടുകയും ചെയ്തു.

ഏഴ്

അവർ പ്രധാന തെരുവിലെത്തി. ഹോട്ടലിനെ ലക്ഷ്യമാക്കി നടക്കുവാൻ തുടങ്ങി. അപ്പോൾ തെരുവിന്റെ അറ്റത്ത് കുട്ടിപ്പിശാച് നിൽക്കുന്നത് കണ്ടു. ആകാംക്ഷയോടെയുള്ള എന്നാൽ നിരാശ നിറഞ്ഞ ഒരു മുഖഭാവമുണ്ടായിരുന്നു അതിന്. ലാവോ തിരിഞ്ഞ് നോക്കി. അപ്പോൾ അതിനെ കണ്ടില്ല. അത് നിന്നിടത്ത് ചൂടുകാറ്റ് തിരയിളക്കുന്നുണ്ടായിരുന്നു.

"നമ്മെ ഒരു കുട്ടിപ്പിശാച് പിന്തുടരുന്നുണ്ടായിരുന്നു." ലാവോ പറഞ്ഞു.

"സത്യം?"

"അതെ."

"കുട്ടിപ്പിശാച് എന്നുവെച്ചാൽ എന്താണ്?"

സംസാരം തുടരുന്നതിന് ഒരു നിമിഷം മുമ്പാണതിനുള്ള ഉത്തരം ലാവോയുടെ മനസ്സിലെത്തിയത്. ആ ഉത്തരം എവിടെനിന്നാണ് വന്നത് എന്ന് പിന്നീട് അയാൾ ആശ്ചര്യപ്പെടുകയുണ്ടായി.

"അത് പ്രകൃതിയുടെ ആത്മാവാണ്. നിധിയുടെ കാവൽക്കാരൻ."

"ഇതിപ്പോൾ സൃഷ്ടിച്ചെടുത്തതാണോ?"

"അല്ല."

"അത് നമ്മളെ പിന്തുടർന്നിരുന്നു എന്നതോ?"

"ഈ തെരുവ് മുഴുക്കെ അത് നമ്മുടെ പുറകിലുണ്ടായിരുന്നു."

"പിന്നെ എന്തുകൊണ്ടെന്നോട് പറഞ്ഞില്ല?"

"ഞാൻ ശ്രമിച്ചു."

"അതിനെ കാണുന്നത് മോശം കാര്യമാണോ?"

"നീ അതിനെ കാണാൻ പാടില്ല."

"കാരണം?"

അതിനുള്ള ഉത്തരവും ആരോ അയാളുടെ കാതിൽ മന്ത്രിച്ചതായിരുന്നു.

"അവർ അദൃശ്യരായിരിക്കേണ്ടവരാണ്."

"ഒന്നിനെ നേരിൽ കണ്ടാൽ എന്ത് സംഭവിക്കും?"

"നിനക്ക് ഒരു സന്ദേശം ലഭിക്കും."

"ആരിൽ നിന്ന്?"

"ദൈവങ്ങളിൽ നിന്ന്."

അവർ നിശ്ശബ്ദം നടന്ന് നീങ്ങി.

"നിങ്ങൾക്ക് കുട്ടിപ്പിശാചുകളെക്കുറിച്ച് എങ്ങനെയറിയാം?"

"ഈ പ്രദേശങ്ങളിലെ ഇതിഹാസങ്ങളുടെ ഭാഗമാണവർ."

"നിങ്ങൾ അതിനെ കണ്ടുവെന്നാണോ?"

"ഞാനതിനെ കാണാൻ ശ്രമിക്കുകയല്ലായിരുന്നു."

"എനിക്കതിനെ കാണാൻ താത്പര്യമുണ്ട്." മിസ്റ്റ്ലെറ്റോ പറഞ്ഞു.

"എനിക്കും അതിഷ്ടമായിരുന്നു."

"ഒരുപക്ഷേ എല്ലാവർക്കും അവരവരുടെ കുട്ടിപ്പിശാചുകൾ ഉണ്ടായേക്കാം. അവരവർക്ക് മാത്രം കാണാനാകുന്ന ഒന്ന്."

"അങ്ങനെയുമാകാം."

ലാവോ പ്രതീക്ഷയോടെ തിരിഞ്ഞ് നോക്കി. അയാൾക്ക് കുട്ടിപ്പിശാചിനെ പിരിഞ്ഞതിൽ ദുഃഖമുണ്ട്. അതിനെ കണ്ടതിൽ അയാൾ സന്തോഷിച്ചിരുന്നു. എന്നാൽ അതിനെ കാണാനുള്ള മാർഗ്ഗമെന്തെന്ന് അയാൾ മറന്ന് പോയിരുന്നു.

"നിങ്ങൾ സത്യമായും ഒരു കുട്ടിപ്പിശാചിനെ കണ്ടു അല്ലേ?" മിസ്റ്റ്ലെറ്റോ വീണ്ടും ചോദിച്ചു.

"ഉവ്വ്. ഞാൻ കണ്ടു. തീർച്ചയായും കണ്ടു."

ഭാഗം അഞ്ച്

ഒന്ന്

തടാകത്തിനരികിലെത്താറായപ്പോൾ പലവിധം മനോഗതങ്ങളിലൂടെ അവർ കടന്നുപോയി. മലനിരകൾക്ക് മുകളിലൂടെ പറന്നുപോകുന്ന മേഘമാലകൾപോലെ. ഭൂതകാലപരപ്പിൽ അവ മധുരമേറിയതായിരുന്നു. വികാരം എന്ന സ്ഫടികത്തിലൂടെ എങ്ങനെയാണ് എല്ലാ ഇന്ദ്രിയബോധങ്ങളും അരിച്ചെടുക്കപ്പെടുന്നത് എന്ന് ചിന്തിക്കുകയായിരുന്നു മിസ്റ്റ്ലെറ്റോ. മനുഷ്യൻ ഒരു കറപുരണ്ട വസ്തുവാണെന്നാണ് ലാവോ ചിന്തിച്ചിരുന്നത്. ചെയ്യുന്നതെന്തിനും അവരുടെ സ്വന്തം നിറം നല്കുകയാണ് മനുഷ്യർ.

മേഘങ്ങളിൽ നിന്നും മാർഗ്ഗഭ്രംശം ചെയ്തെതിയ സൂര്യരശ്മികളെ പഠിക്കുകയായിരുന്നു മിസ്റ്റ്ലെറ്റൊ. നിറങ്ങളുടെ അരുവികളായിരിക്കുന്നു അവ. എല്ലാം പരിവർത്തനമാണ് എന്നവൾ ചിന്തിച്ചു. വെളിച്ചം നിറമാകുന്നു, വായു ജീവനാകുന്നു, ചിന്ത വസ്തുവാകുന്നു. നമ്മൾ ചെയ്യുന്നത് പരിവർത്തനം മാത്രം. ജന്മത്തെ നമ്മൾ ജീവനായും ജീവിതത്തെ മരണമായും സാമീപ്യത്തെ സ്നേഹമായും പരിവർത്തനവിധേയമാക്കുന്നു.

രണ്ട്

ആ ദിവസം ഏറ്റവും മികച്ചത് അവർക്ക് നൽകിയിരിക്കുന്നു. അതവർക്കറിയാം. അവരുടെ വിശ്രമസമയം അവസാനിച്ചിരിക്കുന്നു. അവരുടെ യാത്രയ്ക്കിടയിലെ *അർക്കേഡിയൻ* ദിവസങ്ങൾ അവസാനിച്ചിരിക്കുന്നു. ഇനി ആ ദിവസത്തിന്റെ ശേഷിച്ച ഭാഗം നിതാന്തമായ സൗന്ദര്യത്തിൽ ലയിച്ചിരിക്കുവാൻ അവർ തീരുമാനിച്ചു.

അവർ തടാകക്കരയിൽ ഉലാത്തി. ഇപ്പോൾ അവർ മലനിരകളെ ശ്രദ്ധിക്കുന്നുണ്ടായിരുന്നില്ല. തടാകത്തേയോ മേഘങ്ങളേയോ ശ്രദ്ധിക്കുന്നുണ്ടായിരുന്നില്ല. മലനിരകളേയും ആകാശത്തേയും തടാകത്തേയും തങ്ങളുടെ മേൽ ലയിപ്പിക്കുവാൻ അവർ അനുവദിച്ചു. തടസ്സമേതുമില്ലാതെ സ്വയം സമർപ്പിച്ചു. അങ്ങനെ നിതാന്തമായ ഇന്നിലേക്ക് അവർ അന്തർദ്ധാനം ചെയ്തു.

അവരങ്ങനെ എത്ര നേരം അപ്രത്യക്ഷരായി എന്ന് പറയുക ബുദ്ധിമുട്ടാണ്. നിതാന്തതയിലെ ഒരു നിമിഷം എന്നത് ചരിത്രത്തിൽ ഒരു ജീവിതകാലമാകുന്നു എന്ന് അജ്ഞേയവാദികൾ സമർത്ഥിക്കുന്നുണ്ട്. അവരുടെ നിമജ്ജനത്തിന്റെ വിടവുകൾ ഒരുപക്ഷേ മാനവവർഗ്ഗത്തിന്റെ ഭാവിയിലും ചരിത്രത്തിലും രേഖപ്പെടുത്തപ്പെടുത്തുന്നതിന് സാധ്യതയുണ്ട്.

അങ്ങനെയുള്ള നിമിഷങ്ങൾക്ക് പേരുകളില്ല. അവ മനസ്സിൽ ഓർമ്മകൾ അവശേഷിപ്പിക്കുന്നില്ല. ഒരു നിമിഷത്തിന്റെ സ്വാതന്ത്ര്യം യാഥാർത്ഥ്യമാക്കിയതാണത്. അതിനു ശേഷം അത് മറക്കപ്പെടുന്നു. ഒരുവന്റെ വിധിയുടെ മൊത്തം രൂപമൊഴികെ മറ്റൊന്നും മാറ്റാത്ത ഒരു മാലാഖയുടെ ചുംബനമാണത്. രൂപം മാറ്റപ്പെട്ടിരിക്കുന്നു എങ്കിലും അതറിയാതെ പോകുന്നു.

മൂന്ന്

തടാകതീരത്ത് നിന്നപ്പോൾ അക്ഷരം സർവ്വാത്മനാ എല്ലാതിലൂടേയും ഒഴുകി നടക്കുന്നത് അവരറിഞ്ഞു. ഹൃദയത്തിന്റെ ആഴങ്ങളിൽ നിന്നും ഉള്ളിന്റെയുള്ളിൽ നിന്നും പുറപ്പെട്ടതെന്ന് തോന്നിപ്പിച്ച അവസാനിക്കാത്ത ഒരു ഇരമ്പം, മൂളൽ, അവർ കേട്ടു. ആ മൂളൽ, ആ ഇരമ്പം അവരെ കഴുകി വൃത്തിയാക്കുന്നു. അത് ജീവിതത്തിന്റെ രുചി മധുരതരമാക്കുന്നു.

നാല്

അവസാനം ആ തടാകത്തിനെ അവർക്ക് മനസ്സിലായി. ഈ മട്ടിൽ തടാകക്കരയിലൂടെ നടക്കുന്ന തങ്ങളെയാണവർ കണ്ടത്. തങ്ങളുടെ അവകാശങ്ങളെ ഓർമ്മിപ്പിക്കുവാനായി ഹൃദയങ്ങളിലേക്ക് സൗന്ദര്യം ഒരു നിമിഷം ഇറങ്ങിവന്നതല്ലാതെ ഒന്നും സംഭവിച്ചിട്ടില്ലെന്ന മട്ടിൽ സംസാരിച്ച് നടക്കുകയായിരുന്നു അവർ.

അവർ അറിയപ്പെടാത്ത ഒരു സന്തോഷത്താൽ ഉന്മത്തരായിരുന്നു. വരാനിനിരിക്കുന്ന, പ്രവചിക്കാനാകാത്ത കാലത്തിനായി, ആ നിമിഷം ആവോളമൂറ്റിക്കുടിക്കണമെന്ന് അവർക്ക് തോന്നി.

അതിന്റെ യഥാർത്ഥ ദൈർഘ്യത്തേക്കാൾ നീളമുള്ള ഒരു നിമിഷമായിരുന്നു അതെന്ന് അവർക്കറിയാമായിരുന്നോ? നിരാശയ്ക്കെതിരെ പടവാളാക്കുവാൻ ഈ നിമിഷങ്ങൾ ഉപയോഗപ്പെടുത്താം എന്നവർ സ്വപ്നം കണ്ടിരുന്നോ? *അർക്കാഡിയ*യിലെ പരീക്ഷണശാലയിൽ ജീവിതത്തെ നവമാക്കിയ അമൃതാണീ നിമിഷങ്ങളെന്ന് അവർക്കറിയാമായിരുന്നോ?

അവർ അത്താഴത്തെക്കുറിച്ച് സംസാരിച്ചു. തനിക്കേറ്റവും ഇഷ്ടപ്പെട്ട മധുരമായ ക്രീം ചേർത്ത ചോക്ലേറ്റ് കേക്ക് മിസ്റ്റ്ലെറ്റോ മനോരാജ്യം കണ്ടു. ലാവോ കാംക്ഷിച്ചത് ഒരു ഗ്ലാസ് ചാഷ്യോ മാർഗോയ്ക്കായിരുന്നു. ആ ഉന്മത്താവസ്ഥയിൽ അവർ ഒന്നിച്ച് ചെയ്ത യാത്രകളിലെ രസകരമായ മുഹൂർത്തങ്ങൾ ഓർത്തെടുത്തു.

“റോമിലേക്കുള്ള തീവണ്ടിയുടെ സമയത്തിന് നമുക്കെത്തിപ്പെടാനാകാഞ്ഞതും തീവണ്ടി വിട്ട് പോയതും ഓർമ്മയുണ്ടോ?” മിസ്റ്റ്ലെറ്റോ ചോദിച്ചു.

“ഗ്രീസിലെ ആ വിമാനം ഓർമ്മയുണ്ടോ? അതിന്റെ വശങ്ങളിൽ ഐകാറസ് എന്നെഴുതിയിരുന്നു.”

"രാത്രി മുഴുക്കെ തേങ്ങിക്കരഞ്ഞിരുന്ന ബിയാറിട്സിലെ ആ ഹോട്ടലുടമയെ ഓർമ്മയുണ്ടോ?"

"സ്പെയിനിലേക്കുള്ള ആ തീവണ്ടിയാത്ര ഓർമ്മയുണ്ടോ? അതിലെ ടിക്കറ്റ് പരിശോധകൻ...."

"തീവണ്ടി വാതിൽക്കൽ തണുത്തുറഞ്ഞ് നിന്നത്. *വെലാസ്ക്യുസി*ന്റെ ലാ മെനിനായിലെ രാജസേവകനെ പോലെയായിരുന്നു. ഞാനതൊക്കെ ഓർക്കുന്നുണ്ട്."

അഞ്ച്

നിറം മങ്ങിയ, അപരിചിതസങ്കല്പങ്ങൾ അന്തരീക്ഷത്തിൽ അവർക്ക് ചുറ്റിലും നൃത്തമാടി. പുല്ലിലെ സങ്കല്പങ്ങൾ അവരുടെ കാല്പാദങ്ങളോട് മന്ത്രിച്ചു. പാദങ്ങളുടെ കാതുകളിലാണവ മന്ത്രിച്ചത്. അതിനു ശേഷം കാറ്റിൽ അവശേഷിച്ചത് മൗനം മാത്രമായിരുന്നു. തടാകത്തിൽ നിന്നുള്ള പ്രതിഫലനം പോലെ സങ്കല്പങ്ങൾ അവർക്കുള്ളിൽ തത്തിക്കളിച്ചു.

അപ്പോൾ ലാവോ ദൂരെ പർവ്വതശിഖരത്തിൽ തങ്ങി നിൽക്കുന്ന മേഘങ്ങൾ വെള്ളച്ചാട്ടമാകുന്നത് കണ്ടു. തടാകത്തിന്റെ മുകൾപരപ്പിൽ തട്ടി മരിച്ചുകൊണ്ടിരുന്ന വെളിച്ചം മിസ്റ്റലെറ്റോയുടെ ഹൃദയം ഭേദിച്ചു. ഇരുട്ടിനെതിരെയുള്ള അതിന്റെ കരുത്ത് എങ്ങനെ കടം വാങ്ങാമെന്നോ, ജീവനകല അതിൽ നിന്നെങ്ങിനെ പ്രലോഭിപ്പിച്ച് വശത്താക്കാമെന്നോ ചിന്തിക്കാതിരിക്കുവാൻ അവർക്കു കഴിഞ്ഞില്ല. ആ നിമിഷത്തിന്റെ അപൂർവ്വത അതു മാത്രമായിരുന്നു.

ചിന്താഗ്രസ്തമായ ഒരു കാറ്റ് അവരെ ഹോട്ടലിലേക്ക് തെളിച്ചു കൊണ്ടുപോയി. ദിവസം അസ്തമിക്കുകയായി. സമയത്തിന്റെ ദൈർഘ്യം മുറിയിൽ വർദ്ധിച്ച പോലെ.

മേഘങ്ങൾ പർവ്വതശിഖരങ്ങളോട് പ്രണയാഭ്യർത്ഥന നടത്തുന്നുണ്ടായിരുന്നു. മിസ്റ്റലെറ്റോ ചിത്രം വര പുനരാരംഭിച്ചു. ലാവോ എഴുതുവാനും.

പരിവർത്തനത്തിന്റെ തടാകം
വെളിച്ചത്തിനോടൊപ്പം കത്തുന്ന
ജീവനുള്ള തടാകം
രാത്രിയിലും അത് തിളങ്ങുന്നു.

ആറ്

വരച്ചുകൊണ്ടിരിക്കുന്നതിനിടയിൽ മിസ്റ്റ്ലെറ്റോ തടാകത്തിലൂടെ ഒരു മഞ്ഞ ബോട്ട് പോകുന്നത് കണ്ടു. ചുറ്റിലും കൃത്യതയാർന്ന വെളിച്ചം. അത് ബോട്ടിന്റെ മഞ്ഞ നിറത്തിനു കൂടുതൽ പൊലിമ നൽകി. ഒരു രൂപത്തിന്റെ മേലങ്കിയുടെ മാന്ത്രികമായ ആവിഷ്കരണമാണ് നിറമെന്ന് ആ നിമിഷത്തിൽ അവൾക്കു തോന്നി.

അവൾ വര തുടർന്നു. മലനിരകളെ ഒരു കേക്കാക്കി. അവൾ ആ കേക്കിൽ നിന്നും ഒരു കഷണം തിന്നു. എന്നിട്ട് ഒന്ന് പുഞ്ചിരിച്ച് നന്നായിരിക്കുന്നു എന്ന് സ്വയം പ്രഖ്യാപിച്ചു.

ഏഴ്

ലാവോ മറ്റൊരു കവിതയെഴുതി

കുട്ടിപ്പിശാച്

വന്നത്

അലേഫിൽ നിന്നാണ്.

എട്ട്

ശുദ്ധസംഗീതമുതിർക്കുന്ന സുന്ദരമായ ദിനങ്ങൾ കടന്നുപോകുന്നു. അവ വന്നുചേരുന്നത് കുറച്ചു നേരങ്ങളിലേക്കു മാത്രമാണ്.

ദിവസം ഇരുണ്ടു. അത്താഴത്തിനുള്ള സമയമായി. അവരെല്ലാം വിഷാദത്തിലായി. അവരുടെ യാത്ര തുടരേണ്ടതുണ്ടല്ലോ എന്ന ദുഃഖം. തങ്ങളെക്കുറിച്ച് അവർക്കുണ്ടായിരുന്ന അനേകം ആശയങ്ങൾ ഇവിടെ അടിയറവ് പറയേണ്ടതുണ്ടെന്ന ദുഃഖം. ആർക്കും സംസാരിക്കണമെന്ന് തോന്നിയില്ല. അവർ നിശ്ശബ്ദരായി ഭക്ഷണം കഴിച്ചു. കിടപ്പറകളിലേക്ക് പിരിഞ്ഞ് പോയി.

അർദ്ധരാത്രിയോടടുത്ത്, ഉറക്കം വരാതെ, ലാവോയും മിസ്റ്റലെറ്റോയും താഴെയിറങ്ങി തടാകക്കരയിലേക്ക് നടന്നു. തടാകം ഇരുണ്ടിരിക്കുന്നു. ദുർഗ്രാഹ്യമായിരിക്കുന്നു. അവർ വസ്ത്രങ്ങളുരിഞ്ഞ് നഗ്നരായി നിന്നു. വെള്ളത്തിലിറങ്ങി. ലാവോയ്ക്ക് നീന്താനറിയില്ലായിരുന്നു. അതിനാലയാൾ അധികം ആഴമില്ലാത്തിടത്ത് നിന്നു. എന്നാൽ മിസ്റ്റലെറ്റോയുടെ പ്രലോഭനത്താൽ വെള്ളത്തിൽ മുങ്ങുവാൻ അയാൾ തയ്യാറായി. വെള്ളത്തിന് തണുപ്പുണ്ടായിരുന്നു, ജീവനുണ്ടായിരുന്നു. ഇരുണ്ട നിറമായിരുന്നു. ഭാഗ്യമെന്നൊന്നുണ്ടെങ്കിൽ, മീനുകൾ ചൂണ്ടയിൽ കുടുങ്ങുന്നതുപോലെ, നമ്മളും കുരുങ്ങും. നമ്മൾ ഈ ലോകത്തിനൊരു ദിവ്യഭക്ഷണമാകും. വെള്ളത്തിനു മുകളിലേക്കുയരുമ്പോൾ ലാവോ കരുതി.

ആ അവസ്ഥയിൽ, ഭൂമിയുടെ നിറം നീലയാണെന്നറിഞ്ഞ് അയാൾ അദ്ഭുതസ്തബ്ധനായി.

ലിറ്റിൽ വെനീസ്, ലണ്ടൻ
സപ്തംബർ 2013

കിൽഫ്: ഒരു സാങ്കല്പിക ഉപദേവത. കുട്ടിപ്പിശാച് എന്ന് ഈ കഥയിൽ പരാവർത്തനം ചെയ്തിരിക്കുന്നു. ദുർദേവതയെന്നും വിളിക്കാം. ബെൻ ഓക്രിയുടെ സൃഷ്ടി. സമാനമായ ഒരു പദം എവിടേയും കാണാനില്ല.

www.ingramcontent.com/pod-product-compliance
Lightning Source LLC
LaVergne TN
LVHW100640051026
849519LV00001B/290
* 9 7 8 9 3 8 6 4 4 0 5 8 7 *